குற்றமும் கருணையும்

இளம் ஐ.பி.எஸ். அதிகாரியின்
தூத்துக்குடி அனுபவங்கள்

Unauthorised use of the contents of this published book, whether in e-book or hardcopy format, for any type of Artificial Intelligence (AI) training — including but not limited to Machine Learning, Deep Learning, Natural Language Processing, Computer Vision, Chatbot Training, Image Recognition Systems, Recommendation Engines, and Language Models — is strictly prohibited without prior licensing from the publisher. Any such unauthorised use may result in legal action.

குற்றமும் கருணையும்

இளம் ஐ.பி.எஸ். அதிகாரியின்
தூத்துக்குடி அனுபவங்கள்

நூலின் நாயகர்
அனூப் ஜெய்ஸ்வால்

1955ஆம் ஆண்டு உத்தரப் பிரதேச மாநிலத்தில் கோரக்பூரில் பிறந்தவர். தந்தை விவசாயி, சிறு வணிகர். உள்ளூரில் ஆரம்பக் கல்வி. பின்னர் (தற்போது உத்தரகாண்ட் மாநிலத்தில் உள்ள) இராணுவப் பள்ளிக்குத் தற்செயலாகத் தேர்வானார். தில்லிப் பல்கலைக்கழகத்தில் இயற்பியலில் இளங்கலை, முதுகலைப் பட்டங்கள் பெற்றார். தத்துவம், வரலாறு, ஆங்கில இலக்கியம் ஆகியவற்றில் ஈடுபாடும் தேடலும் அவரது சிந்தனைப் போக்கையும் வாழ்க்கை அணுகுமுறையையும் வடிவமைத்து வளப்படுத்தின.

1980இல் இந்தியக் காவல் பணிக்குத் (ஐ.பி.எஸ்.) தேர்வானார். அதிகார, ஆதிக்க சக்திகளுக்கு அடிபணிய மறுத்ததால் பதவி நீக்கம் செய்யப்பட்ட இவர், சட்டப் போராட்டம் நடத்தி வென்று மீண்டுவந்தார்.

35 ஆண்டுக் காலம் காவல் துறைப் பணியில் பல்வேறு பொறுப்புகளை வகித்த இவர், காவல்துறை இயக்குநர் என்னும் நிலையில் 2015ஆம் ஆண்டு பணி நிறைவு பெற்றார்.

பணி நிறைவுக்குப் பின் பள்ளி மாணவர்களுக்கு இயற்பியல் தத்துவங்களை விளக்கும் எளிய விளையாட்டுக் கருவிகளைத் தன் சொந்த செலவில் செய்து பள்ளிகளுக்கே சென்று விலையின்றி வழங்கிவருகிறார். சென்னையில் தான் குடியிருக்கும் பகுதியின் சுற்றுச்சூழல் பராமரிப்பில் அவரும் அவரது துணைவியாரும் ஆர்வம் கொண்டுள்ளனர்.

வி. சுதர்ஷன் (பி. 1962)

நூலாசிரியர்

நன்கறியப்பட்ட பத்திரிகையாளர், எழுத்தாளர். *தி இந்தியன் எக்ஸ்பிரஸ்* (சென்னை), *தி பயோனீர்* (புது தில்லி), *தி அவுட்லுக்*, *தி நியூ இந்தியன் எக்ஸ்பிரஸ்* (சென்னை), *தி ஹிந்து* (தில்லி, சென்னை, மும்பை) ஆகிய பத்திரிகைகளில் பணிபுரிந்தவர். இந்திய வெளியுறவுக் கொள்கை, உளவு, பாதுகாப்பு, காஷ்மீர் பிரச்சினை ஆகியவை குறித்து எழுதியிருக்கிறார். இவரது கட்டுரைகள் *தி ட்ரிபியூன்*, *டெலிகிராப்*, *தி ஏசியன் ஏஜ்*, *டெக்கான் க்ரானிக்கிள்*, *தி சிட்டிசன்* ஆகிய பத்திரிகைகளில் வெளியாகியுள்ளன. அப்பன் மேனன் மெமோரியல் ஃபெலோஷிப் விருது (1998 – 1999) பெற்றவர். இவருடைய நூல்களில் சில:

'Anatomy of an Abduction: How the Indian Hostages in Iraq were Freed' (பெங்குவின் இந்தியா வெளியீடு, 2007).

'Adrift: A True Story of Survival at Sea' (Hachette India Publication, 2013).

His Short Story 'Eclipse' was anthologised in 'Madras on my Mind: A City in Stories' (Harper Collins, 2015).

His prize winning Short Story 'Casually, One Sunday Afternoon' was published in 'I'm Not Like that and Other Stories' (Orient Longman, 1987).

மு. குமரேசன் (பி. 1949)

மொழிபெயர்ப்பாளர்

தமிழ்நாடு காவல் துறையின் நிர்வாகப் பிரிவில் 35 ஆண்டுக் காலம் பணியாற்றி, 2007ஆம் ஆண்டு பணி நிறைவு பெற்றவர். 2005 – 2007 ஆண்டுகளில், காவல் துறைத் தலைமையகத்தில் அனூப் ஜெய்ஸ்வால் நிர்வாகப் பிரிவு ஐ.ஜி.யாகப் பணியாற்றியபோது குமரேசன் அவரது நேர்முக உதவியாளராகப் பணியாற்றினார்.

அரசுப் பணியிலிருந்தபோதே குமரேசன் இலக்கிய ஆர்வம் கொண்டிருந்தார். பரவலான வாசிப்பும் படைப்பு முயற்சிகளும் உண்டு. இவரது 'அவர்களுக்கு வேர்கள் இல்லை' என்னும் குறுநாவல் 1984 *கணையாழி* தீபாவளி இதழில் வெளியானது. ஓரிரு கவிதைகள் *கணையாழி*, *தீபம்* இதழ்களில் வெளியாகியுள்ளன. பணி நிறைவுக்குப் பின், தமிழ்நாடு காவல் துறை நிர்வாகம் சார்ந்த வழிகாட்டி நூல்களையும் சிறு நூல்கள் சிலவற்றையும் எழுதியிருக்கிறார்.

ஆங்கிலம் – தமிழ் மொழிபெயர்ப்பில் நீண்டகால அனுபவம் உண்டு. டாக்டர் வி. கண்ணு பிள்ளை என்னும் குஜராத் கேடர் ஐ.பி.எஸ். அதிகாரி ஆங்கிலத்தில் எழுதி குமரேசன் மொழிபெயர்த்த 'இந்தியாவில் மட்டுமே சாதிகள் இருப்பது ஏன்?' என்னும் புத்தகத்தை 'அன்னை முத்தமிழ்ப் பதிப்பகம்' வெளியிட்டுள்ளது.

வி. சுதர்ஷன்

குற்றமும் கருணையும்

இளம் ஐ.பி.எஸ். அதிகாரியின் தூத்துக்குடி அனுபவங்கள்

தமிழில்
மு. குமரேசன்

காலச்சுவடு பதிப்பகம்

● அன்பார்ந்த வாசகருக்கு,

வணக்கம்.

காலச்சுவடு நூலை வாங்கியமைக்கு நன்றி.

நூலின் உள்ளடக்கம், உருவாக்கம், அட்டைப்படம் இன்ன பிற அம்சங்கள் பற்றிய உங்கள் கருத்துகளையும் ஆலோசனைகளையும் காலச்சுவடு வரவேற்கிறது. தகவல், எழுத்து, வாக்கியப் பிழைகள் தென்பட்டால் அவசியம் தெரிவித்து உதவுங்கள். நூல் தயாரிப்பில் கடும் குறைபாடு இருப்பின் மாற்றுப் பிரதி உங்களுக்குக் கிடைக்கக் காலச்சுவடு ஏற்பாடு செய்யும்.

மின்னஞ்சல்: **publisher@kalachuvadu.com**

காலச்சுவடு நாகர்கோவில் அலுவலகத்திற்குக் கடிதம் அனுப்பலாம்.

தங்கள்
எஸ்.ஆர். சுந்தரம் (கண்ணன்)
பதிப்பாளர் — நிர்வாக இயக்குநர்

குற்றமும் கருணையும்: இளம் ஐ.பி.எஸ். அதிகாரியின் தூத்துக்குடி அனுபவங்கள் ◆ அனுபவப் பதிவு ◆ வி. சுதர்ஷன் ◆ தமிழில்: மு. குமரேசன் ◆

© வி. சுதர்ஷன் ◆ மொழிபெயர்ப்புரிமை: மு. குமரேசன் ◆

முதல் பதிப்பு: ஆகஸ்ட் 2022, திருத்தப்பட்ட மூன்றாம் பதிப்பு: ஜூன் 2025 ◆ வெளியீடு: காலச்சுவடு, 669, கே.பி. சாலை, நாகர்கோவில் 629001

kuRRamum KaruNaiyum: Ilam I.P.S. Athikariyin Thoothukudi Anupavankal ◆ Memoirs ◆ V. Sudarshan ◆ Translated by M. Kumaresan ◆

© Sudarshan ◆ Translation © M. Kumaresan ◆

Language: Tamil ◆ First Edition: August 2022, Revised Third Edition: June 2025 ◆ Size: Demy ◆ Paper: 18.6 kg maplitho ◆ Pages: 224

Published by Kalachuvadu,669 K.P. Road, Nagercoil 629001, India ◆ Phone: 91-4652-278525 ◆ e-mail: publications@kalachuvadu.com ◆ Printed at Mani Offset, Chennai 600077

ISBN: 978-93-5523-184-0

பொருளடக்கம்

முன்னுரை	9
1. சிவலார்குளம் கொலைகள்	17
2. தர்மாவைச் சுட்டுக் கொன்றது யார்?	28
3. மீன்குழம்பும் சோறும்	41
4. தூத்துக்குடி தன் பெயரைத் திரும்பப் பெற்ற கதை	56
5. கடிதம் தந்த வரம்	69
6. சுழல்	76
7. நாசரேத் திருடன்	85
8. புன்னக்காயல் படுகொலைகள்	93
9. உண்மையின் குறும்பு	114
10. பலவீனன்	120
11. வழக்கும் எதிர்வழக்கும்	126
12. நன்றி	133
13. நிகழாத குற்றம்	139
14. நரிக்கிணறு கிராமத்து மது விற்பனையாளர்கள்	145
15. நான் சுத்தமானவள்...	149
16. மரணத்திற்குப் பின் வாழ்க்கை	157
17. விதியின் பாதுகாப்பான கரங்கள்	167
18. அன்னியன்	169
19. கற்றுக்குட்டியின் அதிர்ஷ்டம்	204
20. தமிழ்நாடு சிறப்புக் காவல் படை 9ஆம் பட்டாலியன்	210

வரைபடம்: ருத்ரா அபிராமி சுதர்ஷன்

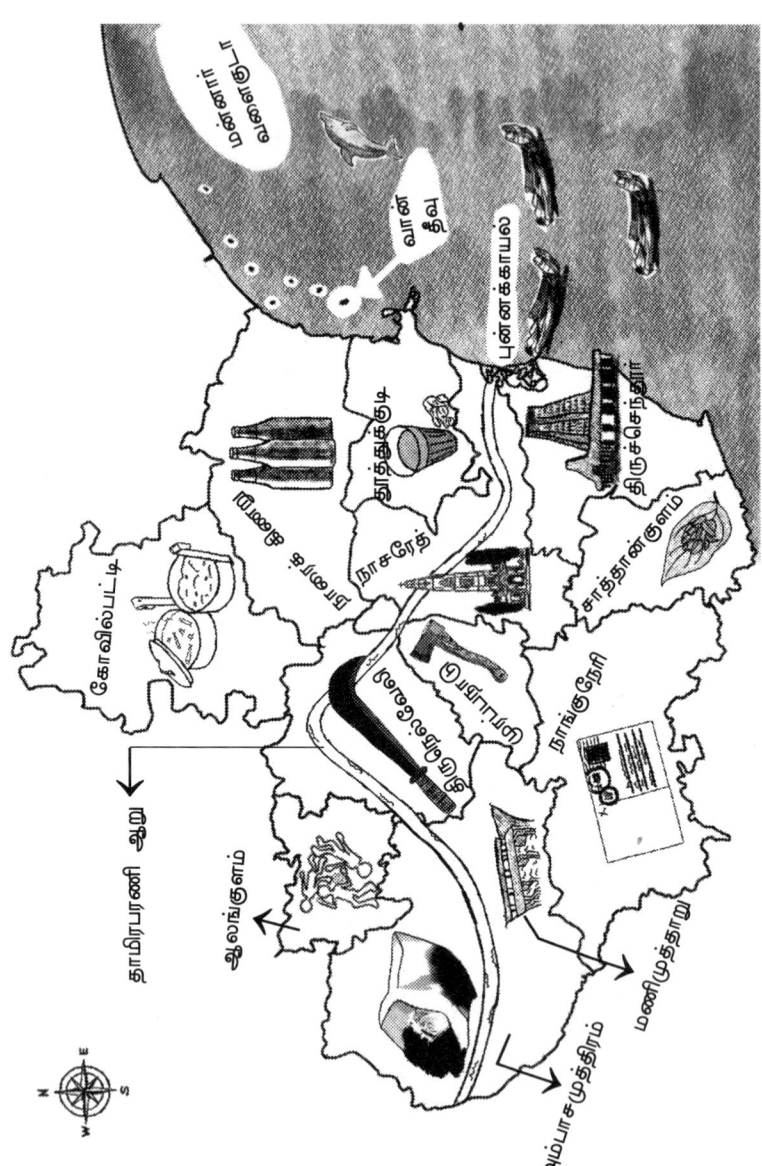

முன்னுரை

அனூப் ஜெய்ஸ்வாலை நான் முதன் முதலாகச் சந்தித்தபோது அவர், புது தில்லி நார்த் பிளாக்கில், உள்துறை அமைச்சகத்தின் இன்டெலிஜென்ஸ் பீரோவில் கே பிராஞ்சின் துணை இயக்குநராக இருந்தார். நார்த் பிளாக்கில், கேட் எண் 7இல் நுழைந்தால் வலதுபுறம் தரைத்தளத்தில் அவரது அலுவலகம். அது ஈராயிரமாம் ஆண்டில் ஏதோ ஒரு சமயம். ஒப்புக்கொள்ளத் தயக்கமாக இருந்தாலும், நானும் அப்போது நார்த் பிளாக்கில் இருந்தேன். புதுதில்லியின் புதிரான காஷ்மீர் பிரச்சினையைக் கையாள்வதில் என் முதல் அனுபவம் அது. ஜெய்ஸ்வால் அங்கு என்ன செய்தார் என்பது எனக்குத் தெரியாது. காஷ்மீரின் இன்றைய நிலையை வைத்துப் பார்க்கும்போது அவரது சீனியர்கள், ஜூனியர்கள், சகாக்கள் யாருமே ஒன்றும் செய்யவில்லை என்றுதான் சொல்ல வேண்டும்.

நான் தேவையற்றதைப் பேசிக்கொண்டிருக் கிறேன். 2007ஆம் ஆண்டு மத்தியில், சென்னையில் நான் மீண்டும் ஜெய்ஸ்வாலைச் சந்தித்தேன். அப்போது ஒரு செய்தித்தாள் அதிகாரியாக வேலையில் சேர்ந்திருந்தேன். ஜெய்ஸ்வால் சில ஆண்டுகளுக்கு முன்பே சென்னை வந்துவிட்டார். விரைவிலேயே, ஏ.டி.ஜி.பி. பதவியில் முதலமைச்சர் கருணாநிதியின் இன்டெலிஜென்ஸ் பிரிவுத் தலைவராக ஆகிவிட்டார்.

இந்தக் கதை 2009ஆம் ஆண்டின் தொடக்கத்தில் நடந்த சம்பவங்களோடு தொடர்புடையது.

2009 பிப்ரவரி 17 அன்று சென்னை உயர் நீதிமன்றத்தின் கோர்ட் ஹால் எண் 3இல் டாக்டர் சுப்பிரமணியன் ஸ்வாமி வெள்ளை நிற குர்தா அணிந்து நீதிபதிகள் பி.கே. மிஸ்ரா, கே. சந்துரு ஆகியோர் கொண்ட அமர்வின் முன் நின்றிருந்தார். சிதம்பரம் நடராஜர் கோயிலைத் தமிழக அரசு கையகப் படுத்தியதற்கு எதிரான வழக்கில் தன்னையும் ஒரு தரப்பாகச் சேர்த்துக்கொள்ள அவர் கோரியிருந்தார். அதன் பிறகு நடந்ததற்கும் அந்த வழக்கிற்கும் சம்பந்தமில்லை.

தமிழீழ விடுதலைப் புலிகள் இயக்கமும் அதன் தலைவர் வேலுப்பிள்ளை பிரபாகரனும் தமிழக அரசியலில் செல்வாக்குச் செலுத்திய காலம் அது (பிரபாகரன் கொல்லப்படுவதற்கு முன்). வழக்கு விசாரணை நடந்துகொண்டிருந்தபோதே சுமார் இருபது வக்கீல்கள் திபுதிபுவென நுழைந்து, ஹார்வர்டில் படித்த அந்த அரசியல்வாதிமீது அழுகிய முட்டைகளை வீசினார்கள். கைகலப்பு தொடர்ந்தது. அவர் தாக்கப்பட்டார். இதில் ஈடுபட்டவர்கள்மீது குற்ற நடவடிக்கை எடுக்குமாறு நீதிபதிகள் காவல் துறைக்கு உத்தரவிட்டனர். வக்கீல்கள், இலங்கைத் தமிழர்களுக்கு ஆதரவாக, 2009 ஜனவரி 29 முதலே நீதிமன்றப் புறக்கணிப்பு, உண்ணாவிரதம், ஊர்வலம் போன்றவற்றில் தாங்கள் ஈடுபட்டுள்ளதாகவும், அது தமிழீழ விடுதலைப் புலிகளுக்கும் அதன் தலைவர் வேலுப்பிள்ளை பிரபாகரனுக்கும் ஆதரவாக அல்ல என்றும் முறையிட்டனர். டாக்டர் சுப்பிரமணியன் சுவாமி, ராஜீவ் காந்தி கொலை வழக்கு விசாரணைக்காகப் பிரபாகரனை இந்தியாவிடம் ஒப்படைக்க வேண்டும் என்று தொடர்ந்து வலியுறுத்திவந்தார். இலங்கைத் தமிழருக்கான ஆதரவின் அடையாளமே அழுகிய முட்டைகள்.

ஓரிரு நாட்களுக்குப் பிறகு சென்னை உயர் நீதிமன்ற வளாகத்திலுள்ள பி4 புறக் காவல் நிலையத்திற்கு 15 வழக்கறிஞர்கள் கொண்டுவரப்பட்டபோது பெரும் கலவரம் வெடித்தது. அடிப்படைத் திட்டம் என்ன என்பதை சம்பவங்களைப் படம் பிடித்த போலீஸ் வீடியோ காட்டியது.

சம்பவங்கள் நடந்த விதம் இதுதான்: அழுகல் முட்டை வீச்சு சம்பவத்தைத் தொடர்ந்து, பிற்பகல் 3.45 மணிக்குக் வழக்கறிஞர்கள் சிலரைக் கைதுசெய்து வேனில் ஏற்றியது காவல் துறை. அதனால் ஏற்பட்ட குழப்பத்தில் வழக்கறிஞர்கள் சிலர் நீதிமன்றக் கட்டிடத்திற்குள் ஓடினார்கள். சில நிமிடங்களுக்குப் பிறகு கல்வீச்சு தொடங்கியது. வழக்கறிஞர்களே அதைத்

துவக்கினார்கள். போலீஸ் திருப்பி அடித்தது. ஆனால் போலீஸ் தான் வாங்கிய அளவுக்குத் திருப்பித் தரவில்லை. வக்கீல்கள் ஐந்து கற்களை வீசினால் போலீஸ் ஒரு கல்லை வீசியது என்பது பார்வையாளர்கள் கருத்து.

மாலை சுமார் 4 மணியளவில் அந்த இடம் முழுவதும் அங்கிருந்த கார்களிலும் கற்களும் கண்ணாடித் துண்டுகளும் இறைந்து கிடந்தன. மாலை 4.15 மணியளவில் போலீஸ் பின்வாங்கி பி4 புறக் காவல் நிலையம் முன் நின்றது. இத்தனைக்கும் அந்தக் காவல் நிலையத்திற்கு 100 காவலர்கள் வழங்கப்பட்டிருந்தனர். (பிப்ரவரி 24 அன்று உயர் நீதிமன்றப் பதிவாளர், உள்துறைச் செயலாளருக்கு, நீதிமன்ற வளாகத்தில் பெண் போலீஸாரைப் பணியமர்த்த வேண்டாம் என்று எழுத வேண்டியிருந்தது.) போலீஸார் நகர முடியாதவாறு எங்கும் மோட்டார் சைக்கிள்களும் ஸ்கூட்டர்களும் விழுந்து கிடந்தன.

4.42 மணிக்கு நீதிமன்றக் கட்டிடத்தின் கூரையில் தீப்பிடித்தது வீடியோ பதிவு செய்யப்பட்டது.

5.02 மணிக்கு வக்கீல்கள் கற்களை வீசிக்கொண்டே முன்னேறினார்கள்.

5.30 மணிக்குப் போலீஸ் மேலும் பின்வாங்கி பி4 புறக் காவல் நிலையத்தின் பின்னால் போனார்கள். போலீஸார் காலி செய்த இடங்களை வழக்கறிஞர்கள் நிரப்பினார்கள்.

5.37 மணிக்குப் புறக் காவல் நிலையத்தின் முன் தீ கொளுத்தப்பட்டு, காவல் நிலையத்திலிருந்து தாள்கள், நாற்காலிகள், ஒரு இரும்பு பீரோ ஆகியவை இழுத்து வரப்பட்டுத் தீயில் வீசப்பட்டன. தீயணைப்பு இயந்திரம் அலறிக்கொண்டு சம்பவ இடத்திற்கு வந்தது. ஆனால் கல்வீச்சை எதிர்கொள்ள முடியாமல் பின்வாங்கியது. பி4 புறக் காவல் நிலையத்தின் உள்ளேயும் வெளியேயும் தீ பற்றி எரிய, போலீசார் காயம்பட்ட சகா ஒருவரைத் தூக்கிச் சென்றார்கள்.

5.45 மணிக்கு இருள் கவியும் நேரத்தில் போலீசார் தங்கள் கம்புகளை வீசிக்கொண்டு விரைந்தார்கள்.

அத்துடன் வீடியோ நிறைவுற்றது.

துரதிர்ஷ்டவசமாக, போலீஸ் லத்திகள் பேசியபோது என்ன நடந்தது என்பதற்கு வீடியோ பதிவு இல்லை. பின்னர் செய்தியாளர்களின் பதிவுகளின்படி, லத்திகள் அழுத்தமாகப் பேசின. கார்கள், மோட்டார் சைக்கிள்கள், வக்கீல்கள், பத்திரிகையாளர்கள், ஏன் நீதிபதிகள் உட்பட எல்லோர் மீதும்

சமமாக. ஆனால் நீதிபதிகள் புகார் தர முன்வரவில்லை. சென்னை உயர் நீதிமன்றத்தில் நடந்த சம்பவங்கள் குறித்து உச்ச நீதிமன்றம் தாமாக விசாரிக்க முன்வந்து நீதிபதி ஸ்ரீகிருஷ்ணாவை விசாரிக்கக் கேட்டுக்கொண்டது. சென்னை உயர் நீதிமன்றத் தலைமை நீதிபதி, இந்தச் சட்டம் ஒழுங்குப் பிரச்சினையைத் தவறாகக் கையாண்டதற்காகக் கூடுதல் காவல் ஆணையாளரை இடைநீக்கம் செய்ய வேண்டுமென்று அரசிடம் கூறினார்.

முதலமைச்சரும் கூடுதல் காவல் ஆணையாளரை இடைநீக்கம் செய்ய வேண்டுமென்றார். நடந்தது பற்றி விவாதிக்க முதலமைச்சர் ஒரு கூட்டத்தைக் கூட்டினார். புனித ஜார்ஜ் கோட்டையில் அவரது விசாலமான அறையில் கூட்டம் கூட்டப்பட்டது. அனூப் ஜெய்ஸ்வாலுக்கு இந்தச் செய்தி மாலையில் கிடைத்தது. அவர் தனிப்பிரிவு காவல் கண்காணிப்பாளரின் அறைக்குப் போய், ஆங்கிலத்தில் ஒரு சிறிய பத்தி எழுதினார். ஏறக்குறைய அவர் எழுதியது இதுதான்: "சஸ்பென்ஷன் என்பது சஸ்பெண்ட் செய்யும் அதிகாரியின் நீதிசார் செயல்பாடாகும். அதாவது, சஸ்பெண்ட் செய்யும் அதிகாரி, தனது அறிவைப் பயன்படுத்தி, சம்பந்தப்பட்ட அதிகாரியின் பிழைகள் அல்லது குறைகள் குறித்து உள்ள சான்றுகள், நிரூபணங்கள் ஆகியவற்றை ஆய்வு செய்ய வேண்டும். இந்தச் சம்பவத்தில் செய்யப்பட்டுள்ளதைப் போல வேறு ஒருவர் சஸ்பெண்ட் செய்யும் அதிகாரிக்கு அறிவுரை வழங்க இயலாது."

தனிப்பிரிவு காவல் கண்காணிப்பாளர் அதைத் தமிழில் மொழிபெயர்த்துத் தந்தார். அனூப் ஆங்கிலம், தமிழ் இரண்டு பிரதிகளையும் எடுத்துக்கொண்டு முதலமைச்சரின் அறைக்குள் நுழைந்தார். அங்கு திருவள்ளுவரின் ஆளுயர உருவப்படம் இருந்தது. தலைமைச் செயலாளர், உள்துறைச் செயலாளர், காவல்துறை இயக்குநர் எல்லோரும் இருந்தனர். எல்லோருமே சஸ்பெண்ட் செய்யும் மனநிலையிலேயே இருந்தனர். அனூப், தமிழ்ப் பிரதியை முதலமைச்சரின் மாபெரும் மேசையைச் சுற்றிப் போய், அதன் பின்னால் கறுப்புக் கண்ணாடி அணிந்து, புரிந்துகொள்ள முடியாத அமைதியுடன் அமர்ந்திருந்த கருணாநிதி அவர்களிடம் கொடுத்தார். அதன் ஆங்கிலப் பிரதியை டி.ஜி.பி. வாசித்தார்.

ஏ.டி.ஜி.பி. அனூப் ஜெய்ஸ்வால் முதலமைச்சரின் எதிரே ஒரு தனி நாற்காலியில் அமர்ந்தார். தொடர்ந்து நடந்த விவாதத்தில், அனூப், கூடுதல் ஆணையாளர்மீது அரசோ அல்லது காவல் துறையோ எந்தவித விசாரணையும் தொடங்கவில்லை என்பதைச் சுட்டிக்காட்டினார். அதே நேரத்தில் சென்னை உயர்

நீதிமன்றச் சம்பவங்கள் குறித்து விசாரிக்க உச்ச நீதிமன்றம் அமைத்த ஸ்ரீகிருஷ்ணா ஆணையத்தின் அறிக்கையும் இன்னும் வரவில்லை. எனவே சஸ்பெண்ட் செய்ய முகாந்திரம் ஏதும் இல்லை என்றார். அங்கிருந்தோரிடையே சலசலப்பாக ஒரு கேள்வி எழுந்தது. சஸ்பெண்ட் செய்யவில்லை என்றால் அது நீதிமன்ற அவமதிப்பாக ஆகாதா? “உங்கள் செய்தி கிடைத்தது. அதனை நாங்கள் பரிசீலித்துக்கொண்டிருக்கிறோம் என்று நீதிமன்றத்திற்குச் சொல்வோம்” என்றார் அனூப். முதலமைச்சர் அதனை ஏற்றுக்கொண்டார்.

தங்களது நடவடிக்கைகளுக்குத் தேவையான அரசியல் ஆதரவு கிடைக்குமா என்பதே இந்தியக் காவல் துறை அதிகாரிகளின் குழப்பம். நடவடிக்கைக்குள்ளாகும் நபரது அரசியல் தொடர்புகள் தெரியாத நிலையில் தாங்கள் எடுக்க வேண்டிய ஒவ்வொரு சிறிய நடவடிக்கைக்கும் அரசியல் அறிவுரை கேட்கும் பண்பாடு அவர்களிடையே மிகுந்த எச்சரிக்கையோடு வளர்க்கப்பட்டிருக்கிறது. காவல் துறையின் நடவடிக்கைகளில் தலையீடு என்பது நாள்தோறும் அல்ல, ஒவ்வொரு மணியிலும் நிகழ்கிறது. ஆனால் நீதித் துறையைப் போன்றே காவல் துறையும் தன்னியலாகச் செயல்பட வேண்டும் என்பதே சட்டத்தின் பார்வை. காவல் துறை சட்டத்திலிருந்தே அதிகாரம் பெறுகிறது. ஆனால் அதைப் பிரயோகிக்கும்போது அது வழங்கப்பட்ட அதிகாரமாகிவிடுகிறது. ஒரு ராணுவ வீரன் தனக்கு வழங்கப்படும் ஆணையை ஏற்றுச் சுடுகிறான். ஆணை தருபவரே அதற்குப் பொறுப்பாகிறார். நியதிப்படி ஒரு காவல் துறை இன்ஸ்பெக்டர் எனக்கு இவ்வாறு உத்தரவிடப்பட்டதால் செய்தேன் என்று சொல்ல முடியாது. விசாரணை அதிகாரி என்ற முறையில் நான் எடுத்த நடவடிக்கை இது என்றே அவர் சொல்ல முடியும். ஆயினும் நடைமுறையில், நாள் முழுவதும், நாடு முழுவதும் இதைச் செய், அதைச் செய் என்று அதிகாரிகளின் வாய்மொழி உத்தரவே எங்கும் காணப்படுகிறது. கணக்கில்லாத இத்தகைய அன்றாட நிகழ்வுகளில் முதலில் பலியாவது தலைமைப் பண்பே.

நீங்கள் படிக்கப்போகும் இந்தக் கதைகள் அதுபோன்ற அன்றாட நிகழ்வுகளிருந்து பிறந்தவை. அவை வித்தியாசமான குற்றவியல் கதைகள். 100 விழுக்காடு உண்மை. மிகைப் படுத்தப்படாதவை. கற்பனை கலக்காதவை. அனூப் பணிபுரிந்த தூத்துக்குடி மாவட்டத்தில் நடந்தவை.

தமிழ்நாட்டிலேயே வன்முறை அதிகம் நிகழும் மாவட்டங்களில் தூத்துக்குடியும் ஒன்று. மன்னார் வளைகுடாவின்

அழகிய கடலோரத்தில், அமைதியற்ற மீனவக் கிராமங்கள். மாவட்டம் முழுவதும் கள்ளச் சாராயம் பெருக்கெடுத்தோடியது. இந்தச் சூழலில் பரந்த நடைமுறையோடு பொருந்தாத இளம் ஐ.பி.எஸ். அதிகாரி ஒருவரை மையப்படுத்தி நிகழ்ந்தவை இந்தக் கதைகள். அவர் காவல் கண்காணிப்பாளராக ஆகுமுன் கொலைகாரர்கள், ஆள் கடத்தல்காரர்கள், திருடர்கள், பாலியல் தொழிலாளர்கள், கள்ளச் சாராய வியாபாரிகள், கந்து வட்டிக்காரர்கள் ஆகியோரைத் தற்செயலாக எதிர்கொண்ட அனுபவங்களை விவரிக்கிறார். நாட்கள் செல்லச் செல்ல அவர் தனது பணிச் சூழலுக்கேற்பத் தன்னைச் சரி செய்துகொண்டார். காவல் துறையும் அவரது வித்தியாசமான அணுகுமுறையைப் புரிந்துகொண்டது என்றுதான் சொல்ல வேண்டும்.

இந்தக் கதைகள் 1981 ஜனவரியில், இந்தியக் காவல் பணி அதிகாரியாக ஆவதற்காக, கண்கள் மின்ன, காவல் உயர் பயிற்சியகத்தில் சேர்ந்தபோது துவங்கி, அவரது பயிற்சிக் காலம் அம்பாசமுத்திரம் சப்-டிவிஷனில் உதவிக் காவல் கண்காணிப்பாளர், மணிமுத்தாறு சிறப்புக் காவல் படை 9ஆம் அணித் தளவாய் எனத் தொடர்ந்து, தூத்துக்குடி மாவட்டக் காவல் கண்காணிப்பாளராகப் பணிபுரிந்த நாட்கள்வரை நிகழ்ந்தவை. அவை நிகழ்ந்த வரிசைப்படி சொல்லப்படவில்லை.

பயிற்சியாளர் என்ற நிலையிலேயே அவர் ஹைதராபாத் தேசியக் காவல் உயர் பயிற்சியகத்திலிருந்து வெளியேற்றப்படுகிறார். இந்தியக் காவல் பணி அதிகாரியாக ஒருவருக்கு மாநில ஒதுக்கீடு வழங்கப்பட்ட பின் இவ்வாறு யாருக்கும் நிகழ்ந்ததில்லை. எதற்காக? பயிற்சி நடைமுறைகளைக் கேள்விக்குள்ளாக்கிய தற்காக. அவரது தனித்துவத்திற்காக.

அப்போது அவருக்குத் திருமணமாகியிருந்தது. இரண்டாவது குழந்தை பிறக்கவிருந்தது. அவர் நீதி கேட்டு நீதிமன்றங்களை நாடுகிறார். தில்லி உயர் நீதிமன்றம் அவரது கோரிக்கையை நிராகரிக்கிறது. உச்ச நீதிமன்றத்தில் மேல்முறையீடு செய்து இரண்டரை ஆண்டுகளுக்குப் பிறகு தன் வேலையைத் திரும்பப் பெறுகிறார். நீதிக்கான அவரது இந்தப் போராட்டத்தை வெளிச்சத்திற்குக் கொண்டுவர அவர் இந்தியக் காவல் பணி உயர் பயிற்சியகத்திலிருந்து நீக்கப்பட்ட ஆண்டுகள் பற்றி விவரித்திருக்கிறேன். அகில இந்திய நீதிமன்றத் தீர்ப்புகள் பட்டியலில் சுட்டிக்காட்டப்பட்டுள்ள இந்த உச்ச நீதிமன்றத் தீர்ப்பு, நீதிமன்றத் தீர்ப்புகளின் வரலாற்றில் ஒரு மைல்கல்.

இத்தொகுப்பிலுள்ள கனியம்மாளின் கதையை 2009இல் எழுதினேன். இங்கும் அது அதே வடிவிலும் தொனியிலும்

வருகிறது. மற்றவை நான் வெவ்வேறு சமயங்களில் கேட்டு, மனதின் எங்கோ ஒரு மூலையில் ஒளிந்திருந்தவை. இறுதியாக நான் அவற்றுக்கு உயிர் கொடுக்க முனைந்தபோது, 2021 ஜூன் 23 அன்று துவங்கி ஒவ்வொரு மாலையும் சென்னை மணப்பாக்கத்திலுள்ள அனூப் ஜெய்ஸ்வாலின் வீட்டிற்குப் போவேன். அங்கு அவர் தனது பணி ஓய்வு வாழ்க்கையைத் தனது இயற்பியல் பரிசோதனைகளில் செலவிட்டுக்கொண்டிருப்பார். நாளொன்றுக்கு ஒரு கதையாகப் படித்து இறுதிசெய்வார். அமர்வின் முடிவில் அவரது மனைவி நீலம் சுவையான சூப் தயாரித்துத் தருவார். ஒவ்வொரு நாளும் ஒரு வகை சூப். சில கதைகளை நீலம் அவர்கள் அழகுபடுத்தியவை.

எல்லாக் கதைகளும் முடிந்து சுமாரான வடிவத்திற்கு வந்த பின் நானும் அனூப் ஜெய்ஸ்வாலும் கதைகளுக்கு விரிவும் விவரங்களும் சேர்க்கத் தூத்துக்குடிக்குப் போனோம். நான் சந்தித்த மனிதர்கள், கூடுதல் விவரங்களையும், அனூப் கவனிக்கத் தவறிய கோணங்களையும் தந்தனர். அனூப்பின் அசாத்தியமான நினைவாற்றலுக்கு நான் நன்றி செலுத்துகிறேன். இந்தப் பயணங்களும் பரிமாற்றங்களும் பயனுள்ளவையாக அமைந்தன.

இந்தக் கதைகள் நிகழ்ந்த அந்தத் தருணங்களில் அனூப் அங்கில்லாமல் போயிருந்தால் இவற்றின் முடிவு வேறு விதமாகவே இருந்திருக்கும் என்று நான் உறுதியாகச் சொல்வேன்.

வி. சுதர்ஷன்

1

சிவலார்குளம் கொலைகள்

அம்பாசமுத்திரம் நகருக்குத் தெற்கே சுமார் 40 கிலோமீட்டர் தொலைவில் சுமார் 4500 அடி உயரத்தில் மலைகளின்மீது அமைந்துள்ளது மாஞ்சோலை. அம்பாசமுத்திரம் நகரிலிருந்து சுமார் 23 கி.மீ தூரத்திற்குச் சமவெளியில், இருபுறமும் வயல்கள், ஆங்காங்கே சிறு நகரங்கள், கிராமங்கள் என்று சாலையில் பயணிப்பது கண்களுக்கு விருந்து. அதன்பின் மணிமுத்தாறு அணையிலிருந்து மலைப்பாதை துவங்குகிறது. சுமார் 13 கிலோமீட்டர் மலைப் பாதையில் ஏறுகையில் படிப்படியாக வெப்பம் குறைவதையும் குளிர் ஏறுவதையும் உணர முடியும். விலங்குகளும் பறவைகளும் நிறைந்த காடு. அதன்பின் முடிவில்லாத தேயிலைத் தோட்டங்கள் உங்களைச் சூழ்ந்துகொள்ளும். ஏற்ற இறக்கங்களோடு எங்கும் பசுமைப் போர்வை. மலை முகடுகள் தங்கள் தலைகளை மேகங்களுக்குள் புதைத்துக்கொண்டுள்ளன. கனமான போர்வையாய் மூடுபனி கனப்பதும் கரைவதுமாய் ஒரு கண்ணாமூச்சி விளையாட்டு.

பம்பாய் – பர்மா டிரேடிங் கம்பெனி என்னும் நிறுவனத்திற்குச் சொந்தமான ஆயிரக்கணக்கான ஹெக்டேரில் தேயிலை விளைகிறது. அங்கு வசதியான ஒரு விருந்தினர் விடுதி உண்டு. அப்பகுதியின் உதவி காவல் கண்காணிப்பாளர் அனூப்ஜெய்ஸ்வால் தனது வார விடுமுறையைக் கழிக்க மனைவி நீலம், தனது பிள்ளைகள் ஆகியோருடன் அங்கு செல்வதுண்டு. டென்னிஸ் விளையாடுவதிலும் கொஞ்சம் பீர் அருந்துவதிலும் அவருக்கு விருப்பமுண்டு.

அவரது ஜீப்பில் வயர்லெஸ் பொருத்தப்பட்டுள்ளது. எனினும் மேலே செல்லச் செல்ல சிக்னல் கிடைப்பது அரிது. அவர்கள் மாஞ்சோலையை அடைந்தபோது மாலை நேரக் கதிரவனின் ஒளி ஆரஞ்சு, கருஞ்சிவப்பு நிறங்களில் மலைகளிடையே பரவியிருந்தது. அது மற்றுமொரு உற்சாகமான மாலை. ஜெய்ஸ்வாலின் ஜீப் நின்றபோது, அப்பகுதி புறக்காவல் நிலையத்தின் தலைமைக் காவலர் அவருக்காகக் காத்திருந்தார். அங்கிருந்து அறுபது கிலோமீட்டர் தொலைவில் உள்ள ஆலங்குளம் பகுதியில் ஒரு கொலை நிகழ்ந்துள்ளதாக அவர் தெரிவித்தார். அப்படியானால் ஜெய்ஸ்வால் உடனே அங்கு போயாக வேண்டும். மீண்டும் அம்பாசமுத்திரத்திற்குத் திரும்பிச் சென்று அங்கிருந்து வட திசையில் 22 கிலோமீட்டர் பயணிக்க வேண்டும். மனைவி நீலத்திடம், "நீயும் குழந்தைகளும் இங்கிருங்கள். நான் ஆலங்குளம் செல்கிறேன்" என்றார் ஜெய்ஸ்வால். ஆனால் நீலம் ஒப்புக்கொள்ளவில்லை. "நாங்கள் இந்த மலைகளில் தனியாக இருந்து என்ன செய்யப்போகிறோம். எங்களை வீட்டில் விட்டுவிடுங்கள்" என்றார் அவர். இருள் அதிவேகமாகச் சூழ, எவ்வளவு வேகமாக ஜீப்பைச் செலுத்த முடியுமோ அவ்வளவு வேகமாக அம்பாசமுத்திரம் திரும்பினர்.

மனைவி, குழந்தைகளை வீட்டில் விட்டுவிட்டு ஆலங்குளம் விரைந்தார் ஜெய்ஸ்வால். டிரைவர் சேவியரிடம், "நேராகக் கொலை நடந்துள்ள சிவலார்குளம் கிராமத்திற்கே செல்லுங்கள். காவல் நிலையம் செல்ல வேண்டாம்" என்றார். மேலே கருமேகங்கள் திரண்டவண்ணம் இருந்தன. சிறிது நேரத்தில் வானம் பிளவுபட்டதுபோல் பெருமழை கொட்டியது. அப்போது காவல் நிலையங்களுக்கென்று ஜீப்புக்கள் வழங்கப்பட்டிருக்கவில்லை. இன்ஸ்பெக்டரிடம் மோட்டார் சைக்கிள் இருந்தது. மற்றவர்கள் மொபெட் அல்லது சைக்கிளில்தான் பயணம் செய்வார்கள். பேருந்துகளில் அல்லது சாலையில் செல்லும் வாகனங்களைக் கை காட்டி நிறுத்தி அவற்றில் தொற்றிக்கொண்டு செல்வார்கள். பழுதான சாலைகள். ஜெய்ஸ்வால் பயணித்த ஜீப்பும் பழையதுதான். வைப்பர்கள் பழுதடைந்து, ஒரு பக்க வைப்பர் மட்டும் கம்பிகளால் முடியப்பட்டு பெயரளவுக்கு முன்னும் பின்னுமாய் ஆடியது. டிரைவர், கொட்டும் மழையில் சாலையை உற்றுப் பார்த்தபடி குத்துமதிப்பாய் வாகனத்தை நகர்த்தினார். மேடு பள்ளமான சாலையில் குலுங்கிக் குலுங்கிச் சென்ற ஜீப்பில் கைப்பிடியைக் கெட்டியாகப் பிடித்தபடி அமர்ந்திருந்தார் ஜெய்ஸ்வால்.

சிவலார்குளம் தொலைதூரக் கிராமம். கொட்டும் மழையில் சாலைகள் வெறிச்சோடி இருந்தன. அப்போது பல கிராமங்களுக்கு மின்சாரமே சென்றடையவில்லை. அவற்றில் சிவலார்குளமும்

வி. சுதர்ஷன்

ஒன்று. வயர்லெஸ்ஸில் சப் – இன்ஸ்பெக்டர் எங்கே என்று கேட்க, அவரும் சிவலார்குளம் சென்றுள்ளதாகப் பதில் வந்தது.

அவர்கள் அங்கு சென்று சேர்ந்தபோது ஆளரவம் ஏதுமில்லை. ஒன்றிரண்டு போலீஸ்காரர்கள் இருப்பார்கள் என்று ஜெய்ஸ்வால் நினைத்தார். ஆனால் ஒருவருமில்லை. சப் – இன்ஸ்பெக்டர் எங்கே போனார் என்று தெரியவில்லை. ஜீப் கிராமத்தைச் சுற்றி வந்தபோது தொடர்ந்து ஹாரன் ஒலி எழுப்புமாறு சேவியரைப் பணித்தார். அங்கு சுமார் 40 அல்லது 50 வீடுகள் இருக்கலாம். சில ஓட்டு வீடுகள். எதிலும் யாருமில்லை. வயர்லெஸ்ஸிலும் செய்தி ஏதும் வரவில்லை. அவர்கள் ஒரு சில குடிசைகளுக்குள் நுழைந்து பார்த்தனர். அவை காலியாகவே இருந்தன. மழையில் தொப்பலாக நனைந்தபடி ஜீப்பிற்கே திரும்ப வேண்டியிருந்தது.

சேவியருக்குக் கொஞ்சம் அதிர்ஷ்டம் இருந்தது. ஒரு குடிசையில் அவர் ஒரு மூதாட்டியைக் கண்டார். மண் தரையில் அமர்ந்து மழையை வெறித்தபடி அவர் இடைவிடாது எதையோ மென்றபடி இருந்தார். “எல்லாரும் எங்க போய்ட்டாங்க”? என்று பாட்டியிடம் கேட்டார். சேவியரை வெறித்துப் பார்த்த பாட்டி, தன் கரத்தைக் காதருகே கொண்டு சென்று “கேட்கவில்லை” எனச் சைகை செய்தார். சேவியர் சற்று உரக்க மீண்டும் அக்கேள்வியைக் கேட்டார். பாட்டியோ தனக்கு ஏதும் தெரியாது என்று சைகை செய்தார். “கிராமத்தில என்ன பிரச்சினை?” என்று சேவியர் கேட்க, பாட்டி அமைதியாக அத்தெருவில் சற்றுத் தள்ளி இருந்த ஒரு சிறிய வீட்டைச் சுட்டிக் காட்டினார்.

சேவியர் முன் செல்ல, அவருக்குச் சில அடிகள் பின்னதாக ஜெய்ஸ்வால் தொடர அவர்கள் அந்த வீட்டிற்குச் சென்றனர். அது ஒரு சிறிய கட்டிடம். ஒரே ஒரு அறைதான் இருந்தது. முன்புறம் தாழ்வான சுற்றுச் சுவர். அது ஓரிரு இடங்களில் உடைந்து மிருந்தது. அது வருவாய்த் துறையின் கட்டிடம் என அங்கிருந்த ஒரு அறிவிப்புப் பலகை காட்டியது. கேட்டைத் தள்ளித் திறந்த சேவியர், “ஐயா இங்க மூணு பிணங்க இருக்கு ஐயா” என்று கூச்சலிட்டார். ஜெய்ஸ்வாலும் உள்ளே ஓடிச் சென்று பார்க்க, மூன்று ஆண்கள் மல்லாக்கக் கிடந்தனர். மின்னல் ஒளியில் அவர்களைக் காண முடிந்தது. அவர்களது தோள்களில், கைகளில் வெட்டுக் காயங்கள். கழுத்திலும் தலையிலும் ஆழமான வெட்டுக்கள். எலும்புகள் தெரியுமளவுக்கு ஆழமானவை. மழை அவர்களது காயங்களைக் கழுவியிருந்தது. ஆங்காங்கே தேங்கியிருந்த மழை நீரில் இரத்தம் கலந்திருந்தது. மூவருமே இளைஞர்கள். யாருக்கும் முப்பது வயதுக்கு மேல் இருக்காது. யாருக்காவது உயிர் இருக்கிறதா என்று அவர்களது நாடியைப் பரிசோதித்தனர். யாருக்கும் உயிரில்லை. திறந்திருந்த கதவருகே ஒரு பழைய நாற்காலி உருண்டு கிடந்தது. ஜெய்ஸ்வால்

உள்ளே சென்று பார்த்தார். கண்களின் மீது வழிந்த மழை நீரை வழித்தெறிந்துவிட்டுக் கண்களைச் சிமிட்டிப் பார்த்தபோதும் ஒன்றும் தெரியவில்லை. மழை நீரில் பூட்சுகள் சளசளக்க ஜீப்பிற்கு ஓடிச்சென்று டார்ச் லைட்டை எடுத்துக்கொண்டு ஓடி வந்தார்.

மங்கலான ஒளியில் சுவரில் ஒரு நாள்காட்டி காற்றில் ஆடிக்கொண்டிருந்தது. அறையெங்கும் சில தாள்கள் காற்றில் இங்குமங்கும் பறந்துகொண்டிருந்தன. கதவருகில் ஒரு மேசை தாறுமாறாகக் கிடந்தது. ஒரு காலித் தம்ளர் கீழே உருண்டு கிடந்தது. அறை காலியாக இருந்தது. ஜெய்ஸ்வால் அங்கு மேலும் பிணங்கள் இருக்கலாம் என்ற எதிர்பார்ப்புடன் மேசையைத் தாண்டிச் சென்று பார்த்தார். ஆனால் அப்படி ஏதுமில்லை. அறையின் சுவர்களையொட்டி இரும்பு பீரோக்கள் இருந்தன. ஒரு மூலையில் சிறு மரப் பெஞ்சின் மீது வைக்கப்பட்ட குழாயுடன் கூடிய தண்ணீர்ப் பானை இருந்தது. திறந்த சன்னலின் கதவுகள் காற்றில் ஆடிச் சுவரில் மோதிக்கொண்டிருந்தன. டார்ச் லைட்டின் பேட்டரி தீர்ந்துபோனதால் அது அணைந்துபோனது.

ஜெய்ஸ்வால் தன் முகத்தில் வழியும் மழை நீரைத்துடைத்தபடி குற்றம் நிகழ்ந்த இடத்தை ஆய்வுசெய்தார். கொடுங்காயங்களுடன் மூன்று பிணங்கள். கிராமம் முழுவதும் காலியாகக் கிடக்கிறது. ஒரேயொரு பல்லில்லாத மூதாட்டியைத் தவிர அங்கு யாருமில்லை. அவரிடமிருந்தும் எந்தத் தகவலும் கிடைக்கவில்லை. போலீசார் யாரும் வந்ததாகத் தெரியவில்லை. வயர்லெஸ்ஸிலிருந்து கரகரக்கும் ஒலியைத் தவிர வேறு ஏதுமில்லை. அதுவும் மழையின் சத்தத்தில் கரைந்து போனது. என்ன நடந்தது என்று கேட்டுத் தெரிந்துகொள்ள யாருமில்லை. கொல்லப்பட்டவர்கள் யார்? இதற்குப் பழிவாங்கும் கொலைகள் நிகழுமா? காவல் நிலையம் சென்று மேலும் சில போலீஸாருடன் திரும்பி வரலாமா என்று ஜெய்ஸ்வால் யோசித்தார். ஆனால் அந்தப் பிணங்களைப் பாதுகாப்பில்லாமல் விட்டுச் செல்ல அவர் விரும்பவில்லை. திரும்பி வருவதற்குள் விலங்குகள் ஏதும் வந்து பிணங்களைச் சிதைத்துவிட்டால்? கொலையாளிகளே வந்து பிணங்களை அப்புறப்படுத்திவிட்டால்? அவருக்குக் குழப்பமாக இருந்தது.

“இந்தப் பிணங்கள ஜீப்பில ஏத்தி காவல் நிலையம் கொண்டு போயிடலாம்” என்று ஜெய்ஸ்வால் சேவியரிடம் சொன்னார்.

சேவியர் பலமாகத் தலையை இடம் வலமாக ஆட்டி அதனை மறுத்தார். அவர் முகத்தில் அதிர்ச்சி வெளிப்படையாய்த் தெரிந்தது.

“என்னால பிணங்கள ஏத்திக்கிட்டு போக முடியாது ஐயா.”

“என்ன?”

“நாம பிணங்கள கொண்டு போனா அது சாபமாயிடும் ஐயா.”

"என்ன?" ஜெய்ஸ்வால் கத்தினார். "உன் புத்தி கெட்டுப் போச்சா? இங்க நாம ரெண்டு பேரைத் தவிர யாரும் இல்ல. நாமதான் இந்தப் பிணங்கள அகற்றியாகணும். நான் உனக்கு உதவி செய்யறேன்."

"ஐயா என்னால முடியவே முடியாது ஐயா."

"அப்படின்னா ஜீப் சாவிய குடுத்துடு. என் உத்தரவுக்கு நீ கீழ்ப்படியல. என் கண் முன்னால நிக்காதே. உன்னைப் போல ஒரு டிரைவர் எனக்குத் தேவையில்ல. காவல் துறைக்கும் உன்னைப்போல ஒருத்தர் தேவையில்ல. போயிடு."

ஜெய்ஸ்வால் தானே ஜீப்பை எடுத்து வந்து கேட்டருகே நிறுத்தினார். அதன் ஹெட்லைட் பிணங்களின் மீது ஒளியைப் பாய்ச்சியது. ஜீப்பின் பின் கதவைத் திறந்து ஒரு பிணத்தை ஜீப்பருகே இழுத்து வந்தார். அதை உள்ளே இழுக்க முயன்றபோது சற்று தூரத்தில் நின்று பார்த்துக்கொண்டிருந்த சேவியர் "ஐயா நிறுத்துங்க. நிறுத்துங்க" என்று கத்திக்கொண்டே ஓடிவந்தார்.

"என்ன?"

"இருங்க. ஒரு முட்ட கிடைக்குதான்னு பாக்கறேன்."

"முட்டயா? எதுக்கு? உனக்கென்ன பைத்தியம் பிடிச்சிட்டதா?"

"இல்ல ஐயா. ஒரு முட்டய உடைச்சிட்டா பிணங்கள எடுக்கறதால வரும் சாபம் நமக்கு சேராது."

"நீ ஒரு பைத்தியம். அவங்க ஏற்கெனவே எறந்துட்டாங்க. அவங்களால ஒண்ணும் செய்ய முடியாது. சரி. உனக்கு இப்போ முட்டை எங்கே கிடைக்கும்? இந்த கொட்டுற மழையில ஒரு கோழிய முட்டை போடச் செய்யப் போறயா? நீ எப்படி போலீஸில சேந்த?"

சேவியர் ஜெய்ஸ்வாலின் வார்த்தைகளைப் பொருட்படுத்த வில்லை. அவர் குடிசைகளை நோக்கி ஓடினார். அதே வேகத்தில் திரும்பி வந்தார். "ஐயா அந்தக் கிழவியின் வீட்டுக்கு பக்கத்து வீட்டில ஒரு மாட்டு வண்டி நிக்குது. ஒரு மாடும் நிக்குது."

"உனக்கு மாட்டு வண்டி எதுக்கு?"

"பிணங்கள மாட்டு வண்டியில எடுத்துட்டு போகலாம் ஐயா."

"மாட்டு வண்டிய யார் ஓட்றது? நீயா?"

"இல்ல ஐயா. அதுக்கொரு ஆளப் புடிக்கலாம்." சொல்லியபடி மீண்டும் ஓடினார் சேவியர்.

ஜெய்ஸ்வால் கடுங்கோபத்தில் இருந்தார். பிணத்தை ஜீப்பில் ஏற்றத் தலைப்பட்டார். அவர் எதிர்பார்த்ததைவிட அது கனத்தது. அவர் இதுவரை ஒரு பிணத்தை இழுத்ததோ தூக்கியதோ இல்லை. காவல்துறைப் பயிற்சியில் இது இடம்பெறவில்லை. இறந்துபோன நபர் அணிந்திருந்த லுங்கி மழையில் ஊறி கழன்று வந்தது. மழையின் சத்தத்தைக் காட்டிலும் அதிக ஓசையுடன் கத்தியபடி சேவியர் ஓடிவந்தார். “ஐயா. முட்டை கிடைச்சிடிச்சி.”

அவரது நீட்டிய கரங்களில் மூன்று முட்டைகள் இருந்தன. வியப்படைந்த ஜெய்ஸ்வால் கேட்டார்:

“மத்த ரெண்டு முட்டைய என்ன செய்யப் போற? ஆம்லெட் போடப் போறயா?”

“இல்ல ஐயா, ஒரு பொணத்துக்கு ஒரு முட்டை. இது நம்மைக் காப்பாத்தும். ஜீப்பில ஏத்திகிட்டு போனாலும் பாதகமில்லை.”

“நீ ஏதாவது செய். ஆனா வேகமா செய்.”

சேவியர் முட்டைகளை வைத்து என்ன செய்கிறார் என்பதைப் பார்க்கவோ தெரிந்துகொள்ளவோ ஜெய்ஸ்வால் விரும்பவில்லை. இருவரும் ஒருவழியாக மூன்று பிணங்களையும் ஜீப்பில் ஏற்றி அந்தக் கிராமத்திலிருந்து புறப்பட்டார்கள்.

ஆலங்குளம் காவல் நிலையத்தை அடைந்தபோது அங்கு இரு கான்ஸ்டபிள்கள் மட்டுமே இருந்தனர். அந்தப் பகுதியிலேயே அந்தக் காவல் நிலையத்தில் மட்டுமே வராந்தாவில் ஒரு மின் விளக்கு கண் சிமிட்டிக்கொண்டிருந்தது. ஜீப்பிலிருந்து பிணங்களை இறக்கிக் காவல் நிலைய வராந்தாவில் வரிசையாகக் கிடத்தினர். அங்கும் மழைச் சாரல் அப்பிணங்களை நனைத்தவண்ணம் இருந்தது. காவல் நிலையத்தின் கண் சிமிட்டும் விளக்கொளியில் அந்த மூன்று பிணங்களின் முகங்களிலும் ஒத்த சாயல் இருந்ததைக் காண முடிந்தது. அவர்கள் ஒருவருக்கொருவர் உறவாக இருக்கலாம். ஒருவேளை மின்சாரம் துண்டிக்கப்பட்டால் என்ன செய்வதென்று முன்னெச்சரிக்கையாக ஹரிக்கேன் விளக்கு ஏற்றி வைக்கப்பட்டது. பாட்டரியில் இயங்கிய வயர்லெஸ் செட்டின் மைக்கும் பாட்டரியிலேயே இயங்கியது. அதன் மீது தொங்கிக்கொண்டிருந்த ஒரு சிறு பல்பின் ஒளி அங்கிருந்த மேஜையின் மீதும் பரவியிருந்தது.

ஜெய்ஸ்வால் வயர்லெஸ் மூலம் மாவட்டக் காவல் கண்காணிப்பாளருக்குத் தகவல் தெரிவித்தார். அவர், சாதிச் சண்டையோ பழிக்குப் பழியாக மேலும் கொலைகள் நடப்பதையோ தவிர்க்க ஒரு ஆயுதப்படைக் குழுவை அந்தக் கிராமத்திற்கு அனுப்பினார். தகவல்கள் சேகரிக்கவும், கொலைக்கருவிகளைக் கைப்பற்றவும், குற்றவாளிகளைப் பிடிக்கவும், தேடுதல் வேட்டை

நடத்தவும் ஆணைகள் வழங்கப்பட்டன. துப்பாக்கி ஏந்திய போலீசார் லாரிகளில் வந்து இறங்கியதைப் பார்த்த கிராமத்தினர் தலைமறைவாகவே இருந்தனர். என்ன நடந்தது என்பதைக் கேட்டறிய ஒருவருமில்லை.

அந்தப் பகுதியின் இன்ஸ்பெக்டர் விடுப்பிலிருந்தார். இது ஒரு கொடுங்குற்றம் என்பதால் அங்கிருந்து ஏறக்குறைய 25 கிலோமீட்டர் தொலைவிலுள்ள தென்காசி காவல் நிலைய இன்ஸ்பெக்டர் இவ்வழக்கின் விசாரணையை ஏற்க வேண்டியிருந்தது. அவர் வரவழைக்கப்பட்டார். சிவலார்குளம் கிராமத்திற்குச் சென்ற சப்-இன்ஸ்பெக்டர் என்ன ஆனார் என்று ஜெய்ஸ்வால் கேட்டார்.

கொலைகள் நடந்த செய்தி கிடைத்தவுடன் சப்-இன்ஸ்பெக்டரும் ஒரு கான்ஸ்டபிளும் அங்கு சென்றனர். சப்-இன்ஸ்பெக்டரின் மோட்டார் சைக்கிள் பழுதாகியிருந்தது. அவ்வழியாகச் சென்ற ஒரு வாகனத்தை நிறுத்தி அதில் ஏறிச் சென்றனர். கிராமம் வெறிச்சோடியிருந்தது. அங்கு வருவாய்த்துறை அலுவலகத்தில் நான்கு நபர்கள் காயங்களுடன் காணப்பட்டனர். அவர்களில் ஒருவருக்கு லேசாக மூச்சு இருந்தது. அவரது வயிறு கிழிக்கப்பட்டிருந்தது. உள்ளுறுப்புக்களை அவர் கையில் பிடித்துக்கொண்டிருந்தார். சப்-இன்ஸ்பெக்டரும் கான்ஸ்டபிளும் உடனடியாக ஒரு மாட்டு வண்டியில் அந்த நபரை ஏற்றி, அதனை அவர்களே ஓட்டிச் சென்று 10 கிலோமீட்டர் தூரத்திலிருந்த ஆரம்ப சுகாதார நிலையத்திற்குக் கொண்டுசென்றனர். அங்கிருந்து சப்-இன்ஸ்பெக்டர் தெரிவித்த தகவலின்படி அந்த நபர் உயிரோடு இருந்தார். ஆனால் அங்கு மருத்துவர் இல்லை. கான்ஸ்டபிள் மருத்துவரைத் தேடிச் சென்றுள்ளார். காயம்பட்ட அந்த நபரின் பெயர் ஆறுமுகக் கோனார்.

ஆறுமுகக் கோனார் என்ற பெயர் அறிமுகமானதாக இருந்தது. ஜெய்ஸ்வால் தன் அலுவலகத்திற்குப் போன் செய்து, புகார்தாரர்கள் பதிவேட்டில் இந்தப் பெயர் இருக்கிறதா என்று பார்க்குமாறு தனது உதவியாளரைக் கேட்டுக்கொண்டார். அவரும், "ஆம் ஐயா, ஆறுமுகக் கோனார் ஒரு நிலத் தகராறு தொடர்பாகத் தங்களைச் சந்தித்துள்ளார்" என்றார். "நிலத் தகராறா?" "ஆம் ஐயா, அவர் இரு மாதங்களுக்கு முன் தங்களைச் சந்தித்தார். தனது நிலத்திற்குத் தண்ணீர் வரும் கால்வாயைத் தனது அண்டை நிலக்காரர் தடுப்பதாகவும், கால்வாய் தன் நிலம் வழியாக வருவதாகக் கூறுகிறார் என்றும், அவர் பெரும்பான்மையாக உள்ள தேவர் சமூகத்தைச் சேர்ந்தவர் என்பதால் தங்களிடம் வந்ததாகவும் கூறினார்" என்று உதவியாளர் தெரிவித்தார். அந்தப் புகார் மனு ஆலங்குளம் இன்ஸ்பெக்டருக்கு அனுப்பப்பட்டதாகவும் அவர் கூறினார்.

ஜெய்ஸ்வாலுக்கு அந்தச் சந்திப்பு நினைவுக்கு வந்தது. வருவாய்த் துறையினர் மூலமாக நில ஆவணங்களை ஆய்வு செய்யுமாறு இன்ஸ்பெக்டருக்கு அறிவுறுத்தியதும் நினைவுக்கு வந்தது.

இங்குதான் இந்தக் கதை துவங்குகிறது. வருவாய்த் துறை அலுவலர் ஒருவர் பிரச்சினைக்குரிய இடத்திற்குச் சென்று நிலங்களை அளந்துவிட்டு, சிவலார்குளம் அலுவலக அறைக்குச் சென்று இரு தரப்பினரையும் வருமாறு அழைத்தார். ஆறுமுகம் கோனார் தன் மூன்று மகன்களுடன் அங்கு வந்தார். அவர்கள் நால்வரும் தரையில் அமர்ந்து மற்றொரு தரப்பினர் வருவதற்காகக் காத்திருந்தனர். சற்று நேரத்தில் அத்தரப்பினர் (தேவர் வகுப்பினர்) ஒன்பது. பத்துப் பேர் அங்கு வந்து கீழே அமர்ந்திருந்த நால்வரைச் சுற்றி நின்றனர். வருவாய்த் துறை அலுவலர் ஒரு நாற்காலியை எடுத்துக்கொண்டு அக்கட்டிடத்தின் போர்டிகோவுக்கு வந்தார். பின்னர் அவர் பதிவேட்டை எடுத்து வந்து தன் மடியில் வைத்துக்கொண்டு நாற்காலியில் அமர்ந்தார். சம்பந்தப்பட்ட பக்கத்தை விரித்து அவர்களை நோக்கிச் சொன்னார்–"ஆறுமுகக் கோனார் கேட்பது சரியே."

அவர் இதைச் சொன்னவுடன் தேவர் குழுவினர் தங்களுக்குள் சத்தமாக விவாதிக்கத் தொடங்கினார்கள். வருவாய்த் துறை அலுவலரோ, ஆறுமுகக் கோனாரோ அவரது மகன்களோ பிரச்சினையை எதிர்கொள்ளத் தயாராக வரவில்லை. என்ன நடக்கிறது என்பதைப் புரிந்துகொள்ளுமுன் தேவர் வகுப்பினர் தங்கள் போர்வைக்குள் மறைத்து வைத்திருந்த அரிவாள்களை எடுத்து ஆறுமுகக் கோனாரையும் அவரது மூன்று மகன்களையும் வெட்டிச் சாய்த்தனர். மூன்று மகன்களும் அங்கேயே உயிரிழந்தனர். ஆறுமுகக் கோனார் வயிறு கிழிபட்டுச் சாய்ந்தார். தன் கண்ணெதிரே நடந்த இந்தப் படுகொலைகளைப் பார்த்த வருவாய்த் துறை அலுவலர் அலறியடித்து எழுந்தார். அவர் அமர்ந்திருந்த நாற்காலி சாய்ந்தது. தன் அலுவலகத்திற்குள் ஓடி, கதவை மூடித் தாளிட்டுக்கொண்டார். கதவிற்கு அரணாக மேசையை நகர்த்திப் பிடித்துக்கொண்டார். தேவர்கள் கோனார்களை வெட்டிச் சாய்ப்பதைச் சன்னல் வழியாக அவரால் பார்க்க முடிந்தது. அவர்கள் தன்னையும் தாக்க வருவார்கள் அல்லது தனது அலுவலகத்தை அதில் உள்ள ஆவணங்களுடன் தீ வைத்து எரித்துவிடுவார்கள் என்று பயந்தார். ஆனால் தேவர்கள் அங்கிருந்து ஓடிவிட்டனர்.

எல்லாம் அடங்கிய பின் வருவாய் அலுவலரும் அங்கிருந்து ஓடினார். எல்லோரும் இறந்துவிட்டனர் என்றே அவர் நினைத்தார்.

இந்த நிகழ்வை ஒருங்கிணைத்து அறிய இரண்டு மூன்று நாட்கள் ஆயின. கிராமத்தினருக்கு நடந்தது எதுவும் தெரியாது. அலறல் சத்தங்கள் கேட்டு அவர்கள் வருவாய்த் துறை அலுவலகத்திற்கு வந்தபோது அங்கு யாரும் இல்லை. வெட்டப்பட்டு வீழ்ந்து கிடந்த உடல்களைப் பார்த்தனர். மேலும் மோதல்களும் வன்முறையும் நிகழலாம் என்று அஞ்சி அவர்கள் கிராமத்தை விட்டு ஓடிவிட்டிருந்தார்கள்.

ஆறுமுகத்திற்கு மனைவியும் இரு மருமகள்களும் நான்கைந்து பேரப் பிள்ளைகளும் இருந்தனர். அடுத்துத் தாக்கப் படுவது தாங்களாக இருக்கலாம் என்ற அச்சத்தில் அவர்களும் தலைமறைவாகினர். ஆறுமுகக் கோனார் திருநெல்வேலியிலுள்ள மருத்துவமனைக்குக் கொண்டு செல்லப்பட்டது அவர்களுக்குத் தெரியாது. தனது மகன்கள் கொல்லப்பட்டு மூன்று தினங்கள் கடந்த பின்னும் ஆறுமுகத்தால் பேச முடியவில்லை. மருத்துவரைத் தேடி, வீட்டிலிருந்த அவரைக் கண்டுபிடித்து ஆரம்ப சுகாதார நிலையத்திற்கு அழைத்து வந்த பின் அவர் முதலுதவி அளித்து, அங்கிருந்து இரண்டு மணி நேரப் பயணத்தில் உள்ள திருநெல்வேலி அரசுப் பொது மருத்துவமனைக்கு சப் – இன்ஸ்பெக்டருடன் அனுப்பிவைத்தார். அங்கு அவருக்குத் தையல் போட்டுத் தீவிர மயக்க மருந்துகள் கொடுக்கப்பட்டன. அவருக்கு உணர்வு வந்தபோது அவரால் தேம்பித் தேம்பி அழத்தான் முடிந்தது. தன் மகன்களுக்கு என்ன ஆனது என்றே கேட்டுக்கொண்டிருந்தார். அவருக்குத் தெளிவு வரும்போது அவரது வாக்குமூலத்தைப் பதிவு செய்ய ஒரு சப் – இன்ஸ்பெக்டர் அமர்த்தப்பட்டிருந்தார். வாக்குமூலம் பதிவு செய்யப்பட்ட பின் அவர் இறந்துபோனால் அது அவரது மரண வாக்குமூலம் எனக் கருதப்பட்டு நீதிமன்றத்தில் வலுவான சாட்சியமாக அமையும். அவர் பிழைத்தாலும் அவரது சாட்சியமே போதுமானதாகும்.

எல்லாம் அடங்கிய பின் வருவாய்த்துறை அலுவலர் மறு நாள் வெளியே வந்தார். அவரது வாக்குமூலத்தின்படியே முதல் தகவல் அறிக்கையில் 10 குற்றவாளிகளின் பெயர்கள் பதிவு செய்யப்பட்டன. ஜெய்ஸ்வால் அடுத்த இரு நாட்கள் ஆலங்குளத்தில் ஒரு விடுதியில் தங்கினார். வீட்டிற்குச் செல்ல முடியவில்லை. தனது வண்டியை அனுப்பி வீட்டிலிருந்து தனக்குத் தேவையான மாற்று உடைகளையும் இதர பொருட்களையும் வரவழைத்தார். குற்றவாளிகளின் அடையாளம் தெரிந்துவிட்டதால், அவர்கள் தங்கள் வழக்கறிஞரின் ஆலோசனைப்படி நீதிமன்றத்தில் சரணடைந்தனர். இரண்டு நாள் காவல்துறை விசாரணையில் வைக்கப்பட்ட பின் அவர்கள் சிறையில் அடைக்கப்பட்டனர். மருத்துவமனையிலிருந்து விடுவிக்கப்பட்டபின் ஆறுமுகம்

தன் மருமகள்கள், பேரப் பிள்ளைகளுடன் சிவலார்குளம் கிராமத்திலிருந்து அருகில் வேறொரு கிராமத்திற்குத் தனது வசிப்பிடத்தை மாற்றிக்கொண்டார். ஏப்ரல் முதல் தேதியன்று ஜெய்ஸ்வால் அம்பாசமுத்திரம் சப்–டிவிஷனிலிருந்து மணிமுத்தாறிலிருந்த தமிழ்நாடு சிறப்புக் காவல் அணிக்கு மாற்றப்பட்டார்.

ஜெய்ஸ்வால் அம்பாசமுத்திரத்திலிருந்து புறப்படுமுன் ஆறுமுகத்தின் இளைய மருமகள் அவரைச் சந்தித்தார். தன் மாமனார் ஏதோ ஒரு பொருளை மறைத்து மறைத்துவைப்பதாகவும், என்னவென்று கேட்டால் அது ஒரு மருந்து என்று கூறுவதாகவும் தெரிவித்தார். பின்னர் ஆறுமுகம், அது பூச்சிகொல்லி எனவும், தானும் மருமகள்களும் பேரப்பிள்ளைகளும் அதனை உணவில் கலந்து உண்டு தற்கொலை செய்துகொள்ள வேண்டும் என்று கூறுவதாகத் தெரிவித்தார். தான் இனியும் வாழ விரும்பவில்லை எனவும் தன்னால் இனி இந்தக் குடும்பத்தைக் காப்பாற்ற முடியாது என்று கூறுவதாகவும் சொன்னார். “நான் இந்த இளம் வயசில விதவையாயிட்டேன். என் எதிர்காலம் கேள்விக்குறியாயிடிச்சி. ஆனாலும் நான் தற்கொலை பண்ணிக்க விரும்பல. நீங்க ஏதாவது செய்ங்க” என்றார் அந்தப் பெண்.

ஜெய்ஸ்வால் ஆறுமுகத்தை அவர் வசிக்கும் கிராமத்திற்குச் சென்று சந்தித்தார். “நீங்க தற்கொலை செய்துக்கலாம். ஆனா இறந்துபோன உங்க பிள்ளைங்க உங்கள ஒருபோதும் மன்னிக்க மாட்டாங்க. உங்க பிள்ளைகளைக் கொன்றவங்களுக்குத் தண்டன வாங்கித்தர உங்களால முடியும். உங்க பொறுப்பிலிருந்து நீங்க தப்பி ஓடறீங்க. கொலைகளை நேரில் பார்த்த சாட்சி நீங்கதான். அதற்கான நோக்கம் என்ன என்பதும் உங்களுக்குத்தான் தெரியும். வருவாய்த் துறை அலுவலரின் சாட்சியத்தை உறுதி செய்யும் சாட்சியம் உங்களுடையது. அதன் அடிப்படை உங்கள் முந்தைய புகார். இது உறுதியான வழக்கு. நீங்க தற்கொல பண்ணிக்கிட்டா நீதிமன்றத்தில யார் சாட்சி சொல்வாங்க?. நீதிக்காக யார் போராடுவாங்க? உங்க மகன்களுக்கு நேர்ந்ததற்குப் பழிவாங்கறவரைக்கும் நீங்கள் வாழ்ந்தாகணும்” என்றார்.

“ஆனா நா அங்க விவசாயம் செய்ய முடியாது.”

“வேண்டாம்.நிலத்தைக் குத்தகைக்கு விட்டுவிடுங்கள்.போலீஸ் உங்களுக்குப் பாதுகாப்புத் தரும். உங்கள் மருமகள்கள் வேலைக்குப் போகலாம். உங்கள் பேரப்பிள்ளைகள் பள்ளிக்கூடத்திற்குப் போகலாம்.”

அவர் சம்மதித்தார்.

சுமார் ஓராண்டுக்குப் பின் ஆறுமுகம் தூத்துக்குடி முகாம் அலுவலகத்திற்கு வந்தார். அவருடன் அவரது இரு பேரப்பிள்ளைகளும் உறவினர் ஒருவரும் உடன் வந்தார்கள்.

“தேவர்கள் நிபந்தனை ஜாமீன்ல வந்துட்டாங்க. இப்போ சுதந்திரமா திரியறாங்க. அவங்க வழக்கறிஞர், ஆறுமுகம் உயிரோடு இருக்கறவர இந்த வழக்கில ஜெயிக்க முடியாதுன்னும், எல்லோருக்கும் மரண தண்டனை அல்லது ஆயுள் தண்டனை கெடைக்கும்னும், எப்படியாவது ஆறுமுகத்த காலி பண்ணிட்டா வழக்கு தோத்துடும், அவங்க விடுதலையாகிடலாம்னும் சொன்னதா தெரியுது” என்றார் ஆறுமுகம்.

தனிப்பிரிவு (ஸ்பெஷல் பிராஞ்ச்) சப் – இன்ஸ்பெக்டர் முத்துராஜ் அப்போது அங்கிருந்தார். அவரிடம் ஜெய்ஸ்வால், இந்த வழக்கை விரைவாக விசாரணைக்குக் கொண்டுவர வழியிருக்கிறதா என்று கேட்டார். முத்துராஜ் தனக்கே உரித்தான பாணியில் ஒரு தீர்வைத் தந்தார். எல்லாம் ரகசியமாகச் செய்யப்பட்டது. ஆறுமுகம், அவரது மனைவி, மருமகள்கள், பேரப்பிள்ளைகள் அனைவரையும் மறுநாள் தூத்துக்குடி முகாம் அலுவலகத்திற்கு வரவழைத்தனர். கே.எஸ்.பி.எஸ். கண்ணன் என்பவர் பெரும் நில உடமையாளர். அவருக்கு ஸ்ரீவைகுண்டம் பகுதியில் நூற்றுக்கணக்கான ஏக்கர் நிலம் இருந்தது. பல ஆயிரம் ஏக்கர் உப்பளமும் இருந்தது. ஆறுமுகம் குடும்பத்தினர் அனைவரும் கண்ணனிடம் வேலைக்கு அமர்த்தப்பட்டனர். அவர்களை ரகசியமாகப் பாதுகாக்கும்படி அவர் கேட்டுக்கொள்ளப்பட்டார். ஆறுமுகத்தின் நிலம் குத்தகைக்கு விடப்பட்டுக் குத்தகை அவரது வங்கிக் கணக்கில் செலுத்த ஏற்பாடு செய்யப்பட்டது. ஆறுமுகமும் அவரது குடும்பத்தினரும் எங்கிருக்கிறார்கள் என்று ஒருவருக்கும் தெரியாது.

திருநெல்வேலி நீதிமன்றத்தில் அந்த வழக்கு விசாரணை துவங்க ஒன்றரை ஆண்டுகள் ஆயின. அக்காலம் முழுவதும் ஆறுமுகமும் அவரது குடும்பத்தினரும் சப்–இன்ஸ்பெக்டர் முத்துராஜின் நண்பர் கண்ணனின் பாதுகாப்பில் தலைமறைவாக இருந்தனர். விசாரணைக் காலத்தில் நீதிமன்றத்திற்கு வரும் ஆறுமுகத்திற்குப் பாதுகாப்புத் தர வேண்டும் என மாவட்டக் காவல் கண்காணிப்பாளரை ஜெய்ஸ்வால் கேட்டுக்கொண்டார். அவ்வாறே தரப்பட்டது. எதிர்த் தரப்பினர் அனைவரும் குற்றவாளிகள் என்று தீர்ப்பானது. இருவருக்கு ஆயுள் தண்டனையும் மற்றவர்களுக்குத் தலா பத்தாண்டு சிறைத் தண்டனையும் வழங்கப்பட்டது.

2

தர்மாவைச் சுட்டுக் கொன்றது யார்?

அனூப் ஜெய்ஸ்வால் 1986ஆம் ஆண்டு உதவிக் காவல் கண்காணிப்பாளர் பதவியிலிருந்து காவல் கண்காணிப்பாளராகப் பதவி உயர்த்தப்பட்டார். அவருக்கு அப்போதைய திருநெல்வேலி கிழக்கு மாவட்டப் பொறுப்பு தரப்பட்டது. சில மாதங்களில் திருநெல்வேலி கிழக்கு என்பது தூத்துக்குடி என மாற இருந்தது. ஒரு உட்கோட்டப் பொறுப்பாளராக, அதாவது துணைக் காவல் கண்காணிப்பாளராக அவர் மிகக் குறைந்த அனுபவமே பெற்றிருந்தார். நிர்வாகப் பணிகள் மட்டுமின்றி துணைக் காவல் கண்காணிப்பாளர் தனது உட்கோட்டத்தில் பெரிதும் களப்பணி ஆற்றுகிறார். காவல் கண்காணிப்பாளர் சாதாரணமாக நான்கைந்து உட்கோட்டங்கள் கொண்ட ஒரு மாவட்டத்திற்குப் பொறுப்பாவார்.

திருநெல்வேலி மாவட்டத்திலுள்ள அம்பாசமுத்திரத்தில் உதவிக் காவல் கண்காணிப்பாளராக ஐந்து மாதங்கள் பணியாற்றியிருந்தபோதும் அனூப்பின் தமிழ் இன்னும் வளர் நிலையிலேயே இருந்தது. ஏதேனும் தவறிழைத்துவிடுவோமோ என்னும் அச்சம் அவரைப் பற்றியிருந்தது. அவர் மிக எச்சரிக்கையாகவே செயல்பட்டார். அனுபவமும் தன்னம்பிக்கையும் இல்லாத நிலையில் அவர் எல்லோருடனும் மிகவும் இனிமையாகப் பழக நேர்ந்தது. அதனால் பலரும் அவரிடம் வந்து புகார்கள் அளிக்கத் தலைப்பட்டனர். அவற்றில் பல சிறு புகார்களும் அடங்கும்.

அக்கம்பக்கத்தில் நடக்கும் குழாயடிச் சண்டைகள்கூட அவரிடம் வந்தன. அவர் சம்பந்தப்பட்ட காவல் நிலைய அதிகாரியை அழைத்து அவற்றைத் தீர்க்குமாறு கேட்டுக்கொள்வார். இத்தகைய செயல்கள் நகைப்புக்குள்ளாகின. ஒரு தலைமைக் காவலர் செய்ய வேண்டிய அற்பப் பணிகளை இவர் ஒரு உதவிக் காவல் கண்காணிப்பாளராகச் செய்துகொண்டிருக்கிறார் என்னும் விமர்சனமும் எழுந்தது.

இந்த நிலையில்தான் அவர், வன்முறை மாவட்டமாகக் கருதப்பட்ட திருநெல்வேலி கிழக்கு மாவட்டக் காவல் கண்காணிப்பாளராக நியமிக்கப்பட்டார். அம்மாவட்டத்தின் ஒரு உட்கோட்டம் தூத்துக்குடி. தமிழ்நாட்டிலேயே அதிகக் குற்றங்கள் நிகழும் உட்கோட்டம். வன்முறைக் களம். இளம் ஐ.பி.எஸ். அதிகாரிகள் பயற்சி பெற உகந்ததாகக் கருதப்பட்டதால் அது எப்போதும் ஏ.எஸ்.பி. (ஐ.பி.எஸ். அதிகாரிகள் முதல் நியமனம் பெறும் பதவி – உதவிக் காவல் கண்காணிப்பாளர்) உட்கோட்டமாகக் கருதப்பட்டது

அனூப் ஜெய்ஸ்வாலிடம் தூத்துக்குடி உட்கோட்டத்தி லிருந்த கொடுங்குற்றவாளிகள் பற்றி விளக்கப்பட்டபோது அவர் தர்மா அல்லது தர்மராஜர் பற்றித் தெரிந்துகொண்டார். மூன்றாண்டுகளுக்கு முன் தர்மா ஒரு தலைமைக் காவலரைக் கொலை செய்து உடலைப் பன்னிரெண்டு துண்டுகளாக வெட்டினார். அவர் பிடிபடவில்லை. தலைமறைவாக இருந்தார். அதன்பின் தர்மா ஒரு சப்-இன்ஸ்பெக்டரை வெட்டினார். கருக்கருவாளுடன் விரட்டினார். அதிர்ஷ்டவசமாக சப்-இன்ஸ்பெக்டர் தப்பித்தார். அவரது வலது தோளில் வெட்டுக் காயங்கள் இன்னமும் இருக்கின்றன. தர்மாவின் பல குற்றச்செயல்கள் குறித்துப் புகாரளிக்கப்படவே இல்லை. ஒரு மலையடிவாரத்தில் முட்புதர்கள் நிறைந்த காடு போன்ற பகுதியில் அவர் வசித்தார். அவரது அடையாளங்களைச் சொல்ல யாரும் முன்வரவில்லை. அவரது பட்டியலினச் சமூகம் அவருக்கு ஆதரவாக இருந்தது. தர்மாவின் துணிச்சல், கொடுங்குணம் காரணமாகப் பெரும்பான்மைச் சமூகத்தினரும் தங்கள் பழிவாங்கல் நோக்கங்களுக்கு அவரைப் பயன்படுத்திக் கொண்டனர். இரயில் வண்டிகளில் நகை, பணம் பறிப்புப் புகார்கள் பல அவர்மீது பதிவாகியிருந்தன. தர்மாவை உயிருடனோ பிணமாகவோ பிடிப்பதற்கு 25000 ரூபாய் வெகுமதி அறிவித்தார் காவல்துறை இயக்குநர். அன்றைய நிலையில் அது ஒரு பெரிய தொகை. ஆனால் அதன் பின்னும் யாரும் தர்மா பற்றித் தகவல் சொல்ல முன்வரவில்லை.

அன்று ஞாயிற்றுக்கிழமை. பெரிதாக வேலை ஒன்றுமில்லை. காலை மணி 11 இருக்கலாம். அனூப் ஜெய்ஸ்வால் தன் வீட்டில் இருந்தார். அப்போது அழைப்பு மணி ஒலித்தது. போக்குவரத்துப் போலீஸ்காரர் ஒரு பெண்மணியை அழைத்து வந்திருந்தார். அப்பெண்ணுக்குச் சுமார் 50 வயதிருக்கலாம். ஒரு சல்யூட் வைத்துவிட்டு போலீஸ்காரர் சொன்னார்:

"ஐயா, இந்தம்மா கையில ஒரு பேப்பரை வெச்சிக்கிட்டு அனூப் ஜெயபால் என்னும் வட இந்திய போலீஸ் அதிகாரிய பாக்கணும்னு கேக்கறாங்க."

அனூப் அந்தப் பெண்ணிடம், "சொல்லுங்கம்மா... நான்தான் அனூப் ஜெயபால்" என்றார்.

அந்தப் பெண், தான் கடம்பூர் காவல் நிலைய எல்லையில் உள்ள பாறைப்பட்டி கிராமத்திலிருப்பதாகவும் தன் மகளின் கணவர் இராணுவத்தில் எடாவா என்னும் இடத்தில் வேலை பார்ப்பதாகவும், மனைவியைப் பார்க்க ஊருக்கு வந்துவிட்டுத் திரும்பிப் போய்விட்டதாகவும் சொல்லிவிட்டுத் தேம்பித் தேம்பி அழத் துவங்கினார். அவரால் பேசவே முடியவில்லை. திணறித் திணறி அவர் சொன்னது இதுதான்:

"நேத்து ராத்திரி, என் மவ கொல்லப்புறம் போனா. வீட்டுக்குத் திரும்பி வரும்போது தர்மா அவள வழிமறிச்சி கழுத்தில அருவாளை வெச்சி மிரட்டி ஒரு புதருக்குள்ள தள்ளி கெடுத்துட்டான் அய்யா. அவளால கத்தவும் முடியாம, கழுத்தில உடம்புல ரத்தக் காயங்களோட வீட்டுக்கு வந்தா."

"நீங்க காவல் நிலையம் போனீங்களா?"

"போலீஸா? அவங்க ஒண்ணும் செய்ய மாட்டாங்க. இதுவர அவங்க ஒண்ணும் செய்யல. அவங்க தர்மாவப் பார்த்து பயப்படறாங்க."

"உங்களுக்கு என் பெயரை யார் குடுத்தாங்க?"

"என்னோட உறவினர் ஒருத்தர், அம்பாசமுத்திரத்தில வட இந்திய போலீஸ் அதிகாரியொருத்தர் இருக்கறதாகவும், அவர் பொது மக்களோட குறைங்கள கேட்டு உதவி செய்வதாகவும் சொன்னார். என் மகள வீட்டில விட்டுட்டு முத பஸ்ஸ பிடிச்சி அம்பாசமுத்திரம் வந்தேன். ஆனா அந்த வடநாட்டு அதிகாரி அங்க இல்ல, திருநெல்வேலியில் இருக்கறதா சொன்னாங்க. பெறவு வேற பஸ்ஸ பிடிச்சி இங்க வந்தேன்" என்றார்.

அவரது ஊரிலிருந்து அம்பாசமுத்திரம் 40 கிலோ மீட்டர் தொலைவு. அங்கிருந்து திருவெல்வேலி மேலும் 40 கி.மீ.

அங்கு பலரிடம் கேட்ட பின் இந்தப் போலீஸ்காரர் அனூப் ஜெய்ஸ்வாலின் முகாம் அலுவலகத்திற்கு அவரை அழைத்து வந்துள்ளார்.

“இந்த தர்மா எங்க இருக்கான்னு தெரியுமா?”

“ஊர்ல இருக்கான் ஐயா.”

“பாறைப்பட்டியிலா?”

“ஆமா ஐயா.”

“நல்லா தெரியுமா?”

“ஆமா ஐயா. நாங்க அவன அடிக்கடி பார்ப்போம் ஐயா. அவன் அங்கதான் இருக்கறான்.”

அனூப் ஜெய்ஸ்வால் அந்தப் பெண்ணை உட்கார வைத்துவிட்டு அங்கிருந்த ஸ்பெஷல் பிராஞ்ச் இன்ஸ்பெக்டரை அழைத்து நிலைமையை விளக்கினார். அவரும் உள்ளூர் போலீசார் உரிய நடவடிக்கை எடுக்க மாட்டார்கள் என்றார்.

“என்னுடைய இந்த மாவட்டத்திலேயே மிக நம்பகமான, துணிச்சலான ஒரு அதிகாரியின் பெயரைச் சொல்லுங்கள்.”

ஸ்பெஷல் பிராஞ்ச் இன்ஸ்பெக்டர் சிறிது நேரம் யோசித்து விட்டு, “விளாத்திகுளம் இன்ஸ்பெக்டர் பெருமாள்” என்றார்.

விளாத்திக்குளம் அங்கிருந்து நூறு கிலோ மீட்டர் தொலைவில் உள்ளது. அனூப் வயர்லெஸ்ஸைக் கையிலெடுத்தார். அது 24 மணிநேரமும் இயங்குவது. அங்கிருந்து எந்தக் காவல் நிலையத்திற்கும் தொடர்புகொள்ள முடியும். அதற்கென்று கோட் எண்கள் உள்ளன. மாவட்டக் காவல் கண்காணிப்பாளரின் மைக் எண் 10. டி.ஜி.பி.யின் மைக் எண் 1.

அனூப் அவசரச் செய்தியாகச் சொன்னார்:

“மைக் 10 விளாத்திக்குளம் மைக் 10 விளாத்திக்குளம். இன்ஸ்பெக்டர் பெருமாள் உடனடியாக என் முகாம் அலுவலகத்திற்கு வர வேண்டும். மீண்டும் சொல்கிறேன். உடனடியாக. பஸ்ஸோ, டாக்ஸியோ, மோட்டார் சைக்கிளோ எதில் வந்தால் விரைவாக வர முடியுமோ அதில் விரைந்து வர வேண்டும்.”

அனூப் ஸ்பெஷல் பிராஞ்ச் இன்ஸ்பெக்டரிடம் கேட்டார். “வேறு யாராவது இருக்கிறார்களா?”

“கோவில்பட்டி சப்–இன்ஸ்பெக்டர் மாரிமுத்து.” .

அனூப் மீண்டும் வயர்லெஸ்ஸை எடுத்தார். “கோவில்பட்டி சப்–இன்ஸ்பெக்டர் மாரிமுத்து உடனடியாக என் முகாம்

அலுவலகத்திற்கு வர வேண்டும். இன்னும் ஒரு மணிநேரத்திற்குள் அவர் இங்கிருக்க வேண்டும்." மைக் 10 கோவில்பட்டி இடையே கட்டளை பறந்தது.

"இன்னும் யாரையெல்லாம் அழைக்கலாம்?" அனூப் ஸ்பெஷல் பிராஞ்ச் இன்ஸ்பெக்டரைக் கேட்டார். அவர் "மற்றவர்களைத் திருநெல்வேலியிலிருந்தே எடுத்துக்கொள்ளலாம் ஐயா" என்றார். "அவர்களைப் பட்டியலிடுங்கள்" என்றார் அனூப்.

மூன்று மணி வாக்கில் விளாத்திக்குளம் இன்ஸ்பெக்டர் அங்கு வந்தார். கோவில்பட்டி சப்–இன்ஸ்பெக்டர் முன்னதாகவே அங்கு வந்துவிட்டார்.

அனூப் நிலைமையை விளக்கியபோது, பெருமாள் தயக்கம் காட்டினார். "ஐயா இது என்னுடைய ஏரியா இல்லை."

அனூப் மாரிமுத்துவைப் பார்த்தார். அவர் மௌன மாகத் தலையைக் குனிந்துகொண்டார். மாவட்டக் காவல் கண்காணிப்பாளர் என்ற முறையில் தனது மாவட்டத்திற்குள் இத்தகைய பணிக்கு யாரையும் பயன்படுத்திக்கொள்ள அவருக்கு அதிகாரம் உண்டு. ஆனால் அவரும் இங்கு புதியவர். என்ன செய்யலாம் என்று அவர் யோசித்துக்கொண்டிருந்தபோது தொலைபேசி ஒலித்தது. மனைவி நீலம் பேசினார். "தேநீர் தயாராக உள்ளது."

"நான் இப்போது ஒரு முக்கியமான மீட்டிங்கில் இருக்கிறேன். தேநீரை அலுவலகத்திற்கு அனுப்பு. நான்கு பேருக்கு."

"எல்லோரையும் உள்ள வரச் சொல்லுங்க. நான் பஜ்ஜி போட்டிருக்கேன். ஐந்து நிமிஷத்தில் இன்னும் கொஞ்சம் போட்டு விடுவேன். உங்க மீட்டிங்க உள்ளயே வைத்துக்கொள்ளுங்கள்."

ஒரு காவல் கண்காணிப்பாளர், சப்–இன்ஸ்பெக்டரை, இன்ஸ்பெக்டரைத் தன் வரவேற்பறைக்குள் அழைத்து, அவரது மனைவி அவர்களுக்கு பஜ்ஜியும் தேநீரும் தருவது என்பது மிக அரிதானது என்பது அனூப்பிற்குத் தெரியாது. அந்த வரவேற்பும் அன்பும் உபசரிப்பும் அவர்களை நெகிழச் செய்துவிட்டன. பெருமாள் சொன்னார், "ஐயா, நீங்கள் என்னைக் காப்பாற்றுவீர்கள் என்றால், நீங்கள் சொல்லும் எதையும் நான் செய்கிறேன்." மாரிமுத்துவும் தலையசைத்தார்.

அனூப் பெருமாளிடம் சொன்னார், "உங்களுக்குத் தேவையான கான்ஸ்டபிள்களை நீங்களே தேர்ந்தெடுங்கள்."

பெருமாள் தேர்வு செய்தார். வயர்லெஸ்ஸில், அவர்கள் அனைவரும் உடனடியாக முகாம் அலுவலகம் வரவேண்டும்,

தேவையெனில் அவர்கள் டி.எஸ்.பி.யின் ஜீப்பைப் பயன்படுத்திக் கொள்ளலாம் என்னும் கட்டளை பறந்தது.

பெருமாளும் மாரிமுத்துவும் பாறைப்பட்டி பெண்ணிடம் பேசி அந்த கிராமம் பற்றியும் தர்மாவின் இருப்பிடம் பற்றியும் தெரிந்துகொண்டனர். ஏழு மணி வாக்கில் கான்ஸ்டபிள்கள் வரத் தொடங்கினர்.

பாறைப்பட்டி பெண்மணி சொன்னதை வைத்துப் பார்க்கும்போது அங்கு வாகனங்களில் செல்ல முடியாது. வாகனச் சத்தம் தர்மாவை உஷார்ப்படுத்தித் தப்பியோடச் செய்துவிடும். மலைகளும் முள்காடுகளும் நிறைந்த பகுதி. வாகனங்கள் செல்வதற்கான சாலையும் இல்லை என்று பெருமாளும் மாரிமுத்துவும் அனூப்பிடம் சொன்னார்கள்.

மாரிமுத்து மற்றொரு வழியைச் சொன்னார். பாறைப்பட்டி கிராமம் வழியாக ஒரு ரயில் பாதை செல்கிறது. தூத்துக்குடி செல்லும் மெயின் லைன் அது. ரயிலில் சென்றால் ஓசையின்றி கிராமத்திற்குள் சென்றுவிடலாம்.

முகாம் அலுவலகத்தில் ரயில் நேர அட்டவணை இருந்தது. சென்னையிலிருந்து வரும் ரயில்கள் பாறைப்பட்டிக்கு அதிகாலையில் வருகின்றன. பாறைப்பட்டி கிராமப் பெண்மணியும் போலீஸ் குழுவும் ஆயுதங்களுடன் கோவில்பட்டி ரெயில் நிலையத்திற்கு வந்தனர். அனூப் ஆயுதக் கிடங்கிலிருந்து பிஸ்டல், ரிவால்வர் மற்றும் கான்ஸ்டபிள்களுக்கு .303 ரைபிள் ஆகியவற்றை வரவழைத்தார். கான்ஸ்டபிள்களுக்கு அந்த ஆபரேஷன் பற்றி எதுவும் தெரிவிக்கப்படவில்லை. ஆயுதங்களைத் தனியாக ஏற்றிக்கொண்டு அவர்கள் கோவில்பட்டி ரயில் நிலையத்தை இரவு 11 மணி வாக்கில் அடைந்தனர். ரெயில் நிலைய நடைமேடையில் நுழையு முன் அவர்களுக்கு ஆயுதங்கள் தரப்பட்டன. அனூப் ஸ்டேஷன் மாஸ்டரிடம் பேசினார். அவர், சரியான நேரத்திற்கு வருமானால், ரெயில் பாறைப்பட்டியை அதிகாலை 5 மணிக்குச் சென்றடையும் என்றார்.

ஆனால், பாறைப்பட்டி அந்த ரெயில் நிற்கும் இடமல்ல. ஸ்டேஷன் மாஸ்டர் ரெயிலை அங்கு நிறுத்தச் சம்மதிக்கவில்லை. என்ன செய்யலாம் என்று அனூப் யோசித்துக் கொண்டிருந்தபோது பெருமாள், “ஐயா நான் பார்த்துக்கொள்கிறேன்” என்றார்.

எல்லோரும் ரயிலுக்காக நடைமேடையில் காத்திருந்தனர். ரயில் வந்து நின்றவுடன் பெருமாள் எஞ்சின் டிரைவரிடம் சென்று பேசினார். மாரிமுத்து எல்லோரும் வண்டியில் ஏறுவதையும் ஆயுதங்கள் ஏற்றப்படுவதையும் பார்த்துக்கொண்டார். ரயில்

பாறைப்பட்டி மலையருகே செல்லும்போது போலீஸ் குழு இறங்கும் அளவுக்கு ரெயிலின் வேகத்தைக் குறைக்க எஞ்சின் டிரைவர் ஒப்புக்கொண்டார். போலீஸார் சிலரை எஞ்சினில் ஏற்றிக்கொள்ளவும் அவர் முன்வந்தார். மற்றவர்கள் ஒரு பெட்டியில் ஏறிக்கொண்டனர். பாறைப்பட்டியில், கிராமத்தின் பக்கமாக அல்லாமல் மறுபுறம் ரெயிலிலிருந்து குதித்திறங்குவது என்று முடிவாகியது. ஒரு ஆயுதப் படைக் குழு அனூப்பின் பயன்பாட்டிற்கென வைக்கப்பட்டு, அக்குழு மலையின் பின்புறம் சூழ்ந்து அப்பகுதியை மூடுவது என்றும், முன்புறமாக வரும் வேட்டைக் குழுவிடமிருந்து தர்மா தப்பித்தால் இரண்டாவது குழு தேடுதல் வேட்டையில் இறங்குவது என்றும் திட்டமிடப்பட்டது.

அனூப் ரெயில் நிலையத்திலிருந்து சாலை வழியாகக் கடம்பூர் புறப்பட்டார். அது பாறைப்பட்டியிலிருந்து 15 கி.மீ. தூரத்தில் இருந்தது. கடம்பூர் காவல் நிலையத்தை அடைய சுமார் ஒரு மணிநேரத்திற்கும் மேல் ஆனது. தனது படையுடன் எங்கு களத்தில் இறங்குவது என்ற தகவலுக்காக அவர் வயர்லெஸ் அருகிலேயே காத்திருந்தார். கைக்கடிகாரத்தைப் பார்த்தவண்ணம் இருந்தார். பரபரப்பான மணித்துளிகள். கடிகாரத்தின் வினாடி, நிமிட முட்கள் நின்றுபோய்விட்டதாகத் தோன்றியது. பிறகு வயர்லெஸ்ஸில் செய்தி வந்தது. இருவர் கொல்லப்பட்டுவிட்டதாக. வேறு தகவல் ஏதுமில்லை.

யார் அந்த இருவர்? தர்மா கொல்லப்பட்டுவிட்டானா? போலீஸ் பார்ட்டி பாதுகாப்பாக உள்ளதா? அனூப் வயர்லெஸ் மூலமாகப் பெருமாளுடன் பேச முயன்றார். ஆனால் தொடர்பு கிடைக்கவில்லை. அனூப்பின் டிரைவர் உள்ளே வந்து பெருமாள் செய்தி அனுப்பியுள்ளதாகவும் அவர்கள் தங்கள் பணியை முடித்துவிட்டதாகவும் தெரிவித்தார். அனூப்பின் மகிழ்ச்சி கரை புரண்டு ஓடியது. அவர் பாறைப்பட்டிக்குப் புறப்பட்டார்.

அவர் பாறைப்பட்டியை அடைந்தபோது வெயில் ஏறியிருந்தது. கிராமம் முழுவதும் ஒளியில் பிரகாசிப்பதாகத் தோன்றியது. மக்கள் வீதிகளில் நின்றனர். வேட்டைக் குழுவும் சுற்றி வளைக்கும் குழுவும் ஆங்காங்கே நின்றிருந்தனர். காற்றில் எங்கும் பெரும் ஆரவாரம். தர்மாவும் அவனது தம்பியும் கொல்லப்பட்டுவிட்டனர்.

“உடல்கள் எங்கே?”

“மலையில் பாறைகளின் அருகில்.”

அனூப் தனது மேலதிகாரியான டி.ஐ.ஜி.க்குச் செய்தி அனுப்பிவிட்டு அங்கு சென்றார். நடந்தது என்ன? ரயில்

அந்தப் பகுதியில் வேகம் வெகுவாகக் குறைக்கப்பட்டு ஊர்ந்து சென்றபோது அனைவரும் கீழே குதித்தனர். அந்தப் பெண்ணும் குதித்துவிட்டார். குதிக்கும்போது அந்தப் பெண் சற்றுத் தடுமாறினார். மற்றவர்கள் தாங்கிப் பிடித்தனர். ஒருவாறாக இறங்கிய பின் அவர் போலீஸ் பார்ட்டியை நேராக தர்மாவின் வீட்டிற்கு அழைத்துச் சென்றார். அந்தப் பெண் காட்டிய வீடுதான் அவனுடையதா அல்லது பக்கத்து வீடா என ஒரு சிறு குழப்பம் எழுந்தது. போலீஸ் பார்ட்டியைப் பார்த்து அந்தப் பகுதி நாய்கள் குரைக்கத் தொடங்கின. அது தர்மாவை உஷார்ப்படுத்த, அவன் மலைப்பாறைகளையும் முட்புதர்களையும் நோக்கி ஓடினான். அவன் வீட்டின் பின்புறம் வெறும் 50 அடி தூரத்தில் முட்காடு துவங்கியது. அவன் தம்பி நாட்டு வெடிகுண்டுகள் நிறைந்த ஒரு பையைத் தூக்கிக்கொண்டு பின்னால் ஓடினான்.

கோவில்பட்டி, சிவகாசி ஆகிய பட்டாசுத் தொழிற்சாலைகள் நிறைந்த நகரங்களின் எல்லைப்புறத்தில் பாறைப்பட்டி இருந்தது. வெடிகுண்டுகள் செய்வது எப்படி என்று அங்கு எல்லோருக்கும் தெரியும். அம்மோனியம், சல்பர் ஆகிய வெடிமருந்துகளோடு கூரான பிளேடுகள், ஊசிகள், சிறு கூழாங்கற்கள் ஆகியவற்றைப் பேப்பரில் வைத்து, சணல் கயிற்றால் இறுகக் கட்ட வேண்டும். அவ்வளவுதான். வெடிகுண்டு தயார். அது அழுத்தப்படும்போது வெடிக்கும். முயல்கள் போன்ற சிறு விலங்குகளைத் தாக்க இவை மிகவும் பயன்பட்டன. அவை கிழித்தெறியப்பட்டு உடனே இறந்தன. மனிதர்கள் மீது இவற்றின் தாக்கம் ஐயத்திற்குரியதே. அம்மாவட்டத்திலிருந்த அளவுக்கதிகமான வன்முறைச் சம்பவங்களில், சாதி மோதல்கள், சாராயக் கடத்தல், கந்துவட்டி, சாதாரண பழிவாங்கல்கள் ஆகியவற்றில் இவை ஆயுதமாகப் பயன்படுத்தப்பட்டன.

தர்மாவின் தம்பி, அண்ணனின் பின்னால் ஓடியபடி, போலீஸ் பார்ட்டியின் மீது குண்டுகளை எறிந்து தர்மா தப்பிக்க உதவிக்கொண்டிருந்தான். நாட்டு வெடிகுண்டுகள் சில வெடித்தன. சில வெறுமனே பாறைகளில் உருண்டன. வெடிகுண்டுச் சிதறல்கள் இரு போலீசாரின் கால்களில் பாய்ந்தன. அவர்கள் வலியில் துடித்தனர். நொண்டி நடந்தனர். குண்டுகள் வெடித்ததும் இருபது நபர்கள் அடங்கிய வேட்டைக் குழு தலைமையும் கட்டுப்பாடும் இன்றிச் சிதறுண்டது. ஒவ்வொருவருக்கும் அவரவரே பொறுப்பாயினர். குற்றவாளிகள் இருவரையும் இப்போது காணவில்லை. இன்ஸ்பெக்டரிடமும் சப் இன்ஸ்பெக்டரிடமும் மட்டுமே வயர்லெஸ் இருந்தது. அவர்கள் தொடர்புகொள்ள உரத்த குரலில் கத்திக்கொண் டிருந்தனர். அதன் மூலமே அவர்கள் தர்மாவையும் அவனது

குற்றமும் கருணையும்

தம்பியையும் உஷார்ப்படுத்திக்கொண்டிருந்தனர். தர்மா ஒருவர் கண்ணிலும் படாததால் ஒவ்வொருவரும் பதற்றத்திலேயே இருந்தனர்.

விஜய் என்ற கான்ஸ்டபிள் துணிச்சலோடு மலைமீது ஏறத் துவங்கினார். தனது .303 ரைபிளைத் தூக்கிப் பிடித்தபடி, இப்படியும் அப்படியும் பார்த்தபடி. அவர் முன்னால் ஒரு பெரிய பாறை பார்வையை மறைத்தபடி இருந்தது. அதனைச் சுற்றிவந்து மலைமீது ஏற முற்பட்டார். அந்தச் சமயம் யாரோ ஒருவர் அவர் தலையில் துப்பாக்கியை வைத்தார். துப்பாக்கி முனையின் குளிர்ந்த உலோகம் அவரது பின் தலையில் உறுத்தியது. விஜய்யின் ரைபிள் எதிர்த் திசையை நோக்கி இருந்தது. தன் தலையில் வைக்கப்பட்டது நாட்டுத் துப்பாக்கி என்பதை விஜய் ஓரக் கண்களால் பார்த்தார். அதை வைத்திருந்த நபர் விசையை அழுத்துவதையும் பார்த்தார். கிளிக் என்ற ஓசை எழுந்தது. அது பலமானதாகவும் இருந்தது. தான் இறப்பது உறுதி என விஜய் நினைத்தார். எனினும் அந்த நபரை நோக்கித் திரும்பினார். அந்த ஆள் விஜய்யைக் காட்டிலும் உயரமாக இருந்தான். அவனது துப்பாக்கி வெடிக்காததைப் பார்த்து அவனது கண்கள் வியப்பால் விரிந்தன. அவன் மீண்டும் விசையை அழுத்தினான். விஜய் அச்சத்தால் நடுங்கினார். அவரது .303 ரைபிளின் பேரல் இப்போது எதிரியின் தாடையைக் குறிவைத்து நின்றது. விஜய் விசையை அழுத்தினார். குண்டு எதிரியின் தாடையில் பாய்ந்து அவனைத் தூக்கி எறிந்தது. அவன் முகம் சிதைந்துபோனது. பலமான வெடிச் சத்தம். விஜய்யின் காதுகளில் பேரோசை ரீங்காரமிட்டது. அதிர்ந்த ரைபிள் அவரது கைகளிலிருந்து எகிறி விழுந்தது. அப்போதுதான் விஜய், தான் தன்னையறியாமல் சிறுநீர் கழித்துவிட்டதைக் கண்டார். எதிரி ரத்த வெள்ளத்தில் கால்களும் கழுத்தும் முறுக்கியபடி கிடந்தான்.

துப்பாக்கி வெடித்த சத்தம் கேட்டு மறைவிலிருந்து வெளிவந்த தர்மாவின் தம்பியை இரு போலீசார் சுட்டு வீழ்த்தினர். மற்ற காவலர்கள் தர்மாவைச் சூழந்தபோது அவன் தரையில் இழுத்துக்கொண்டு கிடந்தான். அவன் மீது மேலும் சில குண்டுகள் பாய்ந்தன. விஜய் தனது கச்சையில் வைத்திருந்த சிறு தண்ணீர்க் குப்பியை எடுத்து தன் பேண்ட்டின் மீது ஊற்றிக்கொண்டார். மீதியைப் பருகினார். அந்த இளம் வெயிலில் அவருக்கு ஏகமாய் வியர்த்தது. எறும்புகளைப்போல் மக்கள் சாரிசாரியாய் மலைமீது ஏறினர். போலீஸுடன் பாறைப்பட்டி வந்த அந்தப் பெண்மணி, வேகமாக ஓடிவந்தார். "அவன்தான் அந்த துரோகி. அவன்தான் தர்மா. அவன்தான் அது, அவன்தான் அது" என்று கூச்சலிட்டார். அவன்தான் தர்மா என்கிற தர்மராஜ். அப்போதுதான் விஜய்க்கு தான் சுட்டது யாரை என்பது தெரிந்தது. பின்னர், நாட்டு

வெடிகுண்டு வீசியது தர்மாவின் தம்பி என அடையாளம் காணப்பட்டது.

அனூப் மகிழ்ச்சியடைந்தார். ஆனால் டி.ஐ.ஜி. கவலைப் பட்டார். அனூப் அவருக்குச் சொன்னார்:

"ஐயா, இதில் குழப்பமொன்றும் இல்லை. சுடப்பட்டது ஒரு கொலைக் குற்றவாளி. அவன் தேடப்படும் குற்றவாளி. அவனது தலைக்கு வெகுமதி அறிவிக்கப்பட்டுள்ளது. நேற்று அவன் ஒரு பெண்ணை வன்புணர்வு செய்திருக்கிறான். குற்றவியல் நடைமுறை நமக்கு அதிகாரமளிக்கிறது. மரண தண்டனை அல்லது ஆயுள் தண்டனை விதிக்கத்தக்க குற்றத்திற்காக ஒரு குற்றவாளியைக் கைது செய்யும்போது அவசியமேற்பட்டால் அவன் கொல்லப்படலாம்."

டி.ஐ.ஜி. இடைமறித்தார். "அனூப், இதுபோல் சட்டம் பேசாதீர்கள். எல்லாம் பயிற்சியின்போது பேப்பரில் படிப்பதற்கு நன்றாகவே இருக்கும். ஆனால், இது நிஜ வாழ்க்கை. இப்போது உங்கள் செயலை நியாயப்படுத்தத் துல்லியமான ஆவணங்கள் தேவை. அவை மிகச் சரியாகத் தயாரிக்கப்பட வேண்டும். நான் பூபதியை உடனடியாக அங்கு அனுப்புகிறேன். அவர் வரும்வரை நீங்கள் எதுவும் செய்ய வேண்டாம்."

காலை 9.30 மணியளவில் காவல் துணைக் கண்காணிப்பாளர் பூபதி அங்கு வந்தார். அவர் அனூப்பைவிடப் பல ஆண்டுகள் மூத்தவர். மாலை மாவட்ட ஆட்சியர் விசாரணைக்கு வரவிருந்தார். ஆட்சியரின் வருகையைத் தாசில்தார் ஏற்கெனவே கிராமத்திற்குத் தெரிவித்துவிட்டார். ஆட்சியராக இருந்தவர் பிந்து மாதவன். அனூப் திருநெல்வேலியில் பணியில் சேர்ந்தபோது மரியாதை நிமித்தமாக அவரை ஒருமுறை சந்தித்துள்ளார். ஆட்சியர் அனூப்பிற்கு போன் செய்து தான் பாறைப்பட்டி கிராமத்திற்கு வர விரும்புவதாகத் தெரிவித்தார். அனூப் தான் கடம்பூரில் இருப்பதாகத் தெரிவித்தார். பிணங்கள் விசாரணைக்காகக் காவல் நிலையத்திற்குக் கொண்டுவரப்பட்டுப் பின் உடல் கூராய்வுக்காக அனுப்பப்பட்டுவிட்டன.

ஆட்சியர் வந்தபோது, அவர் அவரது காரிலும், அனூப் அவரது முகாம் அலுவலக ஜீப்பிலுமாகப் பாறைப்பட்டிக்குச் சென்றனர். கிராமத்தை நெருங்கியபோது ஆட்சியர், போலீஸ் நடவடிக்கை குறித்து விசாரிக்க இருப்பதால் தான் அங்கிருப்பது உசிதமாகாது எனத் தான் ஆட்சியரிடம் கூறியது அனூப்பின் நினைவுக்கு வந்தது. எனவே, ஆட்சியர் தனது விசாரணையை முடிக்கும்வரை தான் காத்திருப்பதாக அனூப் தெரிவித்தார். ஆட்சியர் அதனை மறுக்கவில்லை. ஆட்சியரின் கார் விரைந்தது. அனூப் ஜீப்பிலிருந்து இறங்கிவிட்டார். ஆட்சியரின் விசாரணை முடியக் காத்திருந்தார். அதற்குச் சற்று நேரம் பிடிக்கும்.

தூரத்திலிருந்து பார்க்கும்போதே அங்கு பெருங்கூட்டம் காத்திருந்ததைப் பார்க்க முடிந்தது. தர்மாவின் சாவு பற்றித் தெரிந்த பின் அக்கம்பக்கத்து கிராமங்களிலிருந்தும் மக்கள் பெருமளவில் வந்திருப்பது தெரிந்தது. கூட்டத்திடையே மேலும் செல்ல முடியாமல் ஆட்சியரின் கார் நின்றது. அவர் காரிலிருந்து இறங்கு முன் கூட்டம் முந்தியடித்தது. அவர்கள் அனூப்பின் ஜீப்பை நோக்கி விரைந்தனர். கரங்களில் மாலைகள், பூங்கொத்துக்களுடன். மாலைகளை அனூப்பை நோக்கி வீசினர். விரைவில் அவரது ஜீப் மலர்களாலும் மாலைகளாலும் நிறைந்தது. ஜீப்புக்குச் சந்தனம் பூசிக் குங்குமம் வைத்தனர். தேங்காய் உடைத்துக் கற்பூரமும் ஏற்றினர்.

அன்று இரவு வீட்டில் அனூப் ஒரு முழு அறிக்கை தயாரித்தார். மறுநாள் காலை அதை டி.ஐ.ஜி. ஜாபர் அலியின் அலுவலகத்தில் ஒப்படைத்தார். ஆட்சியருக்கும் டி.ஜி.பி.க்கும் அனுப்புவதற்காக.

“எல்லாம் சரி அனூப், ஆனால் ஒரு பிரச்சினை இருக்கிறது. இங்கு ஒரு இடைத்தேர்தல் நடைபெறவிருப்பது தெரியுமல்லவா. இந்தத் துப்பாக்கிச் சூடு பிரச்சினைகளை உருவாக்கும். நீங்கள் இதை இடைத்தேர்தல் முடியும்வரை தள்ளி வைத்திருக்கலாம். கொல்லப்பட்டவரின் சாதியினர் அமைச்சருக்கு வாக்களிக்க மாட்டார்கள்.”

அனூப் திகைத்தார்.

“ஐயா, இவன் பல ஆண்டுகளாகத் தலைமறைவாக இருந்தான். அவன் முன்னரேகூடச் சுடப்பட்டிருக்கலாம். எனக்கு இப்போதுதான் தகவல் கிடைத்தது. நான் காலத்தை வீணாக்காமல் நடவடிக்கை எடுத்தேன்.”

மறுநாள் காலை அனூப்பிற்கு ஒரு தொலைபேசி அழைப்பு வந்தது. “அனூப் நீங்கள் துப்பாக்கிச் சூடு நடத்திய குழுவினரை சஸ்பென்ட் செய்ய வேண்டும்.”

இந்தப் பரபரப்பு அடங்கியவுடன் சஸ்பென்ஷன் ரத்து செய்யப்படும் என்று உயர் அதிகாரிகள் கூறியிருந்தபோதிலும் அனூப் அதிர்ச்சியடைந்தார். என்ன நடக்கிறது என்பதை அவரால் நம்பவே முடியவில்லை. வாய்மொழியாகத் தரப்பட்ட உத்தரவாதங்களை அவர் நம்பத்தயாராகஇல்லை.தான் ஏற்கெனவே உச்ச நீதிமன்றம் சென்றது அவரது உணர்வுகளில் படிந்திருந்தது. தனது இன்ஸ்பெக்டர்களுடன் கலந்தாலோசித்தார். பின் தன் மனைவியிடம் சென்னார். “மீண்டும் ஒரு சஸ்பென்ஷனுக்குத் தயாராக இரு.”

அலுவலகத்திற்குச் சென்று அதிகாரிகளுக்கு ஒரு கடிதம் எழுதினார்.

"தர்மாவைப் பிடிக்க அல்லது சுட்டுக் கொல்லச் சென்ற போலீஸ் பார்ட்டியினரை சஸ்பென்ட் செய்யுமாறு பணிக்கப் பட்டுள்ளேன். அந்தப் போலீஸ் பார்ட்டி எனது தலைமையின் கீழ் அமைக்கப்பட்டது. எனது கட்டளைப்படியே செயல்பட்டது. எனவே இந்த நடவடிக்கைக்காக எவரையேனும் சஸ்பென்ட் செய்ய வேண்டுமென்றால் அது என்னை மட்டுமே. வேறு யாரையும் அல்ல."

அனூப் யாரையும் நம்பாததால் டி.ஐ.ஜி., டி.ஜி.பி., மாவட்ட ஆட்சியர் ஆகியோருக்கு அக்கடிதத்தின் நகல்களை அனுப்பினார்.

டி.ஐ.ஜி. ஜாபர் அலி, அனூப்பை மதிப்பவர். அவர் கூப்பிட்டுச் சொன்னார். "அனூப் ஏன் இப்படிச் செய்தீர்கள்? இது கடந்து போயிருக்கும். அவர்கள் எப்படியாவது இதை முடித்திருப்பார்கள்."

"ஐயா, என்னால் இனியும் யாரையும் நம்ப முடியாது. நாளை சஸ்பென்ஷன் பற்றிய தங்கள் வாக்குறுதியைக் கைவிட மாட்டார்கள் என்று சொல்ல முடியுமா? அப்பாவிகள் தண்டிக்கப்படக் கூடாது. நான் இரண்டாண்டுகள் துன்பப்பட்டேன். உங்களுக்கே தெரியும்."

சஸ்பென்ஷன் என்னும் கத்தி தங்கள் தலைகளின் மீது தொங்கும் நிலையில் அந்தப் போலீஸ் பார்ட்டியினர் அடங்கியிருந்தனர். அவர்கள் துப்பாக்கிச் சூடு பற்றி எதுவும் பேசவில்லை. அனூப்தான் தர்மாவைக் கொன்றார் என்று செய்தி பரவியது. தர்மா சுட்டுக்கொல்லப்பட்டபோது தான் அந்தப் பகுதியிலேயே இல்லை என அனூப் எதிர்ப்புத் தெரிவித்ததை யாரும் காதில் வாங்கவில்லை.

பாறைப்பட்டி கிராமம் இருந்த குருமலைப் பஞ்சாயத்துப் பகுதி முழுவதும் மறுநாளும் கொண்டாட்டங்கள் தொடர்ந்தன. பொங்கல் பண்டிகை முன்கூட்டியே வந்துவிட்டதைப் போலிருந்தது. போலீஸ் பதிவேடுகளில் இருந்ததைக் காட்டிலும் அதிகமாக தர்மாவால் பலர் துன்புற்றனர் என்று தெரிந்தது. தர்மாவின் சகோதரியும் கைது செய்யப்பட்டார். அவர் குட்டி பூலான் தேவி என்றும் கோவில்பட்டி வீரலட்சுமி என்றும் அழைக்கப்பட்டார் என்று தெரிந்தது. தன் சகோதரனைக் காட்டிலும் பெரிய கொடுமைக்காரியாக இருந்திருக்கிறார். தன் சகோதரனின் குற்றச் செயல்களில் பங்கேற்றிருந்தார். உண்மையில் ஒரு தலைமைக் காவலரைத் துண்டுதுண்டாக வெட்டியது தர்மா அல்ல, இவரே என்று தெரிந்தது. ஏனெனில் அந்தத் தலைமைக் காவலர் இவர் செய்த ஒரு குற்றச் செயலுக்காக அடிக்க முற்பட்டுள்ளார். தலைமைக் காவலரை தர்மா கொலை செய்ய, அவரைத் துண்டுதுண்டாக வெட்ட வேண்டும் என்று

குற்றமும் கருணையும்

சொன்னதும், அதைச் செய்ததும் இவளே என்று பொது மக்கள் சொன்னார்கள்.

“குட்டி பூலான் தேவி கைது” என்பது தலைப்புச் செய்தியானது. பத்திரிகைகள் பக்கம் பக்கமாக எழுதின. அதற்கும் மேல் கிராமங்களில் நிகழ்ந்த கொண்டாட்டங்கள் எழுதப்பட்டன. மக்களின் இந்த மனப்பான்மையைப் பார்த்து, தர்மாவைச் சுட்டுக் கொன்ற போலீஸ் குழுவினரை சஸ்பென்ட் செய்யும் நடவடிக்கை கைவிடப்பட்டது. கோவில்பட்டி தாலுகா அலுவலகத்தில் உதவி ஆட்சியரால் விசாரணை நடத்தப்பட்டது. சாட்சிகள் விசாரிக்கப்பட்டனர். ஒரு மாதத்திற்குப் பின் அறிக்கை தாக்கல் செய்யப்பட்டது. நிகழ்ந்தது சரியே என்று ஏற்கப்பட்டது.

ஒரு மாதத்திற்குப் பின் அனூப் கடம்பூர் காவல் நிலையத்திற்கு வழக்கமான ஆய்வுக்காகச் சென்றார். காவல் நிலையத்தை நெருங்க நெருங்க சாலையின் இருபுறமும் கூட்டம் கூடியிருந்தது. அவரது ஜீப் காவல் நிலையத்தின் பெரிய வளாகத்திற்குள் நுழைந்தபோது அங்கும் ஆண்களும் பெண்களும் குழந்தைகளும் நிறைந்திருந்தனர். அவர்கள் அலங்கார ஆடைகள் அணிந்திருந்தனர். அனூப் சற்றே குழப்பமடைந்தார். இன்ஸ்பெக்டர், இங்கு ஏதோ பிரச்சினை என்று சொல்லவில்லையே என்று நினைத்தார். காவல் நிலைய வாசலில் இன்ஸ்பெக்டரும் சப் இன்ஸ்பெக்டரும் நின்றிருந்தனர். அவர்கள் தங்களுக்குள் கிசுகிசுத்துக்கொண்டிருந்தனர்.

“என்ன பிரச்சினை?” அனூப் கேட்டார்.

இன்ஸ்பெக்டர் சல்யூட் செய்துவிட்டு “பிரச்சினை ஒன்றுமில்லை ஐயா” என்றார்.

“பின் இந்தக் கூட்டம் எதற்காக?”

“தர்மாவைச் சுட்டது யாரென்று பார்க்க அவர்கள் வந்துள்ளார்கள்.”

“வேறு யாரையும்விட உங்களுக்கே நன்றாகத் தெரியும், அது நானல்ல என்று. நான் அந்த இடத்திலேயே இல்லை.”

“அதை நீங்களே அவர்களிடம் சொல்லுங்கள் சார்.”

அனூப் ஜீப்பை விட்டு இறங்கியபோதும் அவர்கள் புன்னகைத்த வண்ணம் இருந்தனர். அவருக்குத் தர்மசங்கடமாக இருந்தது.

3

மீன்குழம்பும் சோறும்

தூத்துக்குடி மாவட்டத்தின் புதிய காவல் கண்காணிப்பாளர் அனூப் ஜெய்ஸ்வால் காலையில் திருநெல்வேலி சென்று டி.ஐ.ஜி.யைச் சந்திக்க வேண்டும். சுமார் ஒரு மணிநேரப் பயணம். புற நகரில் உள்ள ஸ்டேட் பாங்க் காலனியில் இருக்கும் தனது வீட்டிலிருந்து – அதுவே அவரது முகாம் அலுவலகமும் – புறப்பட்டார். பத்து நிமிடம் கடந்திருக்கும். 4 அல்லது 5 கிலோ மீட்டர் தூரம் கடந்திருக்கும். திடீரென அவருக்கு நினைவு வந்தது. முக்கியமான ஒருவருடன் தொலைபேசியில் பேச வேண்டும். அருகில் ஏதேனும் காவல் நிலையம் இருக்கிறதா என்று டிரைவரைக் கேட்டார். "ஐயா, தூத்துக்குடி தெற்கு காவல் நிலையம் பக்கத்தில் இருக்கிறது."

அப்போது மணி காலை சுமார் 7.30 இருக்கும். தூத்துக்குடி தெற்கு காவல் நிலைய வாயிலில் காவல் கண்காணிப்பாளரின் சிகப்பு விளக்கு பொருத்திய வெள்ளை நிற அம்பாஸிடர் கார் நின்றபோது அங்கு சலசலப்பு ஏற்பட்டது. சிலர் அங்கிருந்து நகரத் துவங்கினர். கான்ஸ்டபிள்கள் இங்குமங்கும் ஓடிக்கொண்டிருந்தனர். அது 1987ஆம் ஆண்டு. தூத்துக்குடி மாவட்டத்தில் 39 காவல் நிலையங்கள் இருந்தன. அனூப், நிலையப் பொறுப்பு அதிகாரியான இன்ஸ்பெக்டரின் அறைக்குள் நுழைந்தபோது அவர் எழுந்து நின்று சல்யூட் செய்தார். கண்காணிப்பாளர் அமர்ந்து தொலைபேசியில் தொடர்புகொள்ள முனைந்தபோது நிலைய லாக்–அப்பிலிருந்து யாரோ

கூச்சலிடுவது கேட்டது. கூச்சல் தொடர்ச்சியாகவும் சத்தமாகவும் இருந்தது. கண்காணிப்பாளர் நிலையப் பொறுப்பு அதிகாரியிடம் கேட்டார் –

"யார் அது லாக் – அப்பில் தகராறு செய்வது?"

"ஐயா, அவன் மோசமான ரௌடி. இப்பதான் கைது செய்தோம்."

"எதற்காக?"

"அவன் காவல் நிலையத்திற்குள் புகுந்து போலீசாரைத் திட்டுகிறான்."

புதியவரான அந்தக் காவல் கண்காணிப்பாளருக்கு வியப்பாக இருந்தது. ஒரு ரௌடி காவல் நிலையத்திற்குள் புகுந்து போலீசாரை வசைபாடுகிறான் என்றால் அவன் மிகத் துணிந்தவனாக இருக்க வேண்டும்.

"என்ன பிரச்சினை? அவன கூப்பிடுங்க."

"வேண்டாம் ஐயா. அவனைக் கூப்பிடாதீர்கள். அவன் மோசமான மனநிலையில் இருக்கிறான். அவன் உங்களையும் மோசமான வார்த்தைகளால் திட்டிவிடுவான். அவன் ஒரு தொடர் குற்றவாளி ஐயா."

"பரவாயில்ல. கூப்பிடுங்க."

அவர்கள் அந்தோணி மூக்கனை அவர் முன்னால் கொண்டுவந்து நிறுத்தினார்கள். குள்ளமாக இருந்தான். சுமார் 50 வயதிருக்கலாம் என்று அனூப் கருதினார். அந்தோணி மூக்கன் லுங்கியும் சட்டையும் அணிந்திருந்தான். தாடையில் குறுந்தாடி இருந்தது. தன் கைகளைக் கட்டியபடி அவர் முன் நின்றான். அவனது கைகள் வீங்கியிருந்ததைப் பார்க்க முடிந்தது. ஒரு தொடர் குற்றவாளியின் மீது பல வழக்குகள் இருக்கும். சில நேரங்களில் 30 அல்லது 40கூட இருக்கலாம். அவன் எப்போதும் சிறைக்குப் போவதும் வருவதுமாக இருப்பான். கன்னமிடுதல், திருட்டு, ஜேப்படி, மது கடத்தல், போதைப் பொருள் கடத்தல் மற்றும் சிறு குற்றங்கள்.

"என்ன நடந்தது?" அனூப் இன்ஸ்பெக்டரைக் கேட்டார்.

இன்ஸ்பெக்டர் பதில் கூறுமுன் அந்தோணி மூக்கன் தமிழில் சொன்னான்:

"நீதான் எஸ்பியா?" அவனுக்கு "நீங்கள்" என்றெல்லாம் மரியாதையாகப் பேசத் தெரியாது.

அனூப்பிற்குத் தமிழ் இன்னும் சரளமாகவில்லை என்றாலும் அவரால் புரிந்துகொள்ள முடிந்தது.

“நான்தான் எஸ்பி. என்ன விஷயம்? ஏன் போலீச திட்டுற?”

“இதுதான் உன் நியாயமா? நான் தப்பு பண்ணினா என்னை அடிங்க, அரெஸ்ட் பண்ணுங்க. என் மனைவிய ஏன் தொந்தரவு செய்றீங்க?”

“என்ன ஆச்சு?” அனூப் இன்ஸ்பெக்டரைக் கேட்டார். இன்ஸ்பெக்டர் விளக்கினார்.

காவல் நிலைய எல்லையில் வசிக்கும் தொடர் குற்றவாளியை இரவு நேரங்களில் சோதனை செய்வது போலீஸ் நடைமுறை. இது அவனைக் கண்காணிக்கவும் எச்சரிக்கவும் செய்யப்படுகிறது. இரவு நேரங்களில் அவன் வீட்டில் இருந்தால் அவன் குற்றச் செயல்களில் ஈடுபடவில்லை என்பது உறுதியாகும். அவன் வீட்டில் இல்லையென்றால் அவன் எங்கிருக்கிறான் என்பதை அவன் குடும்பத்தினர் தெரிவிக்க வேண்டும். அந்தோணி மூக்கனின் வீட்டிற்கு அன்று அதிகாலை 2 அல்லது 3 மணிவாக்கில் போலீஸார் சென்றபோது அவன் வீட்டிலில்லை. யாரும் கதவைத் திறக்கவில்லை. போலீஸார் அவன் வீட்டுக் கதவைத் தள்ளிப் பார்த்தனர். அந்தப் பழைய கதவு திறந்துகொண்டது. உள்ளே ஒரு விளக்கு எரிவதையும் ஒரு பெண் தரையில் தூங்குவதையும் கண்டனர். அவளை எழுந்திருக்கச் சொன்னார்கள். அவள் எழவில்லை. மீண்டும் சொல்லியும் எழவில்லை. ஆகவே எரிச்சலடைந்து அவர்களில் ஒருவர் அவளைக் காலால் தள்ளி உதைக்கவும் செய்தார். அவள் ஓவென்று அலறினாள். “அந்தோணி மூக்கன் இங்க இல்லை. அவன் எங்க போயிருக்கான்னு தெரியாது. அத அவன்கிட்டயே கேட்டுக்கங்க. என்ன விடுங்க” என்று கத்தினாள்.

காலையில் அந்தோணி மூக்கன் வீட்டிற்கு வந்தபோது அவன் மனைவி, “உன்னால நா நிம்மதியா சாவகூட முடியாது போல” என்றாள்.

அவளது முழங்காலில் புரையோடிய புண் இருந்தது. அது மேலும் மோசமாகி அவள் உடம்பு முழுவதுமே வீங்கத் துவங்கியது. மூன்று நான்கு நாட்களாக அவளுக்குக் கடுமையான காய்ச்சல். பேதலித்த மனநிலையில் அவள் மரணம் தன்னை நெருங்கி வருவதாகவே நினைத்தாள். அவளின் அமைதியற்ற அரற்றலைப் பார்த்த மூக்கனும் அவள் சாவை எதிர்கொள்ளத் தயாரானான். அவள் அவனை மீண்டும் சீண்டினாள். “நீ செய்யற காரியங்களால என்னால நிம்மதியா சாவகூட முடியல. எனக்குன்னு வந்து வாய்ச்ச விதி.”

போலீசார் அவளை உருட்டியதால் அவளது புண் உடைந்து ரத்தமும் சீழும் கசிந்து அவளது சேலையை நனைத்தன. முழங்காலைச் சுற்றி ஈரம் பரவியது. கோபம்கொண்ட அந்தோணி மூக்கன், மனைவி தன் மரணப் பயணத்தைத் தொடரட்டும் என்று விட்டுவிட்டு நேராகக் காவல் நிலையம் வந்து போலீசாரைத் திட்டத் துவங்கினான். அவர்கள் அவனைப் பிடித்து லாக்–அப்பில் அடைத்தனர்.

அவன் கெஞ்சினான். "என்னை ரெண்டு நாள் போகவிடுங்க. ரெண்டே நாள்தான். என் மனைவி போனபின் நான் சரண்டர் ஆயிடறேன். என்மேல எத்தன வழக்கு வேணும்னாலும் போட்டுக்குங்க. இப்ப என் மனைவி சாகக் கிடக்கிறா. நான் அவ பக்கத்திலே இருக்கணும். இருந்தாகணும்."

"ஆனா அவளை விட்டுட்டு நீயேதான இங்கே வந்தே?"

"அவங்க அவளை உதச்சதால நான் கோவமா இருந்தேன். இன்னும் கோவமாத்தான் இருக்கேன். அவங்க ஏன் அப்படிச் செஞ்சாங்க? அவங்க திரும்பி வந்து என்ன அரஸ்ட் செஞ்சிருக்கலாம். அவங்களுக்குக் காரணம் தேவையில்ல. அதான் போலீஸ்."

"நீ அரஸ்ட் ஆகியிருக்கே. உன்னப் போக விட முடியாது. ஆனா உன் மனைவியை இப்படிச் சாக விட மாட்டேன்."

அனூப்பின் நண்பர் டாக்டர் ரவீந்திரன். ராஜம் கிளினிக் என்னும் மருத்துவமனை நடத்திவருகிறார். அவருக்கு போன் செய்து மூக்கனின் மனைவியின் நிலையைச் சொன்னார். ஒரு ஆம்புலன்ஸ் அனுப்பி அவளை அழைத்து வந்து சிகிச்சை தர முடியுமா என்று கேட்டார். அவரும் ஒப்புக்கொண்டார். அனூப் இன்ஸ்பெக்டரிடம் தான் திருநெல்வேலி செல்வதாகவும், இன்ஸ்பெக்டர் மூக்கனின் மனைவிக்கு சிகிச்சை நடப்பதைப் பார்த்துக்கொள்ள வேண்டும் என்றும் கூறிச் சென்றார்.

அந்தோணி மூக்கன் அவர் சம்பந்தப்பட்டிருந்த சிறு வழக்கொன்றில் சிறைப்படுத்தப்பட்டார். அவரது மனைவிக்கு நல்ல முறையில் அறுவை சிகிச்சை செய்யப்பட்டது. அவளது புண்ணிலிருந்து சீழ் அகற்றப்பட்டு சுத்தம் செய்து கட்டு போடப்பட்டது. அவள் 15 நாட்கள் ராஜம் கிளினிக்கில் இருந்தாள். பின் குணமடைந்து டிஸ்சார்ஜ் செய்யப்பட்டாள்.

சுமார் இரு மாதங்கள் கழித்து அந்தோணி மூக்கன் தன் மனைவியை அழைத்துக்கொண்டு அனூப்பின் முகாம் அலுவலகத்திற்கு வந்தான். அவரது முகாம் அலுவலகம் இருந்த ஸ்டேட் பாங்க் காலனி திருநெல்வேலி–கோவில்பட்டி

சாலையில் புறநகரில் இருந்தது. அவரது வீடு சுமார் 1600 சதுர அடி கொண்ட தரைத்தளத்தில் இருந்தது. இரு படுக்கை அறைகளும் வழுவழுப்பான கிரானைட் கற்கள் பதித்த தரையும் கொண்ட புதிய வீடு. அந்த நகரே புதிதாக உருவானதுதான். இன்னும் பல மனைகள் காலியாகவே இருந்தன. அருகில் ஒரு பிள்ளையார் கோவில். முன்புறம் ஒரு சிறு தோட்டம். அதில் ஒரு நெல்லி மரம், நிறைய நெல்லிக்காய்கள். ஒரு காப்பறை. ஆயுதம் தரித்த ஒரு போலீஸ்காரர் அங்கு எப்போதும் இருந்தார். அங்கு நான்கு போலீசார் படுத்துறங்க வசதியிருந்தது. வீட்டிற்கு வெளியே மேலே செல்லப் படிகள். முதல் மாடியில் அனூப்பின் முகாம் அலுவலகம். அவரது முகாம் எழுத்தர் ஆவணங்களைப் பராமரித்தார். ஸ்பெஷல் பிராஞ்ச் அலுவலகமும் அங்கிருந்தது.

காவல் கண்காணிப்பாளரைப் பார்க்க வரும் பார்வையாளர்கள் முகாம் அலுவலகத்திற்குத் தங்கள் வருகையைத் தெரிவிக்கச் சுற்றுச்சுவரில் ஒரு அழைப்பு மணி இருந்தது. யார் வேண்டுமானாலும் அவரைப் பார்க்கலாம். இரவு 11 மணிவரை அவர் பார்வையாளர்களைச் சந்தித்தார். அவசரப் பணிகள் காரணமாக அவரைப் பார்க்க முடியாத நேரங்களில் வருவோருக்கு ஒரு கம்பளி தரப்பட்டது. காவல் கண்காணிப்பாளரைக் காலை 7 மணிக்குச் சந்திக்கலாம் என்று தெரிவிக்கப்பட்டது. அவர்கள் அருகிலுள்ள பேருந்து நிலையத்திற்குச் சென்று அங்குள்ள கூரையின் கீழ் அந்தக் கம்பளியை விரித்துப் படுத்துத் தூங்கிவிட்டுக் காலையில் வரலாம். அவரைப் பல தரப்பினரும் பார்க்க வந்தனர். பலவிதமான பிரச்சினைகள், கோரிக்கைகளோடு சுற்றியுள்ள பகுதிகளிலிருந்தும் மற்ற கிராமங்களிலிருந்தும் வந்தனர்.

தோட்டத்தைப் பார்த்தபடி இருந்த முதல் அறை அனூப்பின் அலுவலகமாகப் பயன்படுத்தப்பட்டது. பத்துக்குப் பத்து அடிகள் கொண்ட சிறிய அறை. வீட்டிலிருந்து தனித்திருந்தது. அறையின் பக்கவாட்டிலும் பின்புறமும் சன்னல்கள் இருந்தன. பக்கவாட்டுச் சன்னல் திறந்திருந்தது. ஒரு அலமாரி, பெரிய மேசை இருந்தன. ஒரு வயர்லெஸ் செட் எப்போதும் இயங்கிக்கொண்டிருந்தது. அனூப் தேவையென்றால் ஒலியைக் குறைத்து வைத்துக்கொள்வார். பார்வையாளர்கள் உட்கார இரு நாற்காலிகள் இருந்தன. ஆனால் பார்வையாளர்கள் நிற்கவே விரும்பினர்.

அந்தோணி மூக்கன் அனூப்பிற்கு நன்றி சொல்ல வந்தான். அவ்வப்போது வரத் துவங்கினான். எல்லாப் பார்வையாளர்களையும் பார்த்த பிறகு அனூப் அவனைக் கடைசியாக அழைப்பார். அவன் காத்திருப்பான். அறைக்குள் வந்தால் தரையில் அமர்ந்துகொள்வான். பின்னர் தகவல்கள் தரத் துவங்கினான். குற்றவாளிகள் பற்றியும் போலீசாரின்

நடவடிக்கைகள் குறித்தும். அவனது பல தகவல்களைக் கண்காணிப்பாளரின் அலுவலர்கள் மறுத்தனர். தகவல்கள் சில மிகைப்படுத்தப்பட்டவை. சில பொய்யானவை. பல தகவல்கள் சரியானவையாக இருந்தன.

காவல் துறையின் பணிகளில் நம்பத்தகுந்த தகவல்கள் பெறுவது நுட்பமான பணி. சில சமயங்களில் மூக்கன் சுங்கத் துறை தொடர்பான தகவல்களும் தந்தான். தூத்துக்குடி துறைமுகம் கடத்தலுக்குப் பெயர் பெற்ற துறைமுகம். ஒருநாள் இரவு, அனூப் மூக்கனுடன் பேசிக்கொண்டிருந்தபோது ஒரு ஆளும் அவனது மனைவியும் உள்ளே வந்தனர். அவர்கள் பரபரப்பாக இருந்தனர். மணி இரவு 8.30 அல்லது 9.00 இருக்கலாம். அவர்கள் வழிமறிக்கப்பட்டு கொள்ளையடிக்கப்பட்டுவிட்டனர். நகருக்கு வெளியே ஒரு பாலத்தில் அது நடந்துள்ளது. சாலையின் குறுக்கே ஒரு பெரிய மரத்துண்டு வைக்கப்பட்டு சாலை மறிக்கப்பட்டிருந்தது. அந்த நபர் தன் ஸ்கூட்டரை விட்டிறங்கி மரத்தை அகற்ற முற்பட்டபோது கம்பு அரிவாளுடன் வந்த இருவர் அவர்களிடமிருந்து பர்ஸ், கைக்கடிகாரம், தாலி ஆகியவற்றைப் பறித்துக்கொண்டனர்.

அனூப் அவர்களிடம், “இங்கு ஏன் வந்தீர்கள். உடனே தூத்துக்குடி தெற்கு காவல் நிலையம் சென்று புகார் பதிவு செய்யுங்கள்” என்று சொல்லி அனுப்பிவிட்டார். காவல் நிலையத்தைத் தொடர்புகொண்டபோது மேலும் இருவர் இதே புகாருடன் வந்துள்ளது தெரிந்தது. அந்தத் தம்பதியர் போன பின், அவர்கள் கூறியதைக் கேட்டுக்கொண்டிருந்த மூக்கன், வழிப்பறி நடந்த இடம் எதுவென்று கேட்டான். அனூப் பாலத்தின் பெயரைக் கூறினார். மூக்கன், “ஐயா, ஒரு வண்டி கொடுங்க. நான் உடனே அங்க போறேன். நான் கண்டுபிடிச்சி சொல்றேன் உங்களுக்கு” என்றான். அனூப் டிரைவரை அழைத்து, முகாம் அலுவலக ஜீப்பைத் தந்து மூக்கனை அதில் அனுப்பிவிட்டு இரவு உணவுக்குச் சென்றார்.

அந்தோணி மூக்கன் சுமார் ஒரு மணிநேரம் கழித்துத் திரும்பி வந்தார். அனூப் டிரைவரிடம் கேட்டார். “எங்கே போனீர்கள்”? “எனக்கு சரியா தெரியலை சார்,” என்றார் டிரைவர். “அவர் என்ன ஒரு இடத்தில நிக்கச் சொல்லிட்டு, நடந்து போனார். பிறகு திரும்பி வந்தார்.”

அந்தோணி மூக்கன் குறுக்கிட்டுச் சொன்னார். “அந்தக் கொள்ளக்காரங்க எல்லாரும் கஞ்சா அடிப்பவங்க. மூணு பேர். இப்போ அவங்க குடிசைல தூங்கறாங்க. நீங்க போலீச அனுப்பி அவங்கள கைது பண்ணலாம்.” குடிசை இருக்கும் இடத்தை ஒரு மேப்பில் வரைந்து காட்டினார். அனூப்

முகாம் அலுவலக டிரைவரிடம் சொன்னார். "மூக்கன் உங்க ஜீப்பிலேயே உட்கார்ந்திருக்கட்டும். அவர ஒரு போர்வையால மூடிடுங்க. உங்க ஜீப் அருகில் போலீசார் யாரும் வர வேண்டாம். போலீசுக்குத் தகவல் தந்தது யாரென்று தெரிய வேண்டாம்." இந்த அறிவுரைகளுடன் மூக்கன் காட்டிய குடிசைக்கருகில் ஜீப் நின்றது. அனூப் வயர்லெஸ் செய்தி அனுப்பி போலீஸ் அங்கு விரைந்தது. மூவர் கைது செய்யப்பட்டனர். திருடிய பொருட்கள் அந்தக் குடிசையிலிருந்து மீட்கப்பட்டன.

சில நேரங்களில் மூக்கன் தன் மனைவியையும் அழைத்து வருவார். அவரைவிடச் சில ஆண்டுகள் இளையவள். அவள் ஒல்லியாகவும் சுறுசுறுப்பாகவும் இருந்தாள். அதிகம் பேச மாட்டாள். சில நேரங்களில் அவளும் சில தகவல்கள் தந்தாள். அவை மூக்கனின் கூற்றை ஒட்டியும் மாறுபட்டும் இருந்தன. மூக்கன் தலையசைப்பான் அல்லது மௌனமாக இருந்துவிடுவான். அனூப் மூக்கன் தரும் தகவல்களுக்காகப் பணம் தருவதுண்டு. காவல் துறையில் இரகசியச் செலவுகளுக்கென்று ஒரு தொகை ஆண்டுதோறும் டி.ஜி.பி.யால் ஒதுக்கப்படும். புலன் விசாரணைச் செலவுகள், தகவல் தருவோருக்கு எனச் சில செலவுகளுக்காக. அதிலிருந்து மூக்கனுக்குத் தருவார் அனூப். காவல் துறையில் கணக்கு விவரங்கள் தர இயலாத சில செலவுகள் இருக்கின்றன. இரகசியத் தகவல்கள் செலவு செய்தால்தான் கிடைக்கும். பின் அவற்றைச் சரிபார்க்க வேண்டும். அவற்றில் சில ஒன்றுமில்லாதவையாகவும் போகலாம். அனூப் இந்தத் தொகையை சிறு சிறு பகுதியாகப் பிரித்து தனித் தனிக் கவர்களில் போட்டு வைத்துவிடுவார். எப்போதும் ஒரு 1000 ரூபாயாவது முகாம் அலுவலகத்தில் இருக்கும். இதற்கு ரசீது பெறும் வழக்கமில்லை. கிடைக்கும் தகவலின் தன்மையைப் பொறுத்து அனூப் பணம் கொடுப்பார். அனூப்பைக் காண வரும் பார்வையாளர்களுக்குத் திரும்பிப் போகக் காசில்லையென்றாலும் அனூப் பணம் கொடுப்பார். மூக்கனுக்கு 100 ரூபாய் கொடுப்பார். சில நேரங்களில் அதற்கு மேலும் கொடுப்பார்.

பல நேரங்களில் மூக்கன் பணம் பெற்றுக்கொள்ள மறுப்பான். ஆனால் அவன் மனைவி உடன் இருந்தால் அவள் தன் முழங்கையால் இலேசாக அவனை இடிப்பாள். மூக்கன் பணத்தைப் பெற்றுக்கொள்வான். ஒருநாள் மூக்கன் தனியாக வந்திருந்தான். அனூப் நகைச்சுவைக்காகக் கேட்டார். "நீ எப்போதும் உன் மனைவியிடம் அனுமதி கேட்க வேண்டுமா?" "இல்ல, இல்ல" என்று மூக்கன் மறுத்தான். ஆனால் அது முழுமனதாக இல்லை என்பதை அனூப் புரிந்துகொண்டார். மூக்கன் அதை ஏற்பதுபோலப் புன்னகைத்தான்.

அனூப் கேட்டார்: "சொல் அந்தோணி, நீ கொலைகள் செய்திருக்கிறாய். யாருக்கும் பயந்தவனில்லை. ஆனால் உன் மனைவிக்கு மட்டும் பயப்படுகிறாயே அது ஏன்? நீ அவளை எதிர்த்தோ மறுத்தோ பேசுவதில்லை என்பதை நான் பார்க்கிறேன்." அந்தோணி சிரித்தான். பின் சீரியஸாகப் பதில் சொன்னான்:

"எனக்கொண்ணும் பயமில்ல ஐயா. ஆனா பாருங்க ஐயா, நான் இளம் வயசில ஜெயிலுக்குப் போயிட்டேன். அப்ப எனக்கு 27 வயசு. அவளுக்கு 24 வயசு. என்னவிட மூணு வயசு இளையவ. எனக்கு ஆயுள் தண்டனை. என் மனைவி இப்போ இருக்கறத பாத்து எதயும் முடிவு செய்யாதீங்க. இப்போ அவளுக்கு நூறில் பாதி வயது. இளம் வயதில் அவ அழகானவ. பலர் அவள் பின்னால சுத்தனாங்க. நான் ஜெயில்ல இருந்தப்போ அந்த இளைஞர்கள் அவளிடம் போய், 'அந்தோணி பல வருஷம் ஜெயில்ல இருக்கப்போறான். அவனுக்காக காத்திருந்தா நீ உன் வாழ்க்கைய வீணடிக்கப் போற. இருபது வருஷம் ஜெயில்ல இருந்துட்டு அவன் எப்படி வரப் போறான்னு தெரியாது. அடையாளம் காண முடியாத அளவுக்கு ஜெயில் மனுஷங்கள மாத்திடும்'னு சொல்லுவாங்க. நா 15 வருஷம் ஜெயில்ல இருந்தேன். சென்னை மத்திய சிறையிலிருந்து வெளிய வந்தப்ப நா எதிர்பாக்கவே இல்ல. அவ எனக்காகக் காத்திருந்தா".

அந்தோணி இதைச் சொன்னபோது உடைந்து போய்விட்டான்.

"அவ எனக்காக காத்திருந்தா. அவ என்னோடு ஜெயில்ல இருந்ததபோல, ஆனா திறந்த வெளியில. வாழ்க்கை அவளக் கடந்து போயிடிச்சி. நா எப்படி அவளுக்கு பயப்படாம இருக்க முடியும்? நான் சிறையிலிருந்து வந்த ஒரு வருசம் கழிச்சி எங்க மகன் பொறந்தான். எங்க மகன்."

அனூப் பேசவில்லை. என்ன பேசுவது என்று தோன்றவில்லை. ஆனால் அடுத்த முறை மூக்கன் தன் மனைவியோடு வந்தபோது அனூப் அவளை, அவளது அழுக்கான, கசங்கிய சேலைக்குப் பின் ஒரு வித்தியாசமான பெண்ணாகக் கண்டார். அந்தோணி மூக்கன் விட்டுவிட்டு வந்து போய்க்கொண்டிருந்தான். அனூப் போலீசாரிடம் அவனைப் பற்றிக் கேட்டபோது அவர்கள் "அவன் அமைதியாகிவிட்டான் சார். அவன்மீது புதிய வழக்குகள் ஏதுமில்லை" என்றார்கள்.

அனூப் பாரத ஸ்டேட் வங்கியின் முதன்மை மேலாளரிடம் "அந்தோணி மூக்கன் குற்றவாளியாகிவிட்ட ஒரு மீனவன். அவனுக்கு ஒரு வலையும் படகும் வாங்க நிதியளித்து ஒரு புதிய பாதையைக் காட்டக் கூடாதா?" என்று கேட்டார். முதன்மை மேலாளர் புதிராகச் சிரித்தார். "அவருடைய கடந்த காலத்தை

வைத்துப் பார்த்தால் அவர் வாங்கிய கடனைத் திருப்பிக் கட்டுவாரா? அவருக்கு யார் உத்திரவாதமளிப்பார்?"

"ஏதேனும் ஒரு புதிய திட்டத்தை வகுத்துப் பாருங்கள். என்ன நடக்கிறது என்று பார்க்கலாம்."

சிறிது காலத்திற்குப் பிறகு ஸ்டேட் பாங்க் ஒரு நிகழ்ச்சியை ஏற்பாடு செய்தது. அதில் அந்தோணி மூக்கனை மேடையேற்றி கொலைக் குற்றவாளியான ஒருவருக்கு ஸ்டேட் பாங்க் நிதியுதவி செய்தது பற்றி அறிவிக்கப்பட்டது. நிகழ்ச்சி முடிந்தபின் வங்கி மேலாளர் அனூப்பைத் தன்னுடன் விருந்துண்ண வருமாறு அழைத்தார். அங்கு அவர் அனூப்பிடம் தான் அந்தோணியை கடனைத் திருப்பிச் செலுத்தக் கேட்கப்போவதில்லை என்றார். ஏன் என்று கேட்டார் அனூப்.

"அவரை மேடையேற்றி, அவரது மோசமான கடந்த காலம் பற்றி அறிவித்து அதன் மூலம் வங்கிக்கு விளம்பரம் தேடியுள்ளோம். அதற்காக அவருக்குச் சலுகை தரலாம் அல்லவா?" என்று பதில் வந்தது.

அனூப் அந்தோணியைச் சந்தித்து ஏறத்தாழ ஓராண்டு ஆகிவிட்டது. அவனை யாரும் தொந்தரவு செய்வதில்லை. அவனுக்கு எஸ்பியிடம் பரிச்சயம் இருந்ததால் தங்களைப் பற்றிப் புகார் சொல்லக்கூடும் என்று போலீசாரும் அவனைக் கண்டு பயந்தனர். அனூப் தன் பெற்றோரைப் பார்க்க ஒரு மாத விடுப்பில் கோரக்பூர் சென்றார். மாத மத்தியில் திரும்பி வந்தார். அவர் சம்பளம் பெறுவதில் சிக்கலான நடைமுறை இருந்தது. அவரது முகாம் எழுத்தர் வேலாயுதம் அக்கவுன்டன்ட் ஜெனரல் அலுவலகம் சென்று பார்த்த பின்னரே அவருக்குச் சம்பளம் கிடைக்கும். ஆனால் அனூப்பும் வேலாயுதமும் மாத ஆரம்பத்தில் அது பற்றி கவனிக்கத் தவறிவிட்டனர். பின்னரே அனூப் சம்பளம் கிடைக்கவில்லை, அக்கவுன்டன்ட் ஜெனரல் அலுவலகம் அதற்கான குறிப்பை அனுப்பவில்லை என்பதை அறிந்தார். அந்நாட்களில் எஸ்பியின் மாதச் சம்பளம் 3000 ரூபாய்தான். அனூப் வேலாயுதத்தைக் கடிந்துகொண்டார். "என்னுடைய சம்பள ஆணை குறித்து நீயும் மறந்துவிட்டாய், நானும் மறந்துவிட்டேன். இப்போது சம்பளமில்லாமல் என் குடும்பம் பட்டினி கிடக்கப்போகிறது."

அனூப் இதைச் சொல்லிக்கொண்டிருந்தபோது அந்தோணி வெளியே நின்றுகொண்டிருந்தான். எல்லோரும் வெளியேறியபின் அவன் உள்ளே வந்தான். "எப்படி இருக்கிறாய்?" அனூப் கேட்டார். அவன் புன்னகைத்தபடி சொன்னான், "உங்களுக்குப் பணம் தேவைன்னு கேள்விப்பட்டேன்."

“அதனால் என்ன அந்தோணி, அதைப் பற்றி நீ ஏன் இவ்வளவு கவலைப்படுகிறாய்?”

“இல்ல ஐயா, ஒரு வழி இருக்கு. உங்களுக்கு நிறைய காசு வரும்.”

“கொள்ளை, வழிப்பறி, திருட்டு தவிரப் பணம் வர வேறு வழி இருந்தால் சொல்.”

“உங்களுக்கு டேவிட் தெரியுமா?”

“கேள்விப்பட்டிருக்கிறேன். அந்தக் கடத்தல்காரன்தானே?”

“ஆமா ஐயா, அவன் தம்பி வந்து என்ன பாத்தான். ரொம்ப நாள் முன்ன நா அவனுக்குச் சரக்கு எறக்கியிருக்கேன். இரவில் அவங்க கப்பல் ஹார்பருக்கு வெளிய நங்கூரமிட்டிருக்கும். நா ஒரு படகோட போவேன். அவங்க சரக்க படகில எறக்குவாங்க. நா அவங்க எங்க சொல்றாங்களோ அங்க கரைக்கு கொண்டுவருவேன். அது நல்ல வருமானம் தந்துச்சி. ரெண்டு நாளுக்கு முன்ன டேவிட்டின் தம்பி என்கிட்ட வந்து பெரிய அளவில வெள்ளி வர்றதாவும் அத கொண்டுவரணும்னும் கேட்டான். நா முடியாதுன்னு சொல்லிட்டேன்’. அவன் ஏன் முடியாதுன்னு சொல்ற யோசிச்சி சொல்லுனு சொன்னான்.”

“நீ ஏன் முடியாதுன்னு சொன்ன?”

“நீங்க என் கைய கட்டிட்டீங்க?”

“அப்படியெல்லாம் ஒண்ணுமில்ல. உன்ன யார் தடுத்தது?”

“இல்ல ஐயா, நா இப்போ போய் சரின்னு சொல்லப்போறேன். வெள்ளி எங்கே இறங்குதுன்னு உங்களுக்குத் தகவல் சொல்றேன். நீங்க வந்து எல்லாத்தையும் புடிங்க. உங்களுக்கு பத்து பர்சண்ட் கிடைக்கும். உங்க சம்பளத்தவிட அதிகம் கிடைக்கும்.”

“ஆனா உனக்கு என்ன ஆகும்.? அவங்க உன்னக் கொன்னுட மாட்டாங்களா?”

“ஐயா, கடவுள் இருக்கார். அவர் பாத்துக்குவார். அவர் இதுவர என்னக் காப்பாத்தி வறார். நா கொலைகாரன் ஆன பிறகும். ஐயா, எனக்கு விடுதல வேணும். என்ன விடுதல செய்ங்க.”

அனூப் புன்னகைத்தபடி சொன்னார்: “ஆனால் அந்தோணி, நான் உன்னை விடுதலை செய்யப்போவதில்லை.”

அனூப் தூத்துக்குடி மாவட்டத்திலிருந்து ஓராண்டுக்குப் பின் மாற்றப்பட்டார். அதற்கு முன் அவர் மூக்கனை சுங்கத் துறைக்கு அறிமுகப்படுத்தினார். அனூப் துவக்கிய ஸ்கூபா டைவிங்

கிளப்பில் சேர விரும்பிய மதுரை கஸ்டம்ஸ் கலெக்டர் அவருக்கு நண்பரானார். அவரிடம் அனூப் மூக்கனை அறிமுகப்படுத்தினார். “இவரைப் பார்த்துக்கொள்ளுங்கள். மிகவும் புத்திசாலி. இவரால் பயனுள்ள நல்ல தகவல்கள் தர முடியும்.”

கொஞ்ச நாட்கள் மூக்கன் சுங்கத் துறைக்கு வேலை செய்தார் என்று தெரிந்தது. ஆனால் கஸ்டம்ஸ் கலெக்டர் அனூப்பிடம் மூக்கன் தங்களை ஏமாற்றுவதாகச் சொன்னார். அனூப் மத்திய அரசின் இன்டெலிஜென்ஸ் பீரோவுக்கு மாற்றப்பட்டுச் சென்னையை விட்டுச் செல்லுமுன் அந்தோணி மூக்கன் ஒரே ஒரு முறை அவரைப் பார்க்க வந்தார். அனூப் அவரை எதிர்கொண்டார். “நீ சுங்கத் துறையை ஏமாற்றினாயா?”

மூக்கன் தலையை ஆட்டி அதை மறுத்தார். “எனக்கு வெறும் 500 ரூபாய் கொடுத்துட்டு அவங்க அஞ்சு லட்ச ரூபா பெறுமானமுள்ள தகவல்கள கேக்கறாங்க. அப்படி தகவல் தர நா என்ன முட்டாளா? அவங்க எனக்கு உரிய பங்க தரணும்ல?”

ஐந்தாறு ஆண்டுகளுக்குப் பின் அனூப் டெல்லியிலிருந்து சில வேலைகள் நிமித்தமாகச் சென்னை வந்தார். அவரது தூத்துக்குடி நண்பர்கள் சில நாட்கள் அவர் அங்கு வர வேண்டுமென்று விரும்பினார்கள். அவர் ஒப்புக்கொண்டார். தனது நண்பர் கே.எஸ்.பி.எஸ். கண்ணன், அவருடன் பணி யாற்றிய சில போலீஸ் அதிகாரிகள், தன்னிடம் ஸ்பெஷல் பிராஞ்ச் இன்ஸ்பெக்டராகப் பணியாற்றிய எழுவன் ஆகியோருக்குத் தன் வருகையைத் தெரிவித்தார்.

அனூப் சென்னையிலிருந்து தூத்துக்குடி செல்லும் முத்து நகர் விரைவு ரயிலில் புறப்பட்டார். அந்த ரெயில் சென்னை எழும்பூர் நிலையத்திலிருந்து மாலை 6.30 மணிக்குப் புறப்பட்டு, 14 மணி நேரப் பயணத்திற்குப் பின் தூத்துக்குடிக்குக் காலை 8.30 மணிக்குச் சென்றடைகிறது. டூ டயர் குளிர்சாதனப் பெட்டியில் கீழ்ப் படுக்கை அவருக்குக் கிடைத்திருந்தது. படுத்தபடி ஒரு புத்தகத்தைப் படித்துக்கொண்டு அப்படியே உறங்கிப்போனார். காலையில் விழித்து கண்களைக் கசக்கினார். ரயில் கோவில்பட்டியிலிருந்து புறப்பட்டிருந்தது. தூத்துக்குடியை அடைய இன்னும் இரண்டு மணிநேரப் பயணம் இருந்தது. அவர் ஆச்சரியப்படும் வண்ணம் அந்தோணி மூக்கனும் அவனது மனைவியும் ரயில் பெட்டியில் நின்றிருந்தனர். அனூப் விழிப்பதற்காகக் காத்திருந்தனர்.

“ஐயா, நீங்க இந்த வண்டியில வர்றதா சொன்னாங்க. உங்கள பாக்க வந்தோம்” என்றார் அந்தோணி. அனூப் எதுவும் பேசும் முன், அவர்கள் மற்ற பயணிகளை ஒரு புறம் ஒதுக்கிவிட்டு, மூக்கனின்

மனைவி ஒரு சிறிய டிபன் கேரியரைத் திறந்தாள். இட்டிலி, மீன் குழம்பின் மணம் அந்தக் குளிர்பதனப் பெட்டி முழுவதும் பரவியது. அதை என்னிடம் நீட்டினாள். அனூப் சொன்னார் – "நான் இப்போதான் எழுந்தேன். இன்னும் பல் துலக்கல. அத இங்க வெச்சிடுங்க. நா பிறகு சாப்பிடுறேன்". ஆனால் அவள் அதைக் காதில் வாங்கவில்லை. "பல் எல்லாம் அப்புறம் விளக்கலாம். முதல்ல சாப்பிடுங்க." அது அன்புக் கட்டளையாக இருந்தது. அனூப்பிற்கு திகைப்பு நீங்கவில்லை. "நீங்க இருக்கறது தூத்துக்குடி. இங்க கோவில்பட்டியில என்ன செய்றீங்க?" அவர்கள் பதிலேதும் சொல்லவில்லை. அவர் சாப்பிட்டு முடிக்கக் காத்திருந்தனர். அதன் பின் அவர்கள் பேசிக்கொண்டிருந்தனர். மூக்கனின் மனைவி டிபன் பேக் செய்து எடுத்து வைப்பதை அனூப் கவனிக்கவில்லை. ரெயில் மணியாச்சி நிலையத்தில் ஒரு நிமிடம் நிற்கவிருந்தது. அது தூத்துக்குடியிலிருந்து 30 கி.மீ. தொலைவிலுள்ள ஒரு சிறிய நிறுத்தம். அனூப் கை கழுவிவிட்டுப் பல் துலக்கச் சென்றார். திரும்பி வந்தபோது மீன் குழம்பின் வாசனை நீடித்திருந்தது. அந்தோணியையும் அவர் மனைவியையும் காணவில்லை.

தூத்துக்குடியில் நண்பர்கள் அவரை வரவேற்கக் காத்திருந்தனர். அவர்களில் பலர் போலீஸ் அதிகாரிகள், இன்ஸ்பெக்டர் எழுவன் உட்பட. அவர் காரில் ஏறிக்கொண்டிருந்தபோது எழுவன் மெல்லக் கேட்டார். "சார், அந்தோணி மூக்கனை சமீபத்தில் பார்த்தீர்களா?"

அனூப் எழுவனைக் கேட்டார். "என்ன நடந்தது?"

"அவன் சில தீவிர வழக்குகளில் தேடப்படுகிறான். கொஞ்ச நாளாகத் தலைமறைவாக இருக்கிறான். நீங்கள் வருகிறீர்கள் என்று கேள்விப்பட்டவுடன் உங்களைப் பார்க்க வருவான் என்று தோன்றியது. ரயில் நிலையம் உட்படப் பல இடங்களில் ஆட்களை நிறுத்தியிருக்கிறேன். ஆனால் இதுவரை அவனைப் பிடிக்க முடியவில்லை. உங்களைத் தொடர்புகொள்ள முயன்றால் எங்களுக்குத் தெரிவியுங்கள்."

அனூப் சிரித்துக்கொண்டே சொன்னார். "உங்கள் ஊகம் சரியே. அவன் கோவில்பட்டியில் ரயிலில் ஏறினான்."

2001ஆம் ஆண்டு மீண்டும் அனூப் தூத்துக்குடிக்கு அலுவல் ரீதியாகப் போக வேண்டியிருந்தது. நகருக்கு வெளியே துறைமுகத்திலிருந்து சுமார் இரண்டு கி.மீ. தூரத்தில் உள்ள சாகர் சதன் என்னும் ஸ்பிக் நிறுவன விருந்தினர் விடுதியில் தங்கினார். ஒரு கிலோ மீட்டர் தூரத்திற்கு நீண்ட குறுகிய சாலை. ஒரு புறம் மரங்கள். பெரிதும் மா மரங்கள். மறுபுறம் மின் கம்பங்கள் விருந்தினர் விடுதிக்கு இட்டுச் சென்றன. பரந்த வளாகத்தில் வளைவான இரண்டு அடுக்குக் கட்டிடம். அதன் பின்னால் சுவர்

போன்று தென்னை மரங்கள். அதைத் தாண்டி பளபளக்கும் கடல். சுற்றுச் சுவரையொட்டி உயரமான அசோக மரங்கள். அப்போதெல்லாம் அந்தப் பகுதியில் பொதுப் போக்குவரத்து இருக்கும் என்று அனூப் நினைக்கவில்லை. அவரது அறை பெரியதாகவும் வசதியாகவும் இருந்தது. சூடான பகல் பொழுதில் இரு குளிர்பதனப் பெட்டிகள் கொஞ்ச நேரம் இயங்கின. அதனால் மொசைக் தரை குளிர்ந்திருந்தது. அவருக்குத் தரப்பட்ட விடுதியில், படுக்கை அறையில் ஒன்றும் வரவேற்பறையில் ஒன்றுமாய் இரு குளிர்பதனப் பெட்டிகள் இருந்தன. மதிய நேரம், அனூப் ஓய்வெடுத்துக் கொண்டிருந்தபோது, அவரது அறையின் அழைப்பு மணி ஒலித்தது. கேட்டுக்கு வெளியே ஒரு கூலிக்காரப் பெண் நிற்பதாகவும் அவர் போக மறுப்பதாகவும் காவலாளி செய்தி அனுப்பினார். அவர்கள் அவளை உள்ளே அனுமதிக்கவில்லை. ஆனால் அவள் அங்கிருந்து போகவில்லை. சுமார் மூன்று மணிநேரமாக நிற்கிறாள்.

போர்டிகோவிலிருந்து கேட்டிற்குக் கற்கள் பதித்த பாதை. அனூப் நடந்து அங்கு சென்றபோது வெயிலில் அவருக்கு வியர்த்துவிட்டது. வெளியே நின்ற ஒருவர் அவரை நோக்கிக் கையசைத்தார். அது அந்தோணி மூக்கனின் மனைவி.

அனூப் கேட்டார், “எப்படி இருக்கீங்க? அந்தோணி மூக்கன் எப்படி இருக்கார்?”

“ஐயா, அவர் இப்போ உயிரோடு இல்ல.”

அனூப் அமைதியானார். அது எப்படி நேர்ந்தது என்று கேட்கும் துணிவு அவருக்கில்லை. அவள் சொன்னாள். அவர்களின் மகன் வளர்ந்துவிட்டான். அவன் இப்போது எங்கேயோ வேலை பார்க்கிறான். பின்னர் அவள் ஒரு டிபன் பாக்ஸை எடுத்தாள். “நா இத எடுத்துட்டு போறேன். சாப்டுட்டு திருப்பித் தறேன்” என்றார் அனூப். அவள் உடன்படவில்லை. “நீங்க கொட்டிடுவீங்க. இங்கயே சாப்பிடுங்க.”

அவள் அங்கிருந்த ஒரு குட்டைச் சுவரின் மீது அமர்ந்தாள். அனூப்பையும் அமருமாறு சைகை செய்தாள். ஒரு தண்ணீர் பாட்டிலை எடுத்தாள். பாட்டிலிலிருந்து கொஞ்சம் தண்ணீர் எடுத்து அனூப் கைகளைக் கழுவிக்கொண்டார். அவள் பக்கத்தில் அமர்ந்து அமைதியாகச் சாப்பிட்டார். சோறும் மீன் குழம்பும். நெத்திலி, மத்தி மீன் குழம்பு. துறைமுகத்தை நோக்கி ஓடிய அந்த நீண்ட சாலையில் மரங்களின் வரிசை. வெயில் சுட்டெரித்தது. அவள் முகத்தில் ஒரு திருப்தி. அனூப் அதுதான் தான் சாப்பிடும் கடைசிச் சாப்பாடு என்பதுபோல் கடைசிப் பருக்கைவரை சாப்பிட்டார். அதுவரை அவள் ஏதும் பேசவில்லை. பின்

டிபன் பாக்ஸை எடுத்துக்கொண்டு புறப்பட்டாள். அனூப்பும் எதுவும் பேசவில்லை. அவள் போவதைக் கைகளைக் கட்டியபடி பார்த்துக்கொண்டிருந்தார். அவள் சாலையைக் கடந்து மறையும்வரை. பிறகு அவருக்குத் தோன்றியது. தூத்துக்குடி திரும்பிச் செல்ல ஜீப்பை ஏற்பாடு செய்திருக்க வேண்டும். ஆனால் அன்று பிற்பகல் அவரால் எதுவும் செய்ய இயலவில்லை.

அந்தோணி மூக்கனின் மனைவியை அவர் பார்த்தது அதுவே கடைசி. சில ஆண்டுகளுக்குப் பின் அந்தோணியின் மகன் ஒரு சாலை விபத்தில் இறந்துவிட்ட செய்தி கிடைத்தது. அந்தோணியின் பேரப் பிள்ளைகள் வாழ்ந்திருந்தனர்.

அந்தோணி மூக்கன் யாரைக் கொலை செய்தார்? அது பற்றிய விவரங்கள் தெளிவற்றிருந்தன. அது 1970களில் நடந்தது. மூக்கன் ஒரு சிறிய நடிகையின் வீட்டில் சமையல் உள்ளிட்ட வேலைகளுக்காக அழைத்துச் செல்லப்பட்டார். அப்போது அவருக்கு 25 வயதிருக்கலாம். அந்த நடிகையை அவருக்குப் பிடித்திருந்தது. சில மாதங்களில், அவள் தன்னைத் தேடி ஒரு குறிப்பிட்ட நபர் வந்தால் அமைதியிழந்து அழுகிறாள் என்பது தெரிந்தது. அந்த நபர் ஒரு தயாரிப்பாளரோ, இயக்குநரோ அல்ல. அன்றாடம் ஒரே மாதிரி நடந்தது. அந்த ஆள் வந்தவுடன் அவர்கள் ஒரு அறைக்குள் சென்று கதவை மூடிக்கொள்வார்கள். அவர் சென்றவுடன் அவள் அழுவாள். இந்த மாதிரி தினமும் நடப்பதைப் பார்த்த அந்தோணி ஒருநாள் துணிவு பெற்று பிரச்சினை என்ன வென்று கேட்டார். அவள் பிளாக்மெயில் என்றாள். அந்த ஆள் சொல்வதை அவள் செய்ய விரும்பவில்லை. அனால் அவளுக்கு வேறு வழியில்லை. முடியாது என்று எப்படிச் சொல்வது என்று அவளுக்குத் தெரியவில்லை. அவள் அந்த நபரோடு இருக்கவும் விரும்பவில்லை.

அடுத்து ஒருநாள் அவள் அந்த நபருக்காக சமைக்கச் சொன்னபோது அந்தோணி சோறும் வஞ்சிரம் மீன் குழம்பும் வைத்தார். மது அருந்த இறால் வறுவல். அந்த நபருக்கு ஓல்ட் மாங்க் ரம் பிடிக்கும். அதுவும் தயாராக இருந்தது. அந்த நபர் முக்கால் பாட்டில் ரம்மைக் காலி செய்தார். மீன் குழம்பு சுவை உலகத்திலேயே சிறந்ததாக இருந்ததாகப் பாராட்டினார். ஆனால் அவருக்கு நடப்பது சிரமமாக இருந்தது. அந்தோணி தனது எஜமானியைத் தன் அறைக்குள் சென்று தாழிட்டுக்கொள்ளுமாறும் வெளியே வர வேண்டாம் என்றும் சொன்னார். அந்த நபரை பத்திரமாக டாக்ஸியில் அனுப்பி வைப்பதாகச் சொன்னார். அந்த நபரின் தடுமாற்றத்தைப் பார்த்த நடிகை தன் அறைக்குள் சென்று தாழிட்டுக்கொண்டாள். அந்தோணி அவரைக்

குளியல் அறைக்கு அழைத்துச் சென்றார். அவர் வாந்தியெடுக்க உதவினார். முகம் கழுவிய பின் துடைத்துக்கொள்ளத் துண்டு கொடுத்தார். பின்னர் அவரை மெதுவாகவும் உறுதியாகவும் தரையில் தள்ளினார். அவரது கால்களை அகல விரித்து, தான் மீன் அறுத்த கத்தியைக் கொண்டு மீனை அறுத்தது போன்றே அவரது தலையைப் பிடித்துக்கொண்டு கழுத்தை அறுத்தார். இரத்தம் கழிவுக் குடுவையில் பாய்ந்தது. துடிப்பு அடங்கும்வரை அழுத்திப் பிடித்திருந்துவிட்டு பின் தலையைத் தனியாக வெட்டி எடுத்தார். தலையை ஒரு சிறு பயணப் பையிலும், உடலை இரு துண்டுகளாக வெட்டி இரண்டு பிளாஸ்டிக் பைகளிலும் போட்டு எடுத்துக்கொண்டு வீட்டை விட்டு வெளியேறினார்.

மிக விரைவில் போலீஸ் அவரைப் பிடித்தது. அவரும் குற்றத்தை ஒப்புக்கொண்டார். நீதிமன்றத்தில், இது முழுவதும் தன்னுடைய முடிவே என்றும் தனது எஜமானிக்கு இதில் எந்தச் சம்பந்தமும் இல்லை என்றும் கூறினார். அவருக்கு எந்தப் பங்கும் இல்லை. எதுவும் தெரியாது. அவர் முற்றிலும் அப்பாவி. தன்னிடம் அன்பாயிருந்த தனது எஜமானியின் கண்ணீரைப் பார்க்கச் சகியாமல் இவ்வாறு செய்ததாக அவர் கூறினார்.

4

தூத்துக்குடி தன் பெயரைத் திரும்பப் பெற்ற கதை

தூத்துக்குடி என்பதில் உள்ள குடி என்ற சொல்லுக்கு இரண்டு அர்த்தங்கள் உண்டு. ஒன்று, குடி – குடியிருப்பு. மற்றொன்று குடி – குடித்தல். மது அருந்துதலைக் குடிப்பழக்கம், குடித்தல் என்று சொல்வதுண்டு. தூத்துக்குடி நகருக்கு இரண்டுமே பொருந்தின. அங்கு இரண்டு துறைமுகங்கள். ஒன்று, மீன்பிடித் துறைமுகம். மற்றொன்று மெயின் துறைமுகம். இரண்டு துறைமுகங்களைச் சுற்றியும் ஏராளமான கூலித் தொழிலாளர்கள் வசித்தார்கள். அவர்கள் டிஞ்சர் ஜிஞ்சர் பெர்ரி என்னும் ஒரு மதுபானத்தைக் குடித்தார்கள். அது ஏதோ ஒரு வசதியான பாரில் அமர்ந்து அருந்தப்படுவது அல்ல. உண்மையில் அது மிக அதிக அளவு ஆல்கஹால் கலந்த கள்ளச் சாராயம். ரஷ்யர்களைப் போல நீங்கள் சுத்தமான வோட்கா குடித்தால், அதில் 41 விழுக்காடு ஆல்கஹால் இருக்கிறது. ஆனால் டிஞ்சர் ஜிஞ்சர் பெர்ரியில் 86 விழுக்காடு ஆல்கஹால். சில நேரங்களில் இன்னும் அதிகம். அதை "இஞ்சி" என்றும் சொல்வார்கள். சுத்தமான 100 விழுக்காடு ஆல்கஹால் தயாரிக்கக் கொஞ்சம் இஞ்சி பயன்படுத்தப்பட்டது எனவே அது டிஞ்சர் எனப்பட்டது.

இந்தப் பானத்தை அதிகம் பருகுவதால் தூத்துக்குடியை இஞ்சிக்குடி என்றும் பலரும் சொன்னார்கள். அது ஆங்கில மருந்துக் கடைகளில் தாராளமாகக் கிடைத்தது. அது எந்த நோய்க்கும்

மருந்தல்ல. ஆனால் மருந்துக் கடைகளில் எப்போதும் கிடைத்தது. பல மருந்துக் கடைகளில் கண்ணாடி டம்ளர்கள் இருந்தன. வாடிக்கையாளர்கள் வரிசையில் நிற்பார்கள். கடைக்காரர் கையில் காசைக் கொடுத்தவுடன், தம்ளரில் கொஞ்சம் ஊற்றப்படும். வாடிக்கையாளர் அதை ஒரே மூச்சில் வாயில் ஊற்றி விழுங்கிவிட்டு நகர்ந்து அடுத்தவருக்கு வழிவிடுவார். அது மெல்ல இரத்தத்தில் கலந்து போதை தரும் மிருதுவான மதுபானம் அல்ல. அவர் ஒரு சில அடிகள் எடுத்து வைப்பதற்குள் போதை தலைக்கேறிவிடும்.

அது வெளிப்படையாக விற்கப்பட்டது. ஒளிவு மறைவு ஏதுமில்லை. மக்கள் வாங்கிச் சாப்பிட்டு போதையேற்றிக் கொண்டனர். அதற்கு அரசியல்வாதிகளின் ஆதரவு இருந்தது. இல்லையென்றால் இத்தனை வெளிப்படையாக விற்பனையாகாது. தூத்துக்குடி ஒரு விற்பனைச் சந்தைதான். அது எங்கே வாங்கப்பட்டது, எப்படி தூத்துக்குடிக்குக் கொண்டுவரப்படுகிறது என்பது யாருக்கும் தெரியாது. அதுபற்றி காவல் துறையில் உள்ள ஆவணங்களைக் கொண்டுவருமாறு மாவட்டக் காவல் கண்காணிப்பாளர் அனூப் ஜெய்ஸ்வால் கேட்டார். அதைத் தடுக்க காவல் துறை என்ன செய்தது என்பது பற்றி எந்த ஆவணமும் இல்லை எனத் தெரிந்தது. காவல் துறையிடம் எந்த ஆவணமும் இல்லை ஆனால் அது இத்தனை வெளிப்படையாக விற்கப்படுகிறது என்றால் அதில் காவல் துறைக்குப் பணம் தரப்படுகிறது என்பதே பொருள். புதிய மாவட்டமான தூத்துக்குடியின் மாவட்டக் காவல் கண்காணிப்பாளராகத் தான் நடத்திய முதல் குற்ற ஆய்வுக் கூட்டத்தில் (இக்கூட்டத்தில், காவல் கண்காணிப்பாளர் அடுத்த ஒரு மாதத்திற்கான இலக்குகள் நிர்ணயித்து அறிவுரைகள் வழங்குவார்) அனூப், இந்த மாவட்டத்தில் இனி இந்தக் கள்ள மதுபானம் விற்பனையாகக் கூடாது என்று கட்டளையிட்டார். கூட்டத்திலிருந்த அதிகாரிகள் பணிவாகக் கேட்டுக்கொண்டனர். அனூப்பிற்குப் பின்னாலிருந்து ஒரு முணுமுணுப்புக் கேட்டது. “புதிய கண்காணிப்பாளர் கையில் ஒரு சிறிய பிளேடுடன் வந்துள்ளார். அதைக் கொண்டு அவர் இந்த ஆலமரத்தை வெட்ட விரும்புகிறார்.” இஞ்சி தொடர்ந்து அமோகமாக விற்பனையானது.

ஒருநாள் மாலை, அனூப் பைஜாமா குர்தா அணிந்துகொண்டு தனது முகாம் அலுவலக ஜீப்பில் ஏறினார். டிரைவர் கனகராஜைப் பக்கத்தில் உட்காருமாறு சொல்லிவிட்டுத் தானே ஜீப்பை ஓட்டினார். ஜீப், முக்கியத் துறைமுகத்தை நோக்கி வெஸ்ட் க்ரேட் காட்டன் ரோடில் சென்றது. அது கடற்கரைக்குச் செங்குத்தாக இருந்த அகலமான சாலை. சென்னையின் அண்ணா சாலை போல. சாலையின் இருபுறமும் தூத்துக்குடியின் பெரிய விற்பனையகங்கள். அனூப் சாலையின் ஓரத்தில் வண்டியை நிறுத்திவிட்டு, டிரைவரை

அங்கேயே இருக்குமாறு சொல்லிவிட்டு ஒரு சிறிய தோல் பையை எடுத்துக்கொண்டு நடந்தார். அவரைச் சுற்றி தூத்துக்குடியின் மாலை நேரத்துக் கருஞ்சிவப்பு சூழ்ந்திருந்தது. மெல்ல இருள் கவிந்துகொண்டிருந்தது. சாலையில் சற்றுத் தூரத்தில் ஒரு மருந்துக் கடை இருந்தது. ஒரு சிறு கும்பல் கடையின் ஒரு மூலையை நோக்கி மோதிக்கொண்டிருந்தது. அவர்கள் பணம் கொடுப்பதையும் ஒரு குவளையில் பழுப்பு நிற திரவம் ஊற்றப்படுவதையும் அவர்கள் அதை வாயில் ஊற்றி விழுங்கிவிட்டு நகர்வதையும் பார்த்தார். அது மிக ஒழுங்காக நடந்தது.

அனூப் அந்தக் கடையை நோக்கி நடந்தார். அங்கிருந்த ஒருவரைக் கேட்டார். "இஞ்சி எங்கே கிடைக்கும்?" அவர் அந்தக் கூட்டத்தைக் காட்டி, வரிசையில் நிற்குமாறு சொன்னார். கடையின் அகன்ற முகப்பில் ஆளில்லாத பகுதிக்கு அனூப் சென்றார். ஒரே குவளை திரும்பத் திரும்ப பயன்படுத்தப்படுவதைப் பார்த்தார். பரிவர்த்தனை விரைவாகவும் சீராகவும் நடந்தது. பேச்சுக்கு இடமில்லை. பலரும் ஒரு குவளைக்குத் தேவையான காசு மட்டுமே வைத்திருந்தனர். காசு கைமாறியவுடன் திரவம் குவளையில் விழுந்து பின் அவரது தொண்டைக்குள் இறங்கியது. அப்போது அவர் முகம் சுளித்தது. வாயைத் துடைத்துக்கொண்டார். லுங்கியைச் சரி செய்துகொண்டு திருப்தியாக நடந்தார். மிகச் சிலர் மட்டுமே இரண்டாவது குவளை வாங்கினர். அதையும் விழுங்கிவிட்டு அவர்கள் தள்ளாடி நடந்தனர். திரும்பத் திரும்பப் பயன்படுத்தப்பட்ட அந்தக் குவளைகள் இடையில் கழுவப்படவில்லை. டிஞ்சர் ஜிஞ்சர் பெர்ரி வாயில் விழுந்து உணவுக் குழாயில் இறங்கும்போதே வேலை செய்யத் துவங்கிவிடுகிறது. வயிற்றில் விழுந்தவுடனே ஆல்கஹால் தன் வேலையைக் காட்டிவிடுகிறது என்பதை எல்லோரும் அறிந்திருந்தனர். யாரும் முழு பாட்டில் வாங்கியதை அனூப் காணவில்லை. அதற்குத் தேவையே இல்லை. எங்கே அதைப் பருகுகிறார்களோ அங்கேயே அவர்கள் சாலையில் அல்லது நடைபாதையில் விழுந்து கிடந்தனர்.

டிஞ்சர் ஜிஞ்சர் பெர்ரி ஊற்றிக் கொடுத்துக்கொண்டிருந்த கடைக்காரர், காலியிடத்தில் அனூப் நிற்பதைப் பார்த்து, "என்ன வேண்டும்" என்று கண்ணாலும் சைகையாலும் கேட்டார். அனூப் ஒரே வார்த்தை சொன்னார். "இஞ்சி". அவர் தனியாக இருந்தார். கூட்டம் சேர்ந்துகொண்டிருந்தது. பதற்றமாக உணர்ந்தார். கடைக்காரர் கேட்டார், "எவ்வளவு?"

"எல்லாம்" என்றார் அனூப்.

"எல்லாம்?"

"ஆமாம். எல்லாம்."

கடைக்காரருக்கு ஆச்சரியமாகவும், சந்தேகமாகவும் இருந்தது. "என்ன கிண்டல் பண்றியா?" அச்சுறுத்தும் குரலில் கேட்டார்.

அனூப் தன் கைப்பையைத் திறந்து அதிலிருந்து தனது 9 எம்எம் பிஸ்டலை எடுத்து எல்லோரும் பார்க்கும்படி கவுண்டரின் மீது வைத்தார். பிறகு சொன்னார். "இது உனக்குக் கிண்டல் பண்றது மாதிரி தெரியுதா?" கடைக்காரர், பின்னறையில் இருந்த தன் முதலாளியை அழைத்தார். கடையில் நின்றிருந்த கூட்டம் விலகிச் சற்று தூர நின்று பார்த்தது. இந்தப் பரபரப்பால் மேலும் கூட்டம் சேர்ந்துகொண்டிருந்தது.

அனூப் தன்னை அறிமுகப்படுத்திக்கொண்டார். "நான்தான் இந்த மாவட்டத்தின் புதிய எஸ்.பி. அனூப் ஜெய்ஸ்வால். உன்னிடம் மொத்தம் எத்தனை பாட்டில்கள் இருக்கின்றன?"

அவர் பின்னால் கைகாட்டினார். பல டஜன்கள் இருந்தன. காலி பாட்டில்கள் குவியலாகத் தரையில் கிடந்தன. எல்லா பாட்டில்களையும் எடுத்து கவுண்டர் மீது வை என்றார் அனூப். சுமார் 30 பாட்டில்கள் இருந்தன. எல்லாம் குவார்ட்டர் அளவு பாட்டில்கள். "எல்லா பாட்டில்களையும் ஒரு அட்டைப் பெட்டியில் வைத்து எடுத்துக்கொண்டு என்னுடன் வா" என்றார் அனூப்.

அட்டைப் பெட்டியைத் தலையில் வைத்துக்கொண்டு கடைக்காரர் அங்கிருந்து சுமார் 500 மீட்டர் தூரத்திலிருந்த சென்ட்ரல் போலீஸ் நிலையத்திற்கு அனூப்பின் பின்னால் நடந்தார். கூட்டம் அவர்கள் பின்னால் சென்றது. அங்கிருந்த பாரா காவலருக்கு அனூப் யாரென்று தெரியவில்லை. அவர் தன்னை அறிமுகப்படுத்திக்கொண்டு நேராக நிலையப் பொறுப்பு அதிகாரியின் அறைக்குச் சென்றார். பாட்டில்கள் அடங்கிய அட்டைப் பெட்டியை நிலையப் பொறுப்பு அதிகாரியின் மேசை மீது வைக்கச் சொன்னார். அமர்ந்திருந்த நிலையப் பொறுப்பு அதிகாரி எழுந்து நின்று அனூப்பிற்கு சல்யூட் செய்தார். ஒரு கான்ஸ்டபிள் மேசை மீதிருந்தவற்றை அகற்ற, அட்டைப்பெட்டி அங்கு வைக்கப்பட்டது.

அனூப் எதுவும் பேசாமல் தனது ஜீப்பை நோக்கித் திரும்பினார்.

மறுநாள் காலை சென்ட்ரல் காவல் நிலையத்தின் இன்ஸ்பெக்டர், சப் இன்ஸ்பெக்டர், துணைக் காவல் கண்காணிப்பாளர் ஆகியோர் அனூப்பின் அலுவலகத்திற்கு வந்தனர். டி.எஸ்.பி. ஆஸ்டின் வயதானவர். அவர் சப்

இன்ஸ்பெக்டராக இருந்து டி.எஸ்.பி. ஆனவர். அவர்கள் மன்னிப்புக் கோரினர்.

"என்னிடம் மன்னிப்பு கேட்பதில் அர்த்தமில்லை. இந்த மாவட்டத்தில் இந்த இஞ்சி இருக்கக் கூடாது. அதுதான் எனக்குத் தேவை. நான் இதை இன்னொரு முறை சொல்ல மாட்டேன்."

அதன் பின் நகரின் முக்கிய சந்தையில் டிஞ்சர் ஜிஞ்சர் பெர்ரி விற்கப்படவில்லை. ஆனால் வெளிப்புறத்தில் கிடைத்தது. இந்த வணிகத்தின் தலைவன் பாலமுருகன் எனத் தெரிந்தது. அவனுக்கு இரண்டு தம்பிகள். அவர்களில் ஒருவன் பிரிந்து போய்விட்டான் என்று தெரிந்தது. மேலும் விவரங்கள் திரட்டுமாறு அனூப் டி.எஸ்.பி. ஆஸ்டினை நெருக்கினார்.

ஒருநாள் மாலை சென்ட்ரல் காவல் நிலைய சப் இன்ஸ்பெக்டர், எஸ்.பி.க்கு போன் செய்து, டயர்களில் மறைத்து வைக்கப்பட்ட 300 அல்லது 400 பாட்டில்கள் "இஞ்சி"யுடன் ஒரு கார் பிடிபட்டுள்ளதாகத் தெரிவித்தார். பாலமுருகனிடமிருந்து பிரிந்த அவனது தம்பியும் டிரைவரும் அதில் இருப்பதாகத் தெரிவிக்கப்பட்டது. அனூப் அவர்களை முகாம் அலுவலகம் அழைத்து வருமாறு பணித்தார். பாட்டில்கள் எங்கிருந்து வருகின்றன எனத் தெரிந்துகொள்ள விரும்பினார். முதலில் பாலமுருகனின் தம்பி தனக்கு எதுவுமே தெரியாது என்றான். டிரைவரும் எதுவும் சொல்லவில்லை. வழக்குப் பதிவு செய்து அவர்கள் இருவரையும் சிறையில் அடைக்குமாறு அனூப் உத்தரவிட்டார். பாலமுருகனின் தம்பி, அனூப்பிடம் தனியாகப் பேச வேண்டும் என்றான். அனூப் தனக்கு லஞ்சம் வாங்குவதில் விருப்பமில்லை என்றார். அது மேலும் அவனை பாதிக்கும் என்றும் சொன்னார். அவன், தான் லஞ்சம் கொடுக்க முன்வரவில்லை என்று சொன்னான். அனூப் இன்ஸ்பெக்டர் கோபாலகிருஷ்ணனைத் தவிர மற்றவர்களை வெளியே அனுப்பினார். பின்னர் அவன் சொன்னான் "நா உங்கள கெஞ்சி கேக்கறேன். இன்னிக்கி என்ன கைது செய்யாதீங்க."

"ஏன்?"

"நேத்து என் மனைவிக்கு ஹார்ட் அட்டாக்."

"என்னை நம்பச் சொல்றயா? யாராவது மனைவிக்கு ஹார்ட் அட்டாக் என்னும்போது கள்ளச் சாராயம் ஏற்றிய காரில் ஊர் சுற்றுவாங்களா?"

"இல்ல சார். நா கைது செய்யப்பட்டா அந்தச் செய்தியே அவள கொன்னுடும்."

அவன் மண்டியிட்டுச் சொன்னான், "ஒரு ஐந்து அல்லது பத்து நாள் கழித்து என்ன கைது பண்ணுங்க. நானே சரணாகிறேன்.

அதுவர இந்தக் காரும் பாட்டில்களும் உங்ககிட்டயே இருக்கட்டும். இன்னக்கி என்ன கைது பண்ணாதீங்க."

"ஆனா இது நீயே வரவழைத்துக்கொண்டதுதானே."

இப்போது அவன் பிளீஸ் பிளீஸ் என்று சொல்லிக்கொண்டே அழத் தொடங்கினான்.

அனூப் ஒரு சப் இன்ஸ்பெக்டரை அனுப்பி அவன் சொல்வது உண்மைதானா என்று முடிவு செய்திருக்கலாம். அல்லது டிரைவரிடம் அவனது எஜமானரின் மனைவி எங்கிருக்கிறாள் என்று கேட்டிருக்கலாம். ஆனால் தான் பிடிபட்டுவிடுவோம் என்ற சூழலில் அவன் பொய் சொல்வான் என்று அனூப் கருதவில்லை. "இதோ பார். நீ இந்த இஞ்சி எங்கிருந்து வருகிறது என்று சொன்னால் உன் மனைவியைக் காப்பாற்றலாம். எங்கு தயாரிக்கப்படுகிறது? எவ்வாறு விநியோகிக்கப்படுகிறது? உன்னுடைய அண்ணன்தான் இதன் தலைவன் என்று எல்லோரும் சொல்கிறார்கள். அது எல்லோருக்கும் தெரியும்" என்றார்.

"ஆமா சார். எனக்கும் அது தெரியும். ஆனா நா இப்போ அவன்கூட இல்ல. நீங்கள் என்ன நம்பினா நீங்க கேகக்கற தகவல நா தெரிஞ்சி வந்து சொல்றேன்."

இன்ஸ்பெக்டர் கோபாலகிருஷ்ணன் குறுக்கிட்டார். "சார், நீங்கள் இவனைப் போக விடக் கூடாது".

"நாம் இவனைப் போக விட்டாலும், இவன் எங்கே போய்விடுவான்? நாளை இவனை எப்போது வேண்டுமானாலும் பிடித்துவிடலாம். இவன் தன் வாக்குறுதியை மீறி எனக்குத்துரோகம் செய்தால் அதற்கான விலையை அவன் தர வேண்டியிருக்கும்" என்று அனூப் சொன்னார்.

அனூப் பிறகு அவனிடம் சொன்னார், "நான் ரிஸ்க் எடுத்து உன்ன விடறேன். நா உன்ன பிடிச்சதும் பிறகு விடறதும் வெளிய தெரிஞ்சா எனக்குக் கெட்ட பெயர் ஏற்படும். என்ன ஏமாத்தாத."

அவனையும் டிரைவரையும் பாட்டில்களையும் விட்டு விடுமாறு அனூப் இன்ஸ்பெக்டரிடம் சொன்னார்.

"உங்க உத்தரவு ஐயா" என்றார் கோபாலகிருஷ்ணன். அவர் முகத்தில் அதிருப்தி தெரிந்தது.

அதன் பின் அவ்வப்போது சில கள்ளச் சாராய வழக்குகள் பிடிபட்டன. அதற்கு மேல் ஒன்றும் இல்லை. வியாபாரம் தொடர்ந்து நடந்தது என்று அனூப்பிற்குத் தெரியும். ஆனால் மறைவாக. ஒன்றரை மாதங்களுக்குப் பிறகு அவரது மேசை மீது ஒரு உறை இருந்தது. அதனுள் கையால் வரையப்பட்ட ஒரு மேப்

இருந்தது. சில சாலைகள் பெயர் குறிக்கப்பட்டிருந்தன. ஒரு பகுதி அம்புக் குறியால் காட்டப்பட்டு "டிஞ்சர் ஜிஞ்சர் பெர்ரி கிடங்கு" என்று எழுதப்பட்டிருந்தது. எஸ்.பி. அனூப் அதிர்ச்சியடைந்தார். குறிக்கப்பட்டிருந்த சாலைகள் தூத்துக்குடி புறநகரில் அவரது வீடும் முகாம் அலுவலகமும் இருந்த இடத்திலிருந்து வெறும் ஒன்றரை கி.மீ. தூரத்திலேயே இருந்தன.

அனூப் ஸ்பெஷல் பிராஞ்ச் இன்ஸ்பெக்டர் முத்துராஜை அழைத்துக்கொண்டு மேப்பில் குறிக்கப்பட்டிருந்த ஏரியாவை மெல்லச் சுற்றிவந்தார். அந்த இடத்தைச் சுற்றி பெரிய சுற்றுச் சுவர் இருந்தது. ஒரு பெரிய கேட் பூட்டப்பட்டிருந்தது. அதன் உரிமையாளர் யாரென்று தெரியுமா என்று அனூப் முத்துராஜைக் கேட்டார். அவருக்குத் தெரியவில்லை. ஒரு இடத்தில் சுற்றுச் சுவர் உயரம் குறைவாக இருந்ததால் அவ்வழியாக உள்ளே ஒரு கட்டிடம் இருப்பது தெரிந்தது. சில மாட்டு வண்டிகளையும் பார்க்க முடிந்தது. அது ஒரு பண்ணை வீடு போல இருந்தது.

இனி என்ன செய்வது. பாலமுருகனுக்கு அமைச்சர் ராஜேந்திரன் நெருக்கம் என்று சொல்லப்பட்டது. மேலும் எதுவும் செய்யப்படுமுன் தூத்துக்குடி புதிய எஸ்.பி.யை மாற்றிவிட முயற்சி செய்யப்படுவதாகவும் வதந்தி இருந்தது. எனவே அனூப் துரிதமாக நடவடிக்கை எடுக்கவேண்டிய நிர்ப்பந்தம் இருந்தது. ஹைதராபாத் காவல் உயர் பயிற்சியகத்தில் பயிற்சி முடித்துப் புதிதாகப் பணியில் சேர்ந்திருந்த ஜாங்கிட் என்னும் ஏ.எஸ்.பி.யை மறுநாள் தனது அலுவலகத்திற்கு வருமாறு அழைத்தார். அவர் அனூப்பிடம் பயிற்சி பெற்றவர். நேர்மையானவர் என்று பெயரெடுத்த பொன்னுசாமி என்னும் சப் இன்ஸ்பெக்டரை அழைத்தார். ஒரு குழுவை அமைத்து, வேட்டைக்குத் தயாராகுமாறு சொன்னார். இரவு உணவுக்குப் பிறகு அவர்களிடம் அந்த மேப்பைக் காட்டி, அந்த இடத்தில் அதிகாலை 3 மணிக்கு வேட்டை நடத்த வேண்டும் என்றார். அப்போது நள்ளிரவு கடந்துவிட்டது. டி.எஸ்.பி. ஆஸ்டினும் அந்தக் குழுவில் சேர்க்கப்பட்டார். இரகசியம் காக்கப்பட வேண்டும். வேட்டை முடியு முன் யாரும் அந்த இடத்தை விட்டுப் போகக் கூடாது.

காலை 6.30 மணிக்கு போன் ஒலித்தது. ஆஸ்டின் பரபரப்புடன் பேசினார். "ஐயா, ஐயா, மிகப் பெரிய திமிங்கிலம் மாட்டியிருக்கிறது."

அந்தப் பண்ணை வீட்டில் டிஞ்சர் ஜிஞ்சர் பெர்ரி தயாரிக்கும் ஆலை இருந்தது. அந்த இடத்தில் ஷெட்கள், அறைகளுடன் கூடிய ஓரடுக்குக் கட்டிடம் ஆகியவை இருந்தன. நிலத்தடியில் வடிசல் தொட்டிகள் இருந்தன. அங்கு ஆல்கஹாலுடன் இஞ்சி கலக்கப்பட்டு அது வாரக் கணக்கில் புளிக்கவிடப்பட்டது. அதன்

பின் அதிலிலுள்ள ஆல்கஹால் பாட்டிலில் அடைக்கப்பட்டு சீல் செய்யப்படும். சில வேலையாட்கள் அங்கிருந்தனர். அவர்கள் கேரளாவிலிருந்து கண்கள் கட்டப்பட்டு கொண்டு வரப்பட்டவர்கள். மூன்று மாத ஒப்பந்த அடிப்படையில். அந்த 4 ஏக்கர் வளாகத்தைத் தாண்டி அவர்கள் வெளியே செல்ல முடியாது. வெளியிலிருந்து யாரும் அவர்களைப் பார்க்க முடியாது. அவர்களுக்கு ஆட்டுக்கறியுடன் நல்ல சாப்பாடு போடப்பட்டது. அவர்கள் ஷெட்களில் தங்க வைக்கப்பட்டனர். அங்கு வீடியோ கேசட் ரிக்கார்டர்களும் ஆபாச கேசட்களும் இருந்தன. சுமார் ஒரு லட்சம் பாட்டில்களுக்கு மேல் இஞ்சி நிரப்பி விற்பனைக்குத் தயாராக இருந்தன. ஷெட்களில் இருந்த அறைகள் முழுவதும் புதிய காலி பாட்டில்கள் இருந்தன. பயன்படுத்தப்பட்ட காலி பாட்டில்கள் ஆங்காங்கே மலை மலையாய்க் குவிக்கப்பட்டிருந்தன.

அந்த ஆலை பாலமுருகனுக்குச் சொந்தமானது என்று தெரிந்தது. அந்தப் போலீஸ் படை, அங்கிருந்து நேராக பாலமுருகனின் வீட்டிற்குச் சென்று அவனையும் அவனது தம்பியையும் மகனையும் கைது செய்தது. அப்போது மணி காலை 4.30 இருக்கும். பாலமுருகனின் மகன் கொதித்தான். வடக்குக் காவல் நிலைய இன்ஸ்பெக்டர் கோபாலைப் பார்த்து சத்தமிட்டான். அவரும் வேட்டைப் படையில் சேர்க்கப்பட்டிருந்தார்.

“நன்றி கெட்ட நாயே. உனக்கு எவ்வளவு பணம் கொடுத்திருப்பேன். நீ செய்யும் நன்மை இதுதானா? உனக்குத் தேவைப்படும்போதெல்லாம் நீ என் அப்பாவிடம் வந்து வாங்கிட்டு போன, இப்ப இப்பிடி பண்ற.”

அந்த இன்ஸ்பெக்டரால் பதில் பேச முடியவில்லை.

அவர்கள் மூவரையும் ஆலைக்குக் கொண்டுசென்றனர். அனூப் அவசரம் அவசரமாகப் பல் துலக்கி, கிடைத்த உடையை அணிந்துகொண்டு ஆலைக்கு விரைந்தார். அவர்கள் வெறுத்துப்போய் நின்றிருந்தனர். பாலமுருகன் உயரமாக, தலையைப் படிய வாரி இருந்தான். மாநிறம். 50 வயதுக்கு மேல் இருக்கும்.

காவல் கண்காணிப்பாளர் வந்ததும் அவரிடம், “நான் எல்லாருக்கும் கொடுத்துட்டேன்,” என்றான்.

“எனக்கு கொடுத்தியா? கண்காணிப்பாளர் கேட்டார். அவன் பதில் பேசவில்லை.

“அப்படியானா, நீ யாருக்கு கொடுத்த, எப்ப கொடுத்த, எவ்வளவு கொடுத்த எல்லாம் நாம பேச வேணாம்.”

பின்னர் தெரிந்தது. இன்ஸ்பெக்டர் கோபால் சில ஆண்டுகளுக்கு முன் சஸ்பென்ஷனில் இருந்துள்ளார். சஸ்பென்ஷனின் போது பாதிச் சம்பளமே தரப்படும். அந்த சஸ்பென்ஷன் காலம் முழுவதும் பாலமுருகன் கோபாலுக்குப் பாதி சம்பளத் தொகையைத் தந்திருக்கிறான். ஒரு கான்ஸ்டபிளின் வீட்டில் திருமணம் என்றால் ஒரு மிக்சி அல்லது கிரைண்டர் அவரது வீட்டு வாசலுக்கு அவர் கேட்காமலேயே போய்ச்சேர்ந்துவிடும். அவன் போலீஸ்காரர்களுக்கு அவர்கள் கேட்காமலேயே கொடுத்துள்ளான். ஒரு முக்கியப் பிரமுகர் பாதுகாப்புக்குக் கார் தேவையெனில் பாலமுருகனிடம் நான்கைந்து அம்பாஸிடர் கார்கள் இருந்தன. அவன் எப்போது வேண்டுமானாலும் கொடுத்தான். பெட்ரோல் டாங்க் வழிய வழிய நிரம்பியிருக்கும். டாஷ் போர்டில் ஒரு உறையில் 1000 ரூபாய் அவசர செலவுகளுக்கு இருக்கும்.

"நான் தப்பு செஞ்சேன். என்ன கைது செய்ங்க. என் தம்பிய கைது செய்ங்க. ஆனா என் மகன் என்ன தப்பு செஞ்சான்? அவனுக்கு இதில பங்கில்ல. அவன் சி.ஏ. படிக்கிறான். அவன விட்டுடுங்க."

அனூப் ஆஸ்டினைப் பார்த்தார். அவர் சொன்னார், "இல்லை சார். அவன் ஒரு பெரிய பொறுக்கி. அவன் இன்ஸ்பெக்டர் கோபாலை எப்படி திட்டுகிறான். அவனை விடக் கூடாது."

அனூப் சொன்னார், "அவன் அப்பா குற்றத்தை ஒப்புக்கொள்கிறார். அவரது தம்பி ஒப்புக்கொள்கிறார். அவன் ஒரு சிறுவன். அவன் அப்பா தவறு செய்தால் அது அவன் குற்றமல்ல. அவன் இதில் சம்மந்தப்படவில்லை. அவனை விட்டுவிடுங்கள் என்று உங்களைக் கேட்டுக்கொள்கிறேன்."

ஆஸ்டின் சொன்னார், "இல்லை சார். நீங்கள் உணர்ச்சி வசப்படாதீர்கள். நீங்கள் எப்போதும் இதுபோல உணர்ச்சிவசப்படுகிறீர்கள்."

"அவன் ஒரு சிறுவன். அன்பு கூர்ந்து அவனை இதிலிருந்து விடுவித்து, அவனைப் போக விடுங்கள். நான் உங்களைக் கேட்டுக்கொள்கிறேன்."

"எனக்கு அதில் சம்மதமில்லை சார்" என்றார் ஆஸ்டின்.

அனூப் நகைச்சுவையாகச் சொன்னார். "சரி ஆஸ்டின், இது எனது பணிவான கோரிக்கை. நாளை நீங்களும் என்னிடம் ஒரு கோரிக்கை வைக்கலாம். நான் அதை மறுக்கலாம் அல்லவா?"

"நீங்கள் அப்படிச் சொன்னால், அது உத்தரவை விட மோசமானது."

"குற்றப் பத்திரிகையில் அந்தப் பையனின் பெயரைத் தயவுசெய்து சேர்க்காதீர்கள். அவனை இங்கிருந்து போகச் சொல்லுங்கள்."

பின்னர் மற்றவர்கள் எல்லோரும் விலங்கிடப்பட்டு காவல் நிலையத்திற்கு நடத்தியே அழைத்துச் செல்லப்பட்டனர். அப்போது மணி காலை 9.00.

புகைப்படங்கள் எடுக்கப்பட்டன. குற்ற அறிவியல் ஆய்வகத்திற்கு மாதிரிகள் அனுப்பப்பட்டன. அனூப் சென்று குளித்து, சிற்றுண்டி அருந்திவிட்டு, பிறகு காவல் நிலையம் சென்றார். பத்திரிகையாளர்கள் வரவழைக்கப்பட்டு செய்தி சொல்லப்பட்டது. புகைப்படங்கள் தரப்பட்டன. அது அனூப்பின் இரண்டாவது பத்திரிகையாளர் சந்திப்பு. தர்மாவின் கொலைக்குப் பிறகு முதல் சந்திப்பு நடந்தது. மது ஆலை ரெய்டு பற்றிய செய்தி பரவியதால் வந்த தொலைபேசி விசாரணைகளுக்கு அவர் பதில் சொல்லிக்கொண்டிருந்தார். அவர் புறப்படவிருந்த நேரத்தில் ஒரு கான்ஸ்டபிள் வந்து காதுகளில் சொன்னார் – "ஐயா, யாரையும் நம்பாதீர்கள். இவர் ரொம்பப் பெரிய ஆள். நீங்கள் போன பின் அவர்கள் லாக்-அப்பைத் திறந்து அவரைப் போகச் சொல்லிவிடுவார்கள்."

அனூப் நிலையத்தின் பாதுகாப்பை இரட்டிப்பாக்கினார். லாக்-அப்பிற்கு இரண்டு பூட்டுக்கள் போட்டு தலா ஒரு சாவியை ஆஸ்டினிடமும் பொன்னுசாமியிடமும் கொடுத்தார். பாலமுருகன், அவன் தம்பி லாக்-அப்பில் இருப்பது அவர்கள் சொந்தப் பொறுப்பு என்று உத்தரவிட்டார். அவர்கள் இயற்கைத் தேவைக்கு என்ன செய்வது என்று யாரோ கேட்டார்கள். "உள்ளே ஒரு இரும்பு பக்கெட் வையுங்கள். அதில் போகட்டும்."

அடுத்த நாள் அவர்களை நீதிமன்றத்தில் நிறுத்த வேண்டும். மாலை, வழக்கறிஞர்கள் அனூப்பை அணுகத் துவங்கினர். அவர் அவர்களைக் காவல் நிலையம் செல்லுமாறு கூறினார். ஆஸ்டின் சொன்னார், "பாலமுருகன் நிச்சயம் பெயில் வாங்கி விடுவார்."

அவர்களை 15 நாள் ரிமாண்ட் செய்யும்படி கேட்க அனூப் மாஜிஸ்திரேட்டின் வீட்டிற்குச் சென்றார். "அவர்களை தயவுசெய்து நீதிமன்றத்திற்குக் கொண்டுவராதீர்கள். அங்கு அவரது வழக்கறிஞர்கள் எல்லோரும் இருப்பார்கள். பெயில் மறுப்பது கடினம். ஏதாவது பாதுகாப்புக் காரணங்கள் சொல்லி, காலையில் நான் நீதிமன்றத்திற்குப் போகுமுன் சத்தமில்லாமல் என் வீட்டிற்குக் கொண்டு வந்துவிடுங்கள். அங்கு நான் அவர்களை ரிமாண்ட் செய்கிறேன்" என்று மாஜிஸ்திரேட் சொன்னார்.

அனூப் அந்தப் பணியை டி. எஸ். பி. யிடம் ஒப்படைத்தார்.

மறுநாள் அனூப் எல்லாச் செய்தித்தாள்களையும் அலசினார். இது பற்றி என்ன செய்தி வந்துள்ளது என்று பார்க்க. வினோதமாக 'மக்கள் குரல்' தவிர வேறு எந்தப் பத்திரிக்கையும் இந்தச் செய்தியை வெளியிடவில்லை. அதன் பின் வழக்கு ஆண்டுக்கணக்கில் நடந்தது. ஆனால் மூன்று மாதங்களுக்குப் பிறகு பாலமுருகன் அனூப்பின் முகாம் அலுவலகத்திற்கு வந்தார். அனூப் அவரை உட்காருமாறு சொன்னார். பாலமுருகன் சொன்னார், "ரொம்ப நாளாக நான் இந்த வியாபாரத்தை நிறுத்த விரும்பினேன். ஆனால் அது முடியவில்லை. அரசியல்வாதிகளுக்கும் அதிகாரிகளுக்கும் அது தேவையாக இருந்தது. அதில் பணம் இருந்தது."

தன் மகனை விட்டதற்காக அவர் நன்றி தெரிவித்தார். அவர் பின்னர் ஒரு அழைப்பிதழை எடுத்து, எழுந்து நின்று கொடுத்தார். அது அவர் மகனின் திருமண அழைப்பிதழ். இரண்டு மாதங்களுக்குப் பின் நடக்கவிருந்தது. எஸ்.பி. வர வேண்டும் என்று அவர் கேட்டார். ஆனால் அனூப், தான் அவ்வாறு செய்ய முடியாது என்றும், இரு வேறு சமூக நிலைகளில் இருப்பதால் அவரது குடும்ப நிகழ்ச்சியில் கலந்துகொள்ள முடியாது என்றும் சொன்னார். பாலமுருகன் தன் இதயத்தின் மீது கைவைத்து, "நான் சத்தியம் பண்றேன். நான் மீண்டும் 'இஞ்சி' பிஸினஸ் செய்ய மாட்டேன்" என்றார்.

அவர் அதைச் சொன்ன விதம் அவர் உண்மையாகவே சொல்கிறார் என்று அனூப்பை நினைக்க வைத்தது. "நீங்கள் இப்படிச் சொன்னதால் நான் உங்கள் மகனின் திருமணத்தில் நிச்சயம் கலந்துகொள்வேன்."

அனூப் அழைப்பிதழைத் தன் மேசை அறையில் வைத்துக்கொண்டார். பின்னர் அது பற்றி தன் சக அலுவலர்களிடம் சொன்னபோது அவர்கள் சிரித்தனர். "நாய் வாலை நிமிர்த்த முடியாது" என்றனர். ஆஸ்டின் சத்தம் போட்டார். "சார், நீங்கள் எப்படி அந்தக் கல்யாணத்துக்குப் போக முடியும்? உங்களைப் பார்த்து எல்லோரும் சிரிப்பார்கள்."

திருமண நாள் நெருங்கியபோது மீண்டும் இஞ்சி விற்பனைக்கு வந்துவிட்டது என்பது அனூப்பிற்குத் தெரியாது. தூத்துக்குடி துறைமுகத்திற்கு கேப்டன் லால் என்பவர் ஒரு வணிகக் கப்பல் அதிகாரியாக வந்தார். அவர் அனூப்பின் வீட்டிற்குப் பலமுறை தேநீர் பருக, விருந்துண்ண வருவார். அனூப்பும் அவர் குடும்பமும் லாலின் வீட்டிற்குச் சென்றனர். லால் ஒரு வாடகை வீட்டில் வசித்தார். அவருக்கு இரு குழந்தைகள். அவர்களுக்கும் அனூப்பின்

குழந்தைகளுக்கும் சம வயது. அனூப் அவருக்கு போன் செய்து மறுநாள் அவரது காரை சில மணிநேரங்களுக்குக் கடனாகத் தர முடியுமா என்று கேட்டார். லாலிடம் ஒரு மாருதி வேன் இருந்தது.

அடுத்த நாள் அனூப், பைஜாமா குர்தா அணிந்து வேனில் கல்யாண மண்டபம் சென்றார். அவர் மண்டபத்திற்குள் நுழைந்தபோது இரு புறமும் மக்கள் நாற்காலிகளில் அமர்ந்திருந்தனர். மேடை முன்னால் இருந்தது. அங்கு சடங்குகள் நடந்துகொண்டிருந்தன. பாலமுருகன் மேடையில் மணமக்களுடன் இருந்தார். அவர் அனூப்பைப் பார்த்ததும் படிகளில் இறங்காமல் மேடையிலிருந்து ஒரே தாவலாக ஓடி வந்து வரவேற்றார். தன் வேட்டி முனையைப் பிடித்தபடி அனூப்பை மேடைக்கு அழைத்துச் சென்று மஞ்சள், அரிசி, பூக்கள் கொண்டு மணமக்களை ஆசீர்வாதம் செய்யச் சொன்னார். அவரது மகனும் மணமகளும் அனூப்பின் கால்களில் விழுந்து வணங்கினர். அனூப் புறப்பட்டபோது பாலமுருகன், "ஐயா ஒரு நிமிடம்..." என்று சொல்லிவிட்டு எங்கோ ஓடினார். திரும்பி வரும்போது, அவர் கையில் ஒரு பாக்கெட் இருந்தது. அதை அனூப்பின் கைகளில் திணித்தார். அனூப் ஏற்க மறுத்தார். பாலமுருகன் பாக்கெட்டைப் பிரித்தார். உள்ளே ஒரு தங்கச் சரிகை வேட்டி இருந்தது. அனூப் அதை எடுத்துக்கொண்டு வேனுக்கு வந்தார். பாலமுருகன் வேன்வரை வந்து வழியனுப்பினார்.

இந்த நேரத்தில்தான் ஸ்பிக்கின் எக்ஸிகியூட்டிவ் டைரக்டர் அவரது மக்கள் தொடர்பு அலுவலர் மூலமாக எஸ்.பி.யைச் சந்திக்க அனுமதி கேட்டார். அனூப்புக்கு அவரைச் சந்திப்பதில் மகிழ்ச்சியே. ஏனெனில் அவர்கள் அடிக்கடி ஸ்பிக் விருந்தினர் விடுதியை உபயோகித்தனர். ஸ்பிக் சேர்மன் எம்.ஏ.சிதம்பரம் தூத்துக்குடி வருவதாகவும், அவர் அனூப்பைச் சந்திக்க விரும்புவதாகவும் மக்கள் தொடர்பு அலுவலர் தெரிவித்தார். "அலுவல் தொடர்பான சந்திப்பா"? என்று அனூப் கேட்டார். அப்படி ஏதுமில்லை என்று பதில் வந்தது. "அப்படியென்றால், அவரது வயதைக் கருதி நானே வந்து அவரைப் பார்க்கிறேன்" என்றார் அனூப். அப்போது எம்.ஏ. சிதம்பரத்திற்கு 80 வயது.

இரு தினங்களுக்குப் பிறகு ஸ்பிக் சேர்மன், அனூப், அவரது மனைவி, குழந்தைகளை ஸ்பிக் விருந்தினர் விடுதிக்கு விருந்துக்கு அழைப்பதாகத் தெரிவிக்கப்பட்டது. தேதியும் நேரமும் தெரிவிக்கப்பட்டன.

எம்.ஏ.சிதம்பரம் முதியவர். அவரது மனைவியும் அங்கிருந்தார். அவர் அனூப்பின் மகளை மடியில் அமர்த்திக்கொண்டு பேசிக் கொண்டிருந்தார். "நான் தங்களுக்கு ஏதாவது செய்ய வேண்டுமா?" அனூப் கேட்டார்.

"இல்லை இளைஞரே. நான் உங்களைப் பாராட்ட விரும்புகிறேன். சென்னையில் சிலர் கத்தை கத்தையாகப் பணத்தை வைத்துக்கொண்டு திரிந்தனர். உங்களை இங்கிருந்து மாற்ற."

ஸ்பிக் சேர்மன் அவர்களிடமிருந்து வந்த இந்தத் தகவல் அனூப்பைத் திகைக்கச்செய்தது.

ஸ்பிக் சேர்மன் தொடர்ந்தார். "அவர்கள் உங்களை மாற்ற இருபது லட்ச ரூபாய்வரை தரத் தயாராக இருந்தனர். எம்.ஜி.ஆர். கூட ஒப்புக்கொண்டார். முதலமைச்சரிடம் அவர்கள், 'அந்த ஆளுக்கு சரியா தமிழ் தெரியாது. சரியா போலீஸ் வேலை செய்ய மாட்டார். மக்கள் கஷ்டப்படறாங்க. நீங்கள் தமிழ் தெரிந்த அதிகாரியை தூத்துக்குடிக்குப் போட வேண்டும்' என்றனர். உங்கள் டி.ஜி.பி. ரவீந்திரன் எம்.ஜி.ஆரிடம் 'அனூப் நன்றாக வேலை செய்கிறார். அவர் கறாராக இருக்கிறார். அதனால் அவரை மாற்ற சிலர் விரும்புகிறார்கள்' என்றார். எம்.ஜி.ஆர். ஏற்றுக்கொண்டு உங்களைத் தொடர அனுமதித்தார்."

அனூப் ஸ்பிக் சேர்மனிடம் சொன்னார், "அந்தப் பணத்தில் பாதியைக் கொடுத்திருந்தால் நானே போயிருப்பேன்."

அந்த நாட்களில் இருபது லட்சம் என்பது இன்று 20 கோடிக்கு சமம்.

சிதம்பரம் மனம் விட்டுச் சிரித்தார். "சரியா சொன்ன. சரியா சொன்ன."

அதன் பின் வெகு விரைவில் தூத்துக்குடிக்கு இரகசியச் செலவுகளுக்கான தொகை ஆண்டுக்கு ஒரு லட்சம் என்பதிலிருந்து இரண்டு லட்சமாக உயர்த்தப்பட்டது. அனூப் டி.ஜி.பி.க்கு நன்றி தெரிவித்தபோது அவர் சொன்னார்:

"இப்படிப் பாருங்கள். நீங்கள் தூத்துக்குடியின் பெயரை இஞ்சிக்குடி என்பதிலிருந்து தூத்துக்குடி என்று திரும்பவும் மாற்றிவிட்டீர்கள்."

5

கடிதம் தந்த வரம்

இளைஞர்கள் மூவர் ஒரு மூதாட்டியை கண்காணிப்பாளர் அனூப் ஜெய்ஸ்வாலின் முகாம் அலுவலக அறைக்கு அழைத்து வந்தனர். அவரை ஒரு நாற்காலியில் அமர வைத்தனர். "நான் என்ன செய்ய வேண்டும்?" என்று அனூப் கேட்டார். பாட்டி சாத்தான்குளம் அருகிலுள்ள ஒரு கிராமத்திலிருந்து வருவதாகச் சொன்னார்கள். அது தூத்துக்குடிக்குத் தென்மேற்கே சுமார் 80 கிலோ மீட்டர் தொலைவில் இருந்தது. அவர் மெலிந்து கூன் விழுந்து இருந்தார். அவருக்கு 80 வயதுக்கு மேல் இருக்கலாம். அவர் தலை இடைவிடாது ஆடிக்கொண்டிருந்தது. பேசியபோது குரல் நடுங்கியது. அது ஒரு முனகல்போல் இருந்தது. அவரால் தொடர்ச்சியாகப் பேச முடியவில்லை. அவருக்காக அந்த இளைஞர்களே பேசினர். அவர்கள் பாட்டியின் கிராமத்தைச் சேர்ந்தவர்கள்.

அவர்கள் சொன்னது இதுதான்: பாட்டிக்கு ஒரு ஏக்கர் நிலம் இருந்தது. அதை அவர் தன் உறவினர் களிடம் கொடுத்துத் தன்னைப் பார்த்துக்கொள்ளச் சொன்னார். அவருடைய குடிசை இப்போது பழுது பார்க்கப்பட வேண்டும். மழைபெய்தால் கூரை முழுவதும் ஒழுகல். யாருக்கும் அதைச் சரிசெய்ய வேண்டும் என்னும் எண்ணமோ நேரமோ இல்லை. அது மெல்லக் கரைந்து மண்ணோடு மண்ணாகும் நிலையில் இருந்தது. பாட்டி தனியாகவே இருந்தார். கடந்த வாரம் காய்ச்சல் வந்தபோது மருந்து வாங்கித்தரக்கூட யாரும் இல்லை. அவர் தனியாகவே தன்னைப் பார்த்துக்கொள்ள வேண்டிய நிலை. அருகில் வசித்த உறவினர்கள் சாப்பாடு தந்தனர்.

சில நேரங்களில் அதையும் மறந்துவிடுவார்கள். அவர் தன் கூன் விழுந்த முதுகுடன் தள்ளாடிச் சென்று பிச்சை எடுத்தார். அவரது உறவினர்கள் எதிர்பார்த்ததைவிட அதிக காலம் அவர் உயிரோடிருக்கிறார். அவர் தன் நிலத்தைத் திரும்பப் பெற்று இந்த இளைஞர்களிடம் கொடுக்க விரும்புகிறார். அவர்கள் சாகும்வரை அவளைப் பாராமரிப்பார்கள். நிச்சயம் அவருடைய உறவினர்களைவிட நல்ல முறையில்.

நிலத்தைத் திரும்பப் பெறுவதற்கு என்ன செய்வது என்று புலப்படவில்லை. அனூப் அவர்களை அழைத்துக் கண்டிக்கலாம். பாட்டிக்கு ஏதேனும் நேர்ந்தால் அதற்கு அவர்களே பொறுப்பு என்று அச்சுறுத்தலாம். அவர்கள் கிரிமினல்களாக இருக்க வாய்ப்பில்லை. சட்டச் சிக்கலில் மாட்டிக்கொள்ளக் கூடாது என்று அவர்கள் அஞ்சும் வாய்ப்புள்ளது.

அவருக்குக் குழந்தையோ மற்ற உறவினர்களோ இருக்கிறார்களா என்று அனூப் கேட்டார்.

"இல்ல ஐயா." கிசுகிசுக்கும் குரல். பேசவே சிரமப்பட்டார் அந்தப் பாட்டி.

"கணவர்"?

"இல்ல ஐயா."

பின் தற்செயலாகச் சொன்னார், தன் கணவர் ஒரு போலீஸ்காரர் என்று.

"போலீஸ்காரரா? எங்கே?"

அவருக்குத் தெரியவில்லை.

"எப்போது ரிடயர் ஆனார்?"

"இல்ல ஐயா, இறந்துட்டாரு"

எப்போது இறந்தார் என்று அனூப் கேட்டார்.

அவர் குழம்பினார். அந்த இளைஞர்களுடன் ஏதோ பேசினார். பிறகு அவர்கள் சொன்னார்கள், "நாங்கள் பிறப்பதற்கு வெகு நாட்களுக்கு முன்."

அவர்களில் மூத்தவனுக்கு முப்பத்தைந்து வயதிருக்கலாம். பாட்டியின் இளம் வயதிலேயே அவர் இறந்துவிட்டார். ஐம்பது ஆண்டுகளுக்கு மேல் இருக்கலாம். அதாவது 1947 ஆகஸ்டில் இந்தியா விடுதலை பெறுவதற்கு முன்னரே அவர் இறந்துபோயிருக்க வேண்டும் என்று அனூப் புரிந்துகொண்டார். இப்போது 1988. அதாவது 40 ஆண்டுகளுக்கு முன். அவர் தன் நிலத்தை உறவினர்களுக்கு 30 ஆண்டுகளுக்கு முன் தந்துள்ளார்.

அதாவது 1950களின் பிற்பகுதியில். ஆண்டுகள் கடந்தது பற்றி அவருக்குத் தெளிவில்லை.

அவள் கணவரின் பெயர் என்னவென்று அனூப் கேட்டார்.

பாட்டியால் பெயரைச் சொல்ல முடியவில்லை.

“மறந்துட்டீங்களா ?”

“மறக்கல ஐயா. என் கணவர் பேர நா எப்பவும் சொன்னதில்ல.”

அவருடைய சமூகத்தில் கணவரின் பெயரைச் சொல்லப் பெண்களுக்கு அனுமதியில்லை.

“அவர் பெயரைச் சொல்லவில்லையென்றால் நான் உங்களுக்கு எப்படி உதவி செய்ய முடியும் ?”

“அவருக்கு ராமனின் தம்பி பெயர்.”

“பரதன் ?”

“இல்லை இன்னொரு தம்பி”

“லக்ஷ்மணன் ?”

பாட்டி ஆம் என்று தலையாட்டினார்.

இந்த சம்பாஷணை நடந்து கொண்டிருக்கும்போது ரிடையர்ட் சப் இன்ஸ்பெக்டர் முத்துராஜ் உள்ளே வந்தார். அவர் எப்போதும் பார்வையாளர்களோடு உரையாட அனூப்பிற்கு உதவி செய்வார். காரணம், அனூப்பின் தமிழறிவு.

“சார் நாம கிராமத்தில விசாரிக்கலாம். இன்னும் விவரங்கள் கிடைக்கலாம்” என்று முத்துராஜ் சொன்னார்.

1950களில் அரசு ஒரு திட்டத்தை அறிவித்திருந்தது. அதன்படி காவல் துறையிலோ, பிற அரசுத் துறைகளிலோ வேலை செய்தவர்கள் பல்வேறு காரணங்களுக்காக வேலையை விட்டுப் போயிருந்தாலும் அவர்களுக்கு பென்ஷன் வழங்கலாம்.

“கிராமத்தில் விசாரிப்பதால் என்ன பயன் ?” என்று அனூப் முத்துராஜைக் கேட்டார்.

“சார், கொலை வழக்குகளில் வாய்மொழி சாட்சியத்தை வைத்தே மரண தண்டனைகூட விதிக்கப்படுகிறது. அதுபோல வாய்மொழி சாட்சியம் பெற்று நாம அவருக்குப் பென்ஷன் வாங்கித்தரக் கூடாதா ?”

முத்துராஜ் சொன்னதில் அர்த்தம் இருந்தது. அனூப் அந்த மூதாட்டியின் கிராமத்தில் விசாரிக்க உத்தரவிட்டார். அம்மத்தாய் அம்மாள் என்னும் அந்த மூதாட்டிக்கு ஏதேனும் சிரமம் தந்தால் எஸ்.பி.யின் நடவடிக்கைக்கு உள்ளாக நேரும் என்று அவரது

உறவினர்களுக்கு உறுதியாகச் சொல்லுமாறு முத்துராஜிடம் கூறினார்.

முத்துராஜ் கிராமத்தில் தீவிரமாக விசாரித்தார். அம்மத்தாய் அம்மாளின் கணவர் ஒரு போலீஸ்காரர் என்பதற்கு மேல் வேறு எந்த உருப்படியான தகவலும் கிடைக்கவில்லை. முத்துராஜ் பாட்டியின் வீட்டிற்குப் போனார். அவரது கணவர் சம்பந்தமாக ஏதாவது நினைவு இருக்கிறதா என்று கேட்டார். ஏதாவது ஒரு சிறிய விஷயம் என்றாலும் பரவாயில்லை. பாட்டிக்கு எதுவும் நினைவில் இல்லை. ஆனால் முத்துராஜைத் தன் குடிசைக்குள் அழைத்துச் சென்றார். வீட்டிற்குள் கூரையிலிருந்த ஓட்டைகள் வழியாக வந்த சூரிய ஒளியில் ஒரு பழைய அலுமினியப் பெட்டியை எடுத்தார். அதைத் துழாவி அதிலிருந்து ஒரு துணிப் பையை எடுத்தார். அது நூலால் கட்டப்பட்டிருந்தது. தட்டுத்தடுமாறியபடி அந்தப் பையைத் திறந்தார். அதிலிருந்து ஒரு உலோகப் பொருள் தரையில் விழுந்த சத்தம் கேட்டது. முத்துராஜ் குனிந்து அதைக் கையில் எடுத்தார். அது போலீசார் அணியும் பெல்ட்டின் பித்தளை பக்கிள். அது எப்படி அந்தப் பையில் வந்தது என்று பாட்டிக்குத் தெரியவில்லை. அந்தப் பையில் ஒரு போஸ்ட் கார்டு இருந்தது. அது மடித்து வைக்கப்பட்டிருந்தது. அவள் அதை முத்துராஜிடம் கொடுக்க அவர் அதைப் பிரித்துப் பார்த்தார். எழுத்து மங்கி சில இடங்களில் தண்ணீர் பட்டு எழுத்து அழிந்திருந்தது. ஆனால் கடிதத்தில் இருந்த கையொப்பம் தெளிவாக "லக்ஷ்மணன் நாயுடு" என்றிருந்தது. முத்துராஜ் வாய் விட்டுப் படித்தார்.

"நான் ஏழு வருடங்களாக போலீசில் வேலை பார்க்கிறேன் என்பதும் உன்னை என்னுடன்கூட வைத்துக்கொள்ள முடியாதது பற்றி நான் எவ்வளவு வருந்துகிறேன் என்பதும் உனக்குத் தெரியும். எனக்கு இதுவரை வீடு ஒதுக்கப்படவில்லை. நான் இப்போது ஸ்ரீவைகுண்டம் போலீஸ் நிலையத்தில் வேலைபார்க்கிறேன். இன்னும் மூன்று மாதத்தில் காலியாகும் ஒரு குடியிருப்பு எனக்குக் கிடைக்கும் என்று இன்ஸ்பெக்டர் சொல்லியுள்ளார். எனவே கவலை வேண்டாம். வீடு கிடைத்தவுடன் நான் வந்து உன்னை அழைத்து வருவேன். நாம் ஒன்றாக கணவன் மனைவியாக வாழலாம். நமக்கும் ஒரு குடும்பம் இருக்கும். அது விரைவில் நடக்க நான் பிரார்த்திக்கிறேன்."

அஞ்சல் முத்திரை அழிந்திருந்தது. அது காலணா போஸ்ட் கார்டு. வருடம் 1923 என்று தோன்றியது. முத்துராஜ் பாட்டியிடம் கேட்டார். "உங்கள் கணவர் உங்களை ஸ்ரீவைகுண்டம் குவார்ட்டர்சுக்கு அழைத்துப் போனாரா?"

"இல்ல. அதுக்கு முன்னாடியே இறந்துட்டார்."

“எப்படி இறந்தார் ?”

அவளால் நினைவுகூர இயலவில்லை. “அவர் இறந்துவிட்டார் என்ற செய்தி கிடைத்தது. பிறகு இறுதிச் சடங்குகளுக்காக அவரது உடல் ஊருக்குக் கொண்டு வரப்பட்டது.” அதற்கு மேல் அவருக்கு ஏதும் நினைவில் இல்லை.

முத்துராஜ் போஸ்ட் கார்டையும் பக்கிளையும் முகாம் அலுவலகத்திற்கு எடுத்து வந்தார். அனூப் அவற்றை மாவட்டக் காவல் அலுவலகம் எடுத்து வந்தார். தனது பி.ஏ.வை அழைத்து இவற்றை வைத்து லக்ஷ்மணனுக்குப் பென்ஷன் வாங்கித்தர முடியுமா என்று கேட்டார், லக்ஷ்மணன் ஏழு வருடங்கள் வேலை பார்த்திருக்கிறார். சர்வீசில் இருக்கும்போது இறந்திருக்கிறார்.

பி.ஏ. சொன்னார், “சார், இது போதுமான ஆதாரமில்லை. பென்ஷன் அலுவலகத்திலிருந்து பணம் பெற இன்னும் வலுவான ஆதாரம் வேண்டும்.”

அனூப், ஸ்ரீவைகுண்டம் காவல் நிலையப் பதிவேடுகளில் ஏதேனும் ஆதாரம் கிடைக்கிறதா என்று தேடச் சொன்னார். லக்ஷ்மணன் அங்கு வேலை பார்த்தார் என்பதற்கோ, அவருக்குக் குடியிருப்பு தரப்பட்டது என்பதற்கோ எந்த ஆதாரமும் கிடைக்கவில்லை.

முடிவாக அனூப், அந்த போஸ்ட் கார்டையும் பக்கிளையும் ஆள் மூலமாகச் சென்னையிலுள்ள தடய அறிவியல் ஆய்வகத்திற்கு அனுப்பினார். சுமார் பத்து தினங்களுக்குப் பின் அந்தக் கடிதம் உண்மையானதே என்று அறிக்கை வந்தது. கடிதம் உண்மையானது என்றால் அதில் உள்ள விஷயங்களும் உண்மையானவையே என்று அனூப் கருதினார். தனது மேலதிகாரியான டி.ஐ.ஜி.யைக் கலந்தாலோசித்தார். அவர் அதைப் புறக்கணித்தார். “அனூப் உங்களுக்கு எப்போதோ இறந்துபோனவர்களின் ஆவியைத் தேடுவதைத் தவிர வேறு உருப்படியான வேலை எதுவுமில்லையா ?”

அனூப்பின் பி.ஏ.வுக்கும் ஐயங்கள் இருந்தன. அவர் ஒரு கெஜெட்டட் அதிகாரி. நிர்வாகத்திற்குப் பொறுப்பானவர். அவருக்கு விதிகளும் நடைமுறைகளும் அத்துப்படி. அவர் சொன்னார், “ஐயா, இது வேலைக்காகாது.”

“முயன்று பார்க்கலாம். நீங்கள் உங்கள் ஆட்சேபணைகளை நீல நிற மையில் பதிவு செய்யுங்கள். நான் என்னுடைய பச்சை நிற மையினால் அவற்றை மீறினால் அதற்கு நான் பொறுப்பு. நான் அந்தப் பொறுப்பை ஏற்றுக்கொள்கிறேன். நீங்கள் மறுப்புத் தெரிவிக்கிறீர்கள். நான் மீறுகிறேன். அந்த வகையில் தவறிருந்தால் நீங்கள் பொறுப்பல்ல.”

அனூப் அரசுக்கு ஒரு விரிவான கடிதம் எழுதினார். அம்மத்தாய் அம்மாவுக்குப் பென்ஷன் வழங்கப் பரிந்துரைத்தார். அரசிடமிருந்து கேள்வி வந்தது. "இப்படிப்பட்ட அற்ப ஆதாரத்தின் அடிப்படையில் குடும்ப பென்ஷன் வழங்கக் காவல் கண்காணிப்பாளர் எப்படிப் பரிந்துரைக்கலாம்?" அனூப்பின் அலுவலகம் கேலி பேசியது. "எஸ்.பி. மிகவும் உணர்ச்சி வயப்படுகிறார்."

அனூப்பால் அதை ஏற்றுக்கொள்ள முடியவில்லை. வருத்தமடைந்தார். அவரது உணர்வுகள் பாதிக்கப்பட்டுவிட்டன. அது பற்றி யோசித்துக்கொண்டே தூங்கிப்போனார். எழுந்தபோது ஆறு மணி இருக்கலாம். புதிய உற்சாகம் பிறந்திருந்தது. முதல் தேநீரை அருந்துமுன் தன் மேசைக்குச் சென்று ஒரு கடிதத்தை எழுதத் துவங்கினார்.

"அன்பார்ந்த ஐயா,

"ஒரு கடிதத்தில் நீங்கள் ஆதாரத்தை அற்பமானது என்று சொல்லிவிட்டீர்கள். ஒரு ஆதாரத்தின் பலம் என்ன என்பதே முக்கியமானது என்று நான் கருதுகிறேன். அதன் மூலம் அல்ல. எந்தக் குறுக்குப் புத்திக்காரரும் 1923ஆம் ஆண்டின் ஆவணமொன்றை 1988ஆம் ஆண்டில் புனைய முடியாது.

"இரண்டாவதாக, அந்தக் காலணா அஞ்சல் கடிதத்தை அந்த அதிர்ஷ்டமில்லாத மூதாட்டி தரவில்லை. விசாரணையின்போது என்னுடைய இன்ஸ்பெக்டர் அதைக் கண்டறிந்தார். எனவே அந்தக் கடிதத்தில் எந்தத் தவறான நோக்கத்தையும் நான் காணவில்லை.

"மூன்றாவதாக, நானறிந்தவரை, பணிப் பதிவுகள் நிரந்தரமானவை. அவ்வாறு ஆவணங்களைப் பராமரிக்காத மாவட்ட நிர்வாகத்தின் தவறு, 89 வயதாகும் அந்த அதிர்ஷ்டமில்லாத மூதாட்டியை ஏன் பாதிக்க வேண்டும்?

"இறுதியாக, ஆனாலும் முக்கியமாக, இந்த விஷயத்தில் தாமதம் என்பது அம்மத்தாய் அம்மாளுக்கு ஈடு செய்ய முடியாத இழப்பை ஏற்படுத்தும். 89 வயதாகும் அவர் ஒரு அடியை இடுகாட்டில் வைத்தபடிதான் வாழ்ந்துகொண்டிருக்கிறார்."

பிறகு அனூப் மாவட்ட அலுவலகம் சென்று பி.ஏ.வை அழைத்து அரசுக் கடிதத்திற்கான பதிலை மேற்குறித்தவாறு தயாரிக்குமாறு உத்தரவிட்டார். அவ்வாறே பதில் தயாரானது. கையொப்பமிட்டு அனுப்பப்பட்டது.

சுமார் 15 நாட்களுக்குப் பிறகு ஒருநாள் டி.ஜி.பி. ரவீந்திரன் தொலைபேசியில் அழைத்தார். "பாராட்டுக்கள்" என்பதே அவரது முதல் வார்த்தையாக இருந்தது.

"எதற்காக சார்? என்ன நடந்தது?"

"நீங்கள் ஒரு ஸ்டார் ஆகிவிட்டீர்கள்."

"எந்த வகையில் சார்? நீங்கள் என்னைக் கேலி செய்கிறீர்கள்."

"அனூப். இன்று சட்டப் பேரவையில் உங்கள் பெயரைச் சொல்லி மேசைகள் அதிர்ந்தன. கணவர் இறந்து 65 ஆண்டுகள் கடந்த பின் ஒரு பெண்ணுக்கு பென்ஷன் வழங்கப்பட்டிருக்கிறது. தான் அக்கறையுள்ள அரசு என்று சொல்லி இந்தப் பெருமையை அரசு தனதாக்கிக் கொண்டுள்ளது. எதிர்க் கட்சியினர், காவல் கண்காணிப்பாளரின் முயற்சியால்தான் இது சாத்திய மாகியுள்ளது என்று சுட்டிக்காட்டியுள்ளார்கள். உங்களைப் பாராட்டி சட்டப்பேரவையில் அனைவருமே மேசைகளைத் தட்டியிருக்கிறார்கள். உண்மையில், தேச அளவில், ஏன் உலக அளவில் இது ஒரு சாதனை. பாராட்டுக்கள்" என்றார் டி.ஜி.பி.

மறுநாளே, அரசிடமிருந்து ஒரு கடிதம் தனிச் செய்தியாளர் மூலமாக வந்தது. அம்மத்தாய் அம்மாளுக்கு மாதம் 296 ரூபாய் பென்ஷன். பென்ஷன் நிலுவைத் தொகையாக இருபத்திரண்டாயிரம் ரூபாய்க்கான காசோலை ஆகியவற்றைக் கண்டு அனூப்பிற்கு மகிழ்ச்சி கலந்த ஆச்சரியம்.

அனூப் முத்துராஜைக் கூப்பிட்டு காசோலையையும் அரசாணையையும் அவரிடம் தந்தார். நீங்கள் போய் அம்மத்தாய் அம்மாளுக்கு ஏதேனும் ஒரு வங்கியில் கணக்குத் துவக்கித் தாருங்கள். அவருக்கு மாதா மாதம் பென்ஷன் வரும் என்று சொல்லுங்கள்.

அன்று மாலை திருநெல்வேலி டி.ஐ.ஜி. தொலைபேசியில் அழைத்து ஆலோசனை சொன்னார். "நீங்கள் ஏன் ஒரு விழா ஏற்பாடு செய்து, அந்தப் பெண்மணியை அழைத்து காசோலையைக் கொடுக்கக் கூடாது?"

"சார், நான் ஒரு தவறு செய்துவிட்டேனே?"

"இப்போது என்ன செய்துவிட்டீர்கள்?"

"நான் ஏற்கெனவே அவருக்கு ஆணையை அனுப்பிவிட்டேன். காசோலை அவரது கணக்கில் போடப்பட்டுவிட்டது."

"ஓ அனூப், என்ன காரியம் செய்துவிட்டீர்கள். உங்களுக்கு ஏன் தோன்றவில்லை. காவல் துறைக்கு கொஞ்சம் நல்ல பெயர் வாங்க இது ஒரு நல்ல வாய்ப்பு அல்லவா? இதையும் நீங்கள் தவற விட்டுவிட்டீர்களே."

குற்றமும் கருணையும்

6

சுழல்

தூத்துக்குடியில் உள்ள அனூப் ஜெய்ஸ்வாலின் வீட்டில் வள்ளியம்மாள் வீட்டு வேலைகள் செய்கிறாள். அவள் பின்வாசல் வழியாக வருவாள். வீட்டைப் பெருக்கித் துடைத்துவிட்டுக் குளியலறைகளைச் சுத்தம் செய்துவிட்டுப் போய்விடுவாள். அனூப்பின் மனைவி நீலம் ஒரு நாள் தன் கணவரிடம், மூன்று நாள்களாக வள்ளியம்மாள் வரவில்லை என்றும், வர இயலாது என்று தெரிவிக்கவும் இல்லை என்றும் சொன்னார். “வேறு ஏற்பாடுகள் செய்ய முடியுமா எனறு பார்க்கிறேன்” என்றார் அனூப். ஆனால் அதற்குத் தேவை ஏற்படவில்லை. அடுத்த நாள் வள்ளியம்மாள் வந்துவிட்டாள். ஏன் வரவில்லை என்று கேட்டதற்கு அவள் அழத் துவங்கினாள். அழுது அரற்றியபடி மளமளவென்று வள்ளியம்மாள் சொன்னது நீலத்திற்குப் புரியவில்லை. அவரும் தன் கணவரைப் போலவே இன்னமும் தமிழைப் பயின்றுகொண்டுதான் இருந்தார். வள்ளியம்மாளுக்கு ஏதோ பிரச்சினை என்று நீலம் அனூப்பிடம் சொன்னார்.

அனூப், வள்ளியம்மாளை வீட்டின் முன் பகுதியிலுள்ள முகாம் அலுவலக அறைக்கு வரச் சொல்லி “என்ன ஆச்சு?” என்று கேட்டார். அவள் சொன்னது அனூப்புக்கும் புரியவில்லை. அங்கிருந்த கான்ஸ்டபிள், அவளது ஒன்று விட்ட தம்பி தற்கொலை செய்துகொண்டதாகவும் அவனுக்குக் கடன் தந்தவர்கள் அவனை நெருக்கியதால் தற்கொலை செய்துகொண்டான் என்றும் விளக்கினார். அவனை யாராவது அடித்தார்களா, தற்கொலை செய்து கொள்ள யாராவது கட்டாயப்படுத்தினார்களா

என்றெல்லாம் வள்ளியம்மாளுக்கு விவரங்கள் தெரியவில்லை. ஆனால், அவளது சித்திக்குத் தெரியும் என்று சொன்னாள். அனூப் ஸ்பெஷல் பிராஞ்ச் இன்ஸ்பெக்டரைக் கூப்பிட்டு வள்ளியம்மாளின் சித்தியிடம் பேசுமாறும் என்ன நடந்தது என்று விசாரிக்குமாறும் பணித்தார்.

அன்று மாலை அவர்கள் சித்தியை எஸ்.பி.யிடம் கொண்டு வந்தனர். அவள் சொன்ன விஷயங்கள் அதிர்ச்சியூட்டுவதாக இருந்தன. ஏழு அல்லது எட்டு ஆண்டுகளுக்கு முன் வள்ளியம்மாளின் தம்பி ஒரு கந்துவட்டிக்காரரிடம் ஒரு குடும்ப விழாச் செலவுகளுக்காகக் கடன் வாங்கினார். தொகை 2000 ரூபாய். அவரும் அவரது மனைவியும் துப்புரவுப் பணியாளர்கள். அவர்கள் மாதம் 200 ரூபாய் வட்டியாக எட்டு ஆண்டுகள் செலுத்தினர். ஏதேனும் காரணங்களுக்காக மாத வட்டி செலுத்த முடியாத மாதங்களில் அதற்கான வட்டி அசலோடு சேர்க்கப்பட்டது. இப்போது அசல் 4000 ரூபாய் ஆகிவிட்டது. அதற்கு வட்டியாக மாதம் 400 ரூபாய் செலுத்தினர். அது அவர்களுக்குப் பெரிய தொகை. அவர்கள் இருவரது கூலியும் மாதம் 2000 ரூபாய்கூடத் தேறாது.

வள்ளியம்மாளின் தம்பிதற்கொலை செய்துகொள்வதற்குச் சில தினங்களுக்கு முன், மணியாச்சி அருகிலுள்ள அவரது ஊரிலிருந்த சகோதரர்களிடமிருந்து அவரது தந்தை இறந்துவிட்டதாகச் செய்தி கிடைத்தது. ஒரு சிறிய வீட்டை அவர் விட்டுச் சென்றிருந்தார். அதை அவரது மூன்று மகன்கள் பங்கிட்டுக்கொள்ள வேண்டும். வீட்டை மதிப்பிட்டபோது அதில் ஒருவரின் பங்கு 4300 ரூபாய் என்று கணக்கிடப்பட்டது. சகோதரர்கள் இருவர், இவருக்குத் தொகையைக் கொடுத்துவிடுவதாகவும், அதன் பின் அவர் சொத்தில் உரிமை கேட்கக் கூடாது என்றும் கூறினர். அவரும் ஒப்புக்கொண்டார். அவர்களும் தொகையைக் கொடுத்தனர். அதைக் கொண்டுவந்து அவர் தன் மனைவியிடம் கொடுத்தார். அது ஒரு பெரிய தொகை. நாம் இவ்வளவு தொகையை மொத்தமாகப் பார்த்ததில்லை என்றாள் அவள். மேலும் அவர்களுக்கு அந்த அளவுக்குக் கடன் இருந்தது. அவள் அந்தப் பணத்தைத் தன் கணவனிடம் கொடுத்து கடனைத் தீர்க்குமாறு கேட்டுக்கொண்டார். அது அவர்களது கஷ்டத்தைத் தீர்க்கும். வட்டி கட்டுவதிலிருந்து விடுபடலாம்.

வள்ளியம்மாளின் தம்பி கடன் தந்தவரின் ஏஜென்டிடம் சென்று என்னிடம் 4000 ரூபாய் பணம் இருக்கிறது. கடனை அடைத்துவிட விரும்புகிறேன் என்றார். அந்த மாதத்தில் இரு வாரங்கள் ஆகிவிட்டதால் 200 ரூபாய் வட்டி ஆகும் என்றார் ஏஜென்ட். சரி 4200 ரூபாய் கொடுக்கிறேன். கடனை முடித்துவிடுங்கள் என்றார் வள்ளியம்மாளின் தம்பி.

இது மே மாதம். ஆண்டு இடையில் கடனை அடைக்க முடியாது. ஆண்டு இறுதியில் டிசம்பர், ஜனவரி மாதங்களில் தான் கடனை முடிக்க முடியும் என்று ஏஜெண்ட் சொன்னார்.

வள்ளியம்மாளின் தம்பி உறைந்துபோனார். "நீங்க இப்ப பணத்த வாங்கிக்கலன்னா, அது செலவாயிடும். பிறவு என்னால கடனை அடைக்க முடியாது" என்றார்.

"அப்படியானால் பணத்தைக் கொடுத்துவிடு. அதைப் பத்து மாதங்களுக்கான வட்டியாக எடுத்துக்கொள்கிறோம்" என்றார் ஏஜெண்ட். அதாவது, பத்து மாதங்களுக்கு வட்டி தர வேண்டியதில்லை. பதினோராவது மாதத்திலிருந்து வட்டி தரலாம்.

பத்து மாதங்களுக்கு நிம்மதியாக இருக்கலாம் என்று வள்ளியம்மாளின் தம்பி நினைத்தார். ஏஜென்டிடம் பணத்தைக் கொடுத்துவிட்டு இந்த நல்ல செய்தியை மனைவியிடம் சொல்ல வீடு திரும்பினார். அவரது மனைவிக்கு சந்தேகம் எழுந்தது. "நாம மாதம் 400 ரூபாய் வட்டி கட்டலாம். போய் பணத்தை வாங்கி வந்துவிடுங்கள். 4000 ரூபாயை வைத்துக்கொண்டு நாமே ஏதாவது செய்யலாம். வட்டிக்குக்கூட விடலாம்" என்றார். வள்ளியம்மாளின் தம்பி ஏஜென்டிடம் ஓடினார். பணத்தைத் திருப்பிக் கேட்டார். ஏஜெண்ட், அது முடியாது, நாங்கள் கணக்கில் சேர்த்துவிட்டோம். நீங்கள் போய் பத்து மாதங்கள் கழித்து வாருங்கள் என்று அவரைத் திருப்பி அனுப்பிவிட்டார். அது பற்றிப் பேசவும் இடம் தரவில்லை அந்த ஏஜெண்ட்.

வள்ளியம்மாளின் தம்பி வீட்டிற்குப் போய்த் தன் மனைவியிடம் சொன்னபோது அவரது முட்டாள்தனத்திற்காக மிகக் கடுமையாகச் சாடினார். வள்ளியம்மாளின் தம்பி மேலும் இரண்டு மூன்று முறை ஏஜென்டிடம் போய்க் கேட்டார். ஆனால் ஏஜெண்ட் மூர்க்கத்தனமாக நடந்துகொண்டார். இந்தப் பிரச்சினையிலிருந்து வெளி வர வழி தெரியாமல் வெறுப்படைந்து அவர் தன் மனைவியின் சேலையை உத்திரத்தில் கட்டி அதில் தொங்கி உயிரை மாய்த்துக்கொண்டார்.

இந்தக் கதையைக் கேட்டு அனூப்பின் மனம் மரத்துப் போனது. அனூப்புடன் சேர்ந்து இந்தக் கதையைக் கேட்ட மற்ற அதிகாரிகள் இது ஒன்றும் புதிதல்ல என்றனர். இப்படிப்பட்ட பலர் தாங்கள் என்ன செய்கிறோம் என்று தெரிந்தே போய்ச் சிக்கிக்கொள்கிறார்கள். அது அவர்களது வருவாயை உறிஞ்சி விடுகிறது. புத்தி சுவாதீனமுள்ள யாராவது இவர்களுக்குக் கடன் தருவார்களா? அதில் உள்ள பாதிப்புக்கள் தெரிந்தே வள்ளியம்மாளின் தம்பி கடன் வாங்கியுள்ளார். தான் எதில் போய்ச் சிக்கிக்கொள்கிறோம் என்பது அவருக்குத் தெரிந்தே இருந்தது என்று சொன்னார்கள்.

அனூப் குறுக்கிட்டார். "இல்லை. இது தற்கொலைக்குத் துணைபோவதாகும். கடன் தந்தவர் அவரது ஏஜென்ட்டின் மூலம் அவரை அச்சுறுத்தியுள்ளார். அதைத் தாங்க முடியாமலேயே அவர் தற்கொலை செய்துகொண்டார்."

மற்ற அதிகாரிகள் விருப்பமின்றியே வழக்குப் பதிவுசெய்ய ஒப்புக்கொண்டனர். பிறகு அனூப் "இதுபோல் எவ்வளவு பேர் மாட்டிக்கொண்டிருக்கிறார்கள்?" என்று கேட்டார்.

தூத்துக்குடியில் இரண்டு துறைமுகங்கள் இருக்கின்றன. அவற்றில் ஏராளமான தொழிலாளர்கள், கூலித் தொழிலாளர்கள் வேலை செய்கின்றனர். ஆண்களும் பெண்களுமாய், பெருக்குதல், சுத்தம் செய்தல், சுமை தூக்குதல் என்று பல்வேறு வேலைகள். அவர்களுக்கு அவ்வப்போது பணத் தேவை ஏற்படுகிறது. அவர்கள் 100 ரூபாய் கடன் வாங்கினால், மாதம் 10 ரூபாய் வட்டி கட்ட வேண்டும். ஒரு மாதம் வட்டி கட்டவில்லையென்றால் அது அசலுடன் சேர்க்கப்படும். நான்கு மாதங்கள் வட்டி செலுத்திய பின் ஐந்தாவது மாதம் செலுத்தவில்லையெனில், கடன் கொடுத்தவர், கொடுக்குமாறு வற்புறுத்த மாட்டார்; "பரவாயில்லை அதனால் என்ன, கவலைப்படாதே, அடுத்த மாதத்திலிருந்து 11 ரூபாய் கட்டு, 1 ரூபாய்தான் கூட" என்பார். அசல் 100 ரூபாயிலிருந்து 110 ஆகிவிட்டது. 110 ரூபாய்க்கு 10 விழுக்காடு வட்டி 11 ரூபாய். அது 'பத்து வட்டி' என்று பரவலாக அறியப்பட்டது. அது பரவலாக நடைமுறையிலிருந்தது. யாரும் அதைத் தவறென்று கருதவில்லை. அதுதான் அங்கு வாழ்க்கைமுறை.

துறைமுகத்தில் தொழிலாளர்களுக்கு வார, மாதச் சம்பளம் கொடுக்கும் கவுண்டர்களிலேயே கந்துவட்டிக்காரர்களும் அவர்களது முகவர்களும் கடன் வாங்கியவர்கள் பட்டியலோடு நிற்பார்கள். சம்பளம் கொடுக்கும் நபரே வட்டியைப் பிடித்துக்கொண்டு மீதியைக் கொடுப்பார். கடைசியில் அந்த அக்கவுன்டன்ட் அவரது இந்த சேவைக்காக ஒரு கமிஷன் பெறுவார். மாவட்டம் முழுவதும் இதே கதைதான். இந்தப் பணப் பறிப்பு கண்ணெதிரே நடந்தது. ஆனால் யாரும் அதைத் தவறாகவே பார்க்கவில்லை. மாதம் 2 விழுக்காட்டுக்கு மேல் வட்டி வாங்குவதைத் தடை செய்யும் 'கடன் தரும் சட்டம்' இருந்தது. அதை அமல் செய்யும் அதிகாரம் வருவாய்த் துறையிடம் இருந்தது. காவல் துறையிடம் இல்லை.

மரபு வழிக் குற்றங்களான கொலை, ஆதாயக் கொலை, கொள்ளை, திருட்டு, வழிப்பறி போன்றவற்றை மேற்பார்வையிடும் அதிகாரம் உயர் அதிகாரிகளுக்கு வழங்கப்படுகிறது. ஒரு வீட்டில் 50,000 ரூபாய் திருட்டுப் போய்விட்டால், போலீஸ் வேகமாகச் செயல்படுகிறது. ஆனால் ஒருவர் 50 லட்ச

ரூபாய் ஏமாற்றப்பட்டுவிட்டாலும் அதில் போலீஸ் ஆர்வம் காட்டுவதில்லை. ஏனெனில் மோசடி வழக்குகள் உயர் அதிகாரிகளால் ஆய்வு செய்யப்படுவதில்லை. அது செயல்பாட்டுப் புள்ளிவிவரங்களில் சேர்க்கப்படுவதில்லை. அனூப் இதனைப் பொருத்தமற்றதாகக் கருதினார்.

இங்கு அந்த நபரிடம் கடனை அடைக்கப் பணம் இருந்தபோதிலும் அவரை அடைக்கவிடவில்லை. அவருடைய, அவரது மனைவியுடைய அறியாமையைப் பயன்படுத்தி அவர் தொடர்ந்து கடனாளியாகவே இருக்க வைக்கப்பட்டார். நிச்சயம் அவரைப்போல் பலரும் இருப்பார்கள் என்று அனூப் கருதினார். தகவல்கள் வந்துகொண்டே இருந்தன. அனூப் கடன் தருவோரின் ஏஜெண்டுகளை விரட்டத் துவங்கினார். அவர்கள் அடியாட்களாகவும் செயல்பட்டனர். அவர்களில் பலரும் பலசாலிகளாக, பருமனாக இருந்தனர். சிகப்பு நிற 350 சி.சி. புல்லட் மோட்டார் சைக்கிளில் பயணித்தனர். சம்பளம் கொடுக்கும் கவுண்டரின் பக்கத்தில் அவர்கள் மோட்டார் சைக்கிளை நிறுத்துவார்கள்.

சம்பள நாளன்று அனூப் அந்த இடங்களில் போலீஸ்காரர்களை நிறுத்தினார். சம்பளம் கொடுக்கப்படும்போது கடன் தருவோரின் ஏஜெண்ட்களும் அடியாட்களும் அந்த இடத்திற்கு வரக் கூடாது அன்று அவர்களுக்கு உத்தரவிட்டிருந்தார். கடன் வாங்கியவர்களுக்கு என்ன கணக்கு என்பதெல்லாம்கூடத் தெரியாது. தாங்கள் எவ்வளவு தர வேண்டும் என்பதும் தெரியாது. கடன் கொடுத்தவர் சொல்வதுதான் கணக்கு, சட்டம் எல்லாம். தொழிலாளர்களும் துப்புரவாளர்களும் கணக்குப் புத்தகம் ஏதும் பராமரிக்கவில்லை. கடன் கொடுத்தவர்கள் என்ன செய்கிறார்கள் என்று சரிபார்க்க யாரும் இல்லை.

பக்கம் பக்கமாக இந்தக் கணக்குகள் சேகரிக்கப்பட்டபோது வாங்கிய கடன் எவ்வளவு, வட்டி கட்டப்பட்டது எவ்வளவு, கடன் எவ்வளவு வளர்ந்து நிற்கிறது என்பன நடுக்குறச் செய்தன. ஒரு குறிப்பிட்ட நபர், ஓராண்டு, ஈராண்டு அல்ல; ஏழு அல்லது எட்டு ஆண்டுகள் அல்ல; பதினாறு ஆண்டுகளாக வட்டி செலுத்திக்கொண்டிருந்தார். அவர் சாகும்வரை செலுத்திக் கொண்டே இருப்பார். அவர் வாங்கிய கடன் 1000 ரூபாய் செலுத்திய வட்டி 64,000 ரூபாய். அவர்கள் முடிவில்லாமல் செலுத்திக்கொண்டே இருந்தனர். செலுத்த முடியாதவர்கள் ஊரைவிட்டே ஓடினார்கள். காணாமல்போனார்கள்.

இரண்டு கந்துவட்டிக்காரர்கள் அனூப்பின் கவனத்திற்கு வந்தனர். ஒருவர் கிறிஸ்டோபர். அவருக்கு ஷிப்பிங் ஏஜென்சி இருந்தது. மற்றொருவர் லக்ஷ்மணன். அவர் முனிசிபல் கவுன்சிலரின்

மைத்துனர். லக்ஷ்மணன் முனிசிபல் பகுதிகளிலும் கிறிஸ்டோபர் துறைமுகப் பகுதிகளிலும் இயங்கினார்கள்.

அனூப் தூத்துக்குடி வடக்கு, தெற்கு காவல் நிலையங்களில் பணப் பறிப்பு வழக்குகள் பதியச் செய்தார். அவற்றை அவர் மாவட்ட ஆட்சியரின் கவனத்திற்குக் கொண்டு வந்தபோது மிகச் சிலரே கடன் தருவோராகப் பதிவு செய்திருந்தது தெரியவந்தது. பெரும்பாலோர் பதிவு செய்யாமலே வட்டித் தொழில் நடத்தினர் என்று தெரிந்தது. நான்கு மாத காலத்தில், அசல் அதிகரித்துச் செல்லும் இந்தக் கடன் சுழலில் சிக்கியுள்ள 1600 நபர்களின் ஆவணங்களை அனூப் திரட்டினார்.

முதலமைச்சர் தலைமையில் நடந்த மாவட்ட ஆட்சியர், காவல் கண்காணிப்பாளர் மாநாட்டில், அனூப் கந்துவட்டிக் கொடுமை பற்றிய விளக்க அறிக்கையொன்றை அளித்தார். அதில் அவர் சொன்ன கருத்து – "கடன் கொடுத்தல் சட்டம் மேலும் கடுமையாக்கப்பட்டால் மட்டுமே இந்தக் கந்துவட்டிக் கொடுமையை ஈவிரக்கமின்றி ஒழிக்க முடியும்."

அப்போது யாரோ கேட்டார்: "அப்படியானால் இந்த ஏழைகள் பணத்திற்கு எங்கே போவார்கள்? யார் அவர்களுக்கு ஈட்டுப் பிணை தருவார்கள்?"

அனூப் சென்னையில் வருமான வரி ஆணையாளரைச் சந்தித்தார். அவர் மதுரை வருமான வரி துணை ஆணையாளரைப் பார்க்கச் சொன்னார். அனூப் முன்னிலையில் அவர் துணை ஆணையாளர் செல்வராஜுக்கு போன் செய்து, தூத்துக்குடி எஸ்.பி.வந்து சந்திப்பார் என்று தெரிவித்தார். அனூப் செல்வராஜைச் சந்தித்தார். அவர் துடிப்பான இளைஞர். கிறிஸ்டோபர் ஒரு பெரிய ரௌடியும்கூட என்றார் அவர். "ரௌடியிசத்தை நான் பார்த்துக்கொள்கிறேன். ஏனென்றால் ஒரு மாவட்டத்தில் எஸ்.பி.யைக் காட்டிலும் பெரிய ரவுடி இருக்க முடியாது. எஸ். பி. அளவுக்கு ஆள் பலமோ, ஆயுதங்களோ எந்த ரௌடியிடமும் இருக்க முடியாது. ஆனால் நிதி சம்பந்தப்பட்ட விஷயங்களில் எந்த அதிகாரமும் இல்லை. அந்த விஷயத்திலேயே வருமான வரித் துறையின் உதவி தேவைப்படுகிறது" என்றார் அனூப்.

அனூப்பின் நுண்ணறிவுப் பிரிவு கிறிஸ்டோபர், லக்ஷ்மணன் ஆகிய இருவர் குறித்தும் ஒரு கோப்பு தயாரித்தது. அவர்களது நடவடிக்கைகள், அவர்களது சொத்துக்கள், அவர்களது பினாமிகள் பற்றிய விவரங்களை அந்தப் பிரிவு திரட்டியது. எத்தனை பேர் கந்துவட்டிப் பிடியில் சிக்கியிருக்கிறார்கள் என்பதைக் கண்டறிய, அது பற்றிய பதிவேடுகளைக் கைப்பற்ற ஒரு வருமானவரித்துறை ரெய்டு நடத்த முடியுமா என்று அனூப் செல்வராஜைக் கேட்டார்.

"இதை ரகசியமாக வைத்துக்கொள்ளுங்கள். உங்களுக்கு உதவுவதில் எனக்கு மகிழ்ச்சி. நான் உங்களுக்குத் தகவல் சொல்கிறேன்" என்றார் செல்வராஜ்.

சுமார் 15 நாட்களுக்குப் பின் செல்வராஜ் அனூப்பிடம் பேசினார். அன்று வெள்ளிக்கிழமை. "திங்கள் கிழமையன்று ரெய்டு நடத்தலாமா? நான் வருமான வரித் துறையிலிருந்து 40 அதிகாரிகளை அனுப்புகிறேன். போலீஸ் பாதுகாப்பு வேண்டும்."

"எத்தனை பேர் வேண்டும்?"

ரெய்ட் நடக்கும் எல்லா இடங்களிலும் இரண்டு மூன்று போலீஸ்காரர்கள் வேண்டும். கிறிஸ்டோபர், லக்ஷ்மணன் வீடுகளில் உயர் அதிகாரிகள் இருக்க வேண்டும் என்று செல்வராஜ் சொன்னார். அனூப் ஒப்புக்கொண்டார். ஆயுதப் படை கான்ஸ்டபிள்களைத் திரட்டினார்.

செல்வராஜ் ஞாயிற்றுக்கிழமையன்றே தூத்துக்குடி வந்து ஸ்பிக் விருந்தினர் மாளிகையில் தங்கினார். ரெய்ட் விவரங்களை இறுதி செய்ய அனூப் அங்கு சென்றார். வருமான வரி ரெய்ட் பார்ட்டியோடு செல்ல 18 போலீஸ் பார்ட்டிகளை அமைத்தார்.

திங்கள்கிழமையன்று சூரியன் உதிக்கு முன் ஒரே நேரத்தில் 18 இடங்களில் வருமான வரி சோதனை தொடங்கியது. திங்கள்கிழமை முழுவதும் சோதனை தொடர்ந்தது. செவ்வாய்க்கிழமையன்று அனூப்பிற்குத் தகவல் கிடைத்தது. வருமான வரித் துறை அதிகாரிகளிடம் கடன்தாரர்களின் கையொப்பம் அல்லது கைநாட்டு வாங்கிய 1100 வெற்று முத்திரைத் தாள்கள் சிக்கின. அவற்றை எப்படி வேண்டுமானாலும் நிரப்பிக்கொள்ளலாம். கடன் வாங்கியோர் மீதான கிறிஸ்டோபரின் ஆதிக்கம் இந்த வெற்று முத்திரைத் தாள்களின் வழியாகத்தான் உருவாகிறது.

"இவற்றை என்ன செய்யட்டும்?" என்று செல்வராஜ் கேட்டார்.

"எல்லாவற்றையும் எரித்துவிடுங்கள்."

அப்போது ஒரு விஷயம் அனூப்பின் நினைவுக்கு வந்தது. போலீஸ் அதிகாரியிடம் தரப்படும் வாக்குமூலம் நீதிமன்றங்களில் அப்படியே ஏற்கப்படுவதில்லை. ஆனால் வருமான வரி அதிகாரி பதிவு செய்யும் வாக்குமூலம் நீதி மன்றங்களால் ஏற்கப்படும்.

"கிறிஸ்டோபர், லக்ஷ்மணன் ஆகியோரிடம் விசாரிக்கும்போது அன்றைய நிலையில் அவர்களுக்கு எத்தனை பேரிடமிருந்து கடன் வசூலாக வேண்டியுள்ளது என்று வாக்குமூலம் பெற முடியுமா?" என்று அனூப் செல்வராஜைக் கேட்டார்.

"யாரிடமிருந்தும் வர வேண்டிய கடன் ஏதுவுமில்லை. ஒருவரும் இல்லை. – இதுவே அவர்களின் பதில்" என்றார்

செல்வராஜ். "அவர்கள் எழுதிக் கொடுத்துள்ளார்கள்" என்றார். அவற்றின் நகல்களைச் சான்றொப்பமிட்டுத் தருமாறு அனூப் கேட்டார். அவற்றைத் துறைமுகம், முனிசிபாலிட்டி பகுதிகளில் தொழிலாளர்கள், துப்புரவாளர்கள் இடையே விநியோகித்து அவற்றை அவர்கள் பாதுகாப்பாக வைத்திருக்க வேண்டும் என்று கேட்டுக்கொண்டார். அவர்கள் யாருக்கும் எந்தக் கடனும் செலுத்த வேண்டியதில்லை என்பதற்கு அதுவே சான்று.

மூன்று மாதங்களுக்குப் பிறகு ஒரு நாள் அதிகாலை, சுமார் 15 அல்லது 20 நபர்கள் முகாம் அலுவலகத்திற்கு வந்தனர். ஒரே சலசலப்பு, சத்தம் கேட்டு என்ன விஷயம் என்று அனூப் விசாரித்தார்.

வந்திருந்தவர்கள் துறைமுகம் பகுதியைச் சேர்ந்த துப்புரவாளர்கள், தொழிலாளர்கள். அதிகாலை மூன்று நான்கு பேர் சிகப்பு நிற புல்லட் மோட்டார் சைக்கிள்களில் வந்து அவர்களை வீடுகளிலிருந்து வெளியே வருமாறு சொன்னார்கள். "எத்தனை நாளைக்கு இந்த எஸ்.பி. இங்கே இருப்பான்? நாங்கள் அவரை மாற்றிவிடுவோம். அதன் பிறகு நாங்கள் உங்கள் வீடுகளைக் கொளுத்திவிடுவோம். அப்போது உங்களுக்குப் போலீஸ் உதவுகிறதா என்று பாருங்கள். கடனைத் திருப்பித் தரவில்லையென்றால் உங்கள் எல்லோரையும் தொலைத்துவிடுவோம். பணத்தை வட்டியோடு வாங்காமல் விட மாட்டோம்" என்று மிரட்டிவிட்டுப் போனார்கள் என்று அந்தத் தொழிலாளிகள் சொன்னார்கள்.

அதாவது, அங்கு நடந்தது ஒரு தனி நபரின் செயல். அந்த நபர் அங்கிருந்து போய்விட்டால் உங்களைக் காப்பாற்ற யாரும் இருக்க மாட்டார்கள் என்று காட்ட அவர்கள் முயன்றுள்ளார்கள். ஆனால் காவல்துறை ஒருங்கிணைந்து தொழிலாளர்களுக்கு உதவியுள்ளது என்பது அவர்களுக்குத் தெரியாது. வந்திருந்தவர்களில் பலர் நல்ல உடல் பலம் கொண்டவர்களாக இருந்தார்கள்.

அனூப் திரும்பி நின்று பாதுகாவலர்களைப் பார்த்து, "உங்கள் ரைபிள்களை வைத்துவிட்டு ஒரு பெரிய லத்தியைக் கொண்டுவாருங்கள். இருப்பதிலேயே பெரிய கனமான லத்தியை கொண்டுவாருங்கள்" என்றார்.

பாதுகாவலர்கள் காப்பறைக்குள் சென்று நான்கைந்து லத்திகளைக் கொண்டு வந்தனர். "ஐயா, எது வேணும்?"

அனூப் அவற்றிலிருந்து இரண்டைத் தெரிந்தெடுத்தார். பாதுகாவலர்களிடம், "வந்திருப்பவர்களில், பெண்களை நிறுத்தி விட்டு ஆண்களை மட்டும் இங்கே கொண்டுவாருங்கள்" என்றார்.

அங்கு சுமார் 15 ஆண்கள் இருந்தனர். என்ன நடக்கிறது என்று புரியாமல் குழம்பினார்கள். "இந்த ராஸ்கல்களை அடியுங்கள். லத்தி பிய்ந்துபோகும்வரை அடியுங்கள். முதல் லத்தி பிய்ந்துபோன பின் இரண்டாவது லத்தியால் அடியுங்கள். அதுவும் பிய்ந்து போகும்வரை அடியுங்கள்" என்றார் அனூப்.

பாதுகாவலர்கள் குழப்பமடைந்தனர். "ஐயா, அவர்கள் மோசமாகக் காயமடைந்து விட்டால்?"

"அவர்கள் வாழ்நாளில் மறக்க முடியாத அடியாக இருக்க வேண்டும். லேசாக அல்ல, பலமாக அடியுங்கள். இந்தத் தழும்புகளை அவர்கள் தங்கள் பேரப் பிள்ளைகளுக்குக் காட்ட வேண்டும். அப்புறம் இன்னொரு விஷயம். இந்த உபயோகமில்லாத ராஸ்கல்கள் திரும்ப இங்கே வரவே கூடாது."

"நாங்கள் என்ன என்ன செய்துவிட்டோம் ஐயா, ஏன் எங்களை அடிக்கிறீர்கள்?" என்று அவர்களில் ஒருவன் கேட்டான்.

"உங்களுக்கு அதுவே சரி. இரண்டு மூன்று பேர் உங்கள் இடத்திற்கு வந்து, நூற்றுக்கணக்கில் இருக்கும் உங்களை மிரட்டுகிறார்கள். எருமை மாடுகளைப் போல் நீங்கள் தலையைக் கவிழ்த்துக்கொண்டு இங்கே ஓடி வருகிறீர்கள். உங்களையெல்லாம் கடவுள்கூடக் காப்பாத்த முடியாது. அவர்களைக் கொல்லுங்கள் என்று நான் சொல்லவில்லை. ஆனால் அவர்களைப் பிடித்து அடித்து கையைக் காலைக் கட்டி இங்கே கொண்டுவந்திருக்க வேண்டாமா? நீங்கள் எருமை மாடுகள்தானே? இல்லை அதைவிட மோசம்" என்றார் அனூப்.

"ஐயா, நாங்க அப்படி பண்ணினா எங்க மேல கேஸ் வரும்."

"நான் சொல்கிறேன். நீங்கள் அப்படி செய்தால் உங்கள் மேல் கேஸ் வராது. ஆனால் அடுத்த முறை நீங்கள் எருமை அல்லது நாய்களைப் போல வாலைக் காலுக்குள் வைத்துக்கொண்டு இங்கே வந்தால் நானே உங்களை அடிப்பேன்."

நான்கு நாட்களுக்குப் பின், எஸ்.பி. முகாம் அலுவலகத்திற்கு வெளியே மீண்டும் கூச்சல் குழப்பம். வெளியே ரிக்ஷாக்களின் வரிசை. அவற்றில் தொழிலாளர்களும் துப்புரவாளர்களும் நிறைந்திருந்தனர். அவர்கள் முகங்களில் வெற்றிக் களிப்பு. ரிக்ஷா ஒன்றில் இரு நபர்கள் கயிற்றால் கட்டப்பட்டிருந்தனர். வாங்கிய அடியில் ரத்தம் வழிந்துகொண்டிருந்தது. அவர்கள் முகங்களில் பெரும் குழப்பம். அவர்களைத் தாக்கியது எது என்று அவர்களுக்குக் கடைசிவரை புரியவே இல்லை.

7

நாசரேத் திருடன்

தூத்துக்குடி மாவட்டம் ஸ்ரீவைகுண்டம் சப்-டிவிஷனில் நாசரேத் என்ற ஊரில் ஒரு காவல் நிலையம் உள்ளது. சுமார் 4000 பேர் வசித்த அந்த ஊர் அந்த மாவட்டத்திலேயே மிக அமைதியான பகுதியாகும். மாவட்டக் காவல் கண்காணிப்பாளரின் கவனத்திற்கு வருமளவுக்கு அசம்பாவிதங்கள் ஏதும் அங்கு நடைபெறவில்லை. ஆனால் திடீரென்று மாதந்தோறும் நடக்கும் குற்ற ஆய்வுக் கூட்டங்களில் நாசரேத் பேசப்பட்டது. 1980களின் துவக்கத்தில் தமிழ்நாடு அரசு பள்ளிப் பிள்ளைகளுக்கு இலவச உணவு வழங்கும் திட்டம் கொண்டுவந்த பின் அவ்வாறு நேர்ந்தது. குழந்தைகளைப் பள்ளிக்கு வரச் செய்யவும், எல்லோருக்கும் நல்ல சத்துணவு கிடைக்கவும் கொண்டுவரப்பட்ட அத்திட்டம் குழந்தைகள் சத்துணவுத் திட்டம் என்றே அழைக்கப்பட்டது.

பின்னர் அத்திட்டம் முதியோருக்கும் குழந்தைக்குப் பால் தரும் அன்னையர்க்கும் விரிவு படுத்தப்பட்டது. மாநிலம் முழுவதும் மதிய உணவு மையங்கள் திறக்கப்பட்டன. லட்சக்கணக்கான குழந்தைகள் பள்ளிகளில் மதிய உணவு அருந்தினர். குறிப்பாகத் தங்கள் பிள்ளைகளுக்கு நல்ல உணவு தரவோ, பள்ளிக்கு அனுப்பவோ இயலாதிருந்த ஏழை மக்களது குழந்தைகள். மாவட்ட அதிகாரிகள், மாவட்ட ஆட்சியர்கள், காவல் கண்காணிப்பாளர்கள் இந்த மையங்கள் சரியாகவும் திறம்படவும் செயல்படுவதையும், நல்ல உணவு

வழங்கப்படுவதையும் உறுதி செய்யவும், உணவுப் பொருள்கள் கடத்தப்படுவதைத் தடுக்கவும் வேண்டும் என்றும் ஆணை வழங்கப்பட்டிருந்தது.

நாசரேத் காவல் நிலைய எல்லைக்குள்ளும் அதைச் சுற்றியுள்ள பகுதிகளிலும் இருந்த சத்துணவு மையங்கள், ரேஷன் கடைகளில் நடந்த தொடர் திருட்டுக்களால் நாசரேத் அனூப் ஜெய்ஸ்வாலின் கவனத்திற்கு வந்தது. மதிய உணவு தயாரிப்பதற்காக அரிசி, பயறு வகைகள், மூக்குக் கடலை, பச்சைப் பருப்பு, பாமாயில், உப்பு ஆகியவை இருப்பு வைக்கப்பட்டன. மதிய உணவில், காய்கறிகள், முட்டை ஆகியவை சேர்க்கப்பட்ட பின் அவையும் இருப்பு வைக்கப்பட்டன. தானியங்கள், அரிசி, எண்ணெய் திருட்டுக்கள் குற்ற ஆய்வுக் கூட்டங்களில் ஆய்வு செய்யப்பட்டது. அந்தப் பகுதியின் இன்ஸ்பெக்டர், டி.எஸ்.பி. ஆகியோர் இந்தக் குற்றங்களை உடனடியாகத் தடுக்குமாறு அறிவுறுத்தப்பட்டனர். எனினும் அவை இடைவிடாது தொடர்ந்தன. குற்ற நிகழ்விடங்களுக்கு அனுப்பப்பட்ட தடயவியல் நிபுணர்கள், எல்லா இடங்களிலும் கதவுகள், பூட்டுக்கள் ஆகியவற்றில் கிடைத்த கைரேகைகள் ஒன்றே எனக் கண்டறிந்தனர். போலீஸ் ஆவணங்களில் அவை ஸ்வதந்திர பாலன் என்னும் ஒரு கேடியின் கைரேகைகளோடு பொருந்தின. காவல் நிலைய எல்லைக்குள் அவனைப் பிடிக்க ஒரு தனிப்படை அமைக்கப்பட்டது. அவனைப் பற்றி ஒன்றும் தெரியவில்லை. அவன் வயது பின்னிருபதுகளில் என்பதும், வன்முறையில்லாத சிறு குற்றங்கள், சிறு திருட்டுக்கள் செய்துள்ளான் என்பதும் தெரிந்தது. சிறுவயதுக் குற்றங்களுக்காக அவன் தண்டிக்கப்பட்டு பரோலில் விடுவிக்கப்பட்டிருந்தான். அவன் ஒரு கேடி என போலீஸ் பதிவுகளில் இருந்தது. "நன்கு அறியப்பட்ட ஒரு குற்றவாளி சுதந்திரமாகத் திரிகிறான். சிக்கிக்கொள்ளாமல் திருடுகிறான். போலீஸ் பரிதாபமாக நின்று வேடிக்கை பார்க்கிறது" என்று அடுத்த குற்ற ஆய்வுக் கூட்டத்தில் அனூப் குறிப்பிட்டார்.

சில நாட்களுக்குப் பின் அவருக்கு ஸ்வதந்திர பாலன் பற்றி ஒரு தகவல் கிடைத்தது. மூன்று கான்ஸ்டபிள்கள் நாசரேத் தெருக்களில் இரவுச் சுற்றுக் காவல் பணி புரிந்துகொண்டிருந்தனர். ஒரு ஷாப்பிங் காம்ப்ளெக்ஸ் வராந்தாவில் ஒரு நபர் நடைபாதையில் போர்த்திக்கொண்டு உறங்கிக் கொண்டிருந்தார். இரவுச் சுற்றுக் காவலின்போது போலீஸ் இத்தகையோரின் அடையாளத்தைப் பரிசோதிப்பது வழக்கமான நடைமுறை. கான்ஸ்டபிள் ஒருவர் உறங்கும் நபரின் முகத்தருகே தரையில் லத்தியால் தட்டினார். அந்த நபர் எழுந்திருக்கவில்லை. கான்ஸ்டபிள் அந்த உருவத்தைத் தன் லத்தியால் குத்தினார். இப்போது மூன்று கான்ஸ்டபிள்களும் அந்த உருவத்தைச் சுற்றி நின்றனர். குத்துவது தொடர்ந்தபோது

அந்த நபர் எழுந்து உட்கார்ந்தார். தன்னைச் சுற்றி போலீஸ் நிற்பதைப் பார்த்தார். திகைத்தார். கான்ஸ்டபிள்களும் திகைத்தனர். அவன்தான் ஸ்வதந்திர பாலன் என்பது உடனே தெரிந்தது. ஆனால் கான்ஸ்டபிள்கள் அவனைப் பிடிக்குமுன் அவன் தனது போர்வையை அவர்கள் மீது வீசி அவர்களைத் தள்ளினான். இருளில் தப்பியோடினான். நாசரேத் காவல் நிலையம் மீதான உயர் அதிகாரிகளின் அழுத்தம் தொடர்ந்தது.

ஸ்வதந்திர பாலன் அந்தப் பகுதியில்தான் இருக்கிறான் என்பது இப்போது தெரிந்துவிட்டது. பிறகு ஒரு நாள் அவன் கைதான செய்தி கிடைத்தது. மூன்று கான்ஸ்டபிள்களைத் தள்ளிவிட்டுத் தப்பியோடிய ஸ்வதந்திர பாலன் கைது செய்யப்பட்டுவிட்டான் என்பதைக் கேட்டு அனூப் ஆச்சரிய மடைந்தார். அவர் டி.எஸ்.பி. பிரதாப் சிங்கிடம் ஸ்வதந்திர பாலனைக் கைது செய்த கான்ஸ்டபிளுக்கு உரிய வெகுமதி தர வேண்டும் என்றார். பிரதாப் சிங், அவனைக் கைது செய்தது கான்ஸ்டபிள் அல்ல. நாசரேத் காவல் நிலைய சப் இன்ஸ்பெக்டர் மணிவண்ணன் அவனைத் தனியாளாகக் கைதுசெய்துள்ளார் என்றார்.

“உண்மையாகவா? மணிவண்ணனா? அவரா? ஸ்வதந்திர பாலனை தனியாளாகக் கைதுசெய்தாரா?”

“ஆமாம் சார், மணிவண்ணன்தான்,” பிரதாப் சிங் சிரித்தார்.

அனூப் ஆச்சரியமடைந்தார். மணிவண்ணன் நல்லவர். ஆனால் உடல் திறன் என்று வரும்போது அவர் ரொம்ப மந்தம். அவரது பெருத்த தொந்தியோடு அவர் நகர்வதே பெரும்பாடு. அவர் தனது நாற்காலியிலிருந்து எழுந்திருப்பதே ஸ்லோ மோஷன் திரைப்படக் காட்சி போலிருக்கும். அவர் பதிவேடுகள், அறிக்கைகளை வேகமாக எழுதுவார். நீதிமன்றப் பணிகளில் திறமைசாலி. ஆனால் வேகமாக நடப்பதோ, ஓடுவதோ அவருக்கு சம்பந்தமில்லாதது.

“இல்லை, இல்லை, இல்லவே இல்லை. யாராவது ஒரு கான்ஸ்டபிள் அதைச் செய்திருக்க வேண்டும். இவர் பெருமை தேடிக்கொள்கிறார். ஸ்வதந்திர பாலனைக் கைது செய்தது யாரென்று கண்டுபிடியுங்கள். அது மணிவண்ணனாக இருக்க முடியாது” என்றார் அனூப்.

டி.எஸ்.பி. விசாரித்துவிட்டுத் திரும்பி வந்தார். “மணிவண்ணன் தான் கைது செய்துள்ளார் சார். தனியாக. வேறு யாரும் இல்லை.”

“சரி. ரொம்ப நல்லது. ஸ்வதந்திர பாலன் பற்றி நாம் நிறையக் கேள்விப்பட்டிருக்கிறோம். அவனை இங்கே அழைத்து வரலாமே?

சிறையில் அடைக்கு முன் நான் அவனிடம் பேச விரும்புகிறேன்" என்றார் அனூப்.

மூன்று மணிநேரத்திற்குப் பிறகு ஸ்வதந்திர பாலன் அனூப்பின் அலுவலகத்திற்குக் கொண்டுவரப்பட்டான். அனூப் அவனை நாற்காலியில் உட்காரச் சொன்னார். அவன் தயக்கத்துடனே உட்கார்ந்தான். ஒல்லியான, சுறுசுறுப்பான, உறுதியான உடல்வாகு. அவன் முகத்தில் அப்பாவித்தனம் இருந்தது. போலீஸை மூன்று மாதங்கள் அலைய விட்ட கேடி என்பதை நம்ப முடியவில்லை.

"உன்ன எப்படி கைது செஞ்சாங்க?"

"என்ன அடிக்க மாட்டீங்களே?"

"உன்ன ஏன் அடிக்கணும்?"

"என்ன யாரும் அடிக்க மாட்டாங்கன்னு உறுதியா சொல்லுங்க."

அனூப் உறுதியளித்தார். அவனுக்குத் தேநீர் கொண்டுவரச் சொன்னார்.

தேநீர் வருவதற்காகக் காத்திருந்தபோது ஸ்வதந்திர பாலன் தன் கதையைச் சொன்னான். அவனது பெற்றோர் சிறு வயதிலேயே இறந்துவிட்டனர். அவர்களைப் பற்றி அவனுக்கு எதுவும் நினைவில் இல்லை. நாசரேத் பக்கத்திலுள்ள ஒரு கிராமத்தில் அவன் வளர்ந்தான். அவனும் அவனது நண்பர்களும் அங்குள்ள தோட்டங்களில் பழங்கள், காய்கறிகள், முட்டை ஆகியவற்றைத் திருடினர். நண்பர்களிடையே அவன் தலைவன் போலிருந்தான். சிறு குற்றங்கள் செய்தபடி வளர்ந்தான். அவையெல்லாம் புகாராகவில்லை. பல இரவுகள் அவன் சர்ச்சில் தூங்கினான். பாதிரியார்களுக்கு பெருக்குதல், சுத்தம் செய்தல் போன்ற வேலைகள் செய்தான். சில நேரங்களில் அவர்கள் அவனுக்கு உணவளித்தனர். அவன் பிரார்த்தனைக் கூட்டங்களில் கலந்து கொண்டான். அவனுக்குப் பதினாலு வயதிருக்கும்போது ஒரு குற்றத்திற்காகக் கைது செய்யப்பட்டான். அவன் அதை ஒப்புக்கொண்டான். சிறுவன் என்பதாலும் அவனது நன்னடத்தையாலும் பரோலில் விடுதலை செய்தனர். 21 வயதிருக்கும்போது ஒரு சிறு குற்றத்திற்காக அவனைக் கைது செய்தனர். அவன் குற்றத்தை ஒப்புக்கொண்டான். பாளையங்கோட்டைச் சிறையில் ஆறு மாதங்கள் இருந்தான்.

அனூப் மதிய உணவு மையங்களில் திருட்டு பற்றிக் கேட்டார்.

"ஐயா, நா சில இடங்கள்ல திருடினேன். ஆனால் எல்லா இடத்திலும் நா திருடல."

வி. சுதர்ஷன்

"என்ன சொல்ற. எல்லாப் பூட்டுக்களிலும் உன் கைரேகை இருக்கிறதே?"

"நா மறுக்கல ஐயா, பூட்டுங்கள நா தான் உடச்சேன். ஆனா பூட்டு, தாழ்ப்பாள், கதவுகள தாண்டி, அறைக்குள்ளார என் கைரேக இருந்துதா? எத்தன இடங்கள்ல அறைக்குள்ளார என் கைரேக கிடச்சது?"

"புரியும்படி சொல்."

"சார், நா திருட வேண்டிய தேவையே இல்ல. சர்ச் என்ன நல்லா பாத்துக்கறாங்க. கடவுள் என்னிடம் அன்பாயிருக்கிறார். பல நேரங்கள்ல, அந்த மதிய உணவு மையங்கள நடத்தற அதிகாரிங்க என்ன கூப்பிட்டனுப்பி ஸ்டோர் ரூம்களோட பூட்ட உடைக்க சொல்றாங்க. அதுக்கு அவங்க கொஞ்சம் பணம் கொடுக்கறாங்க. அத வாங்கிட்டு நா போய்டுறேன். வேறு ஒண்ணும் இல்ல."

"அவங்க ஏன் பூட்ட உடைக்க உன்ன கேக்கறாங்க?"

"நா பூட்டு உடைக்கறதில திறமசாலி அதனாலதான்."

"சரி. அவங்க எதுக்காக பூட்ட உடைக்க சொல்றாங்க?"

"நா கேள்வில்லாம் கேக்கறதில்ல சார். நான் அடி வாங்க விரும்பல. நீங்க என்ன அடிக்கலன்னா, நா கேள்விப்பட்டத உங்ககிட்ட சொல்றேன்."

"என்ன அது?"

"நா கேள்விப்படறேன். வருவாய்த் துறையில ஒரு புதிய அதிகாரி வந்திருக்கார். அவர் மளிகை பொருட்கள், மதிய உணவு மையங்களில் உள்ள இருப்பு பற்றி கண்டிப்பாக இருக்கிறார். மதிய உணவு ஆளுங்க அரிசி, பருப்பு, எண்ணெய் திருடுறத தடுக்கறார். ஆனா அவங்க திருடிட்டு திருட்டுப் பழியெல்லாம் என்மீது போட்டுடறாங்க."

"ரேஷன் கடை திருட்டுங்க?"

"நானில்ல சார், நா பூட்டுக்கள மட்டும் உடைச்சேன்."

"பிறகு ஏன் உன் பெயர் போலீஸ் ரிகார்டுகளில் திரும்பத் திரும்ப வருது?"

"சார் போலீஸ் என்ன அடிச்சி, நா செய்யாத குற்றங்களயும் ஒப்புக்கச் சொல்வாங்க. நானும் ஒப்புக்குவேன். நா அடிவாங்கி சித்ரவதைப்பட விரும்பல. என்னால தாங்க முடியல. என்ன கேக்கும்போது நான் ஒப்புக்குவேன். அது சுலபம். நா அடி வாங்க விரும்பல."

ஸ்வதந்திர பாலன் எஸ்.பி.யின் அறையிலிருந்து மகிழ்ச்சியாக வெளியேறினான். அவனை யாரும் அடிக்கவில்லை. எஸ்.பி அவனுக்கு டீ கொடுத்தார், "கடவுளின் வழிகள் விநோதமானவை" என்று எண்ணிக்கொண்டே. அவன் புன்னகையுடன் வெளியேறினான்.

ஸ்வதந்திர பாலன் வெளியேறிய பிறகு, அனூப் எஸ்.ஐ. மணிவண்ணனைக் கூப்பிட்டார். அவரைப் பாராட்டினார். ஸ்வதந்திர பாலனின் வாக்குமூலத்தை மிகைப்படுத்தாமல் தயாரிக்குமாறு சொன்னார். "அதை வருவாய்த் துறைக்கு அனுப்பலாம். மளிகைப் பொருட்கள் எப்படி மாயமாய் மறைகின்றன என்று அவர்கள் விசாரிக்கட்டும்."

ஸ்வதந்திர பாலன் கைது செய்யப்பட்ட கதை – அதில் ஒரு பகுதியை அவனே அனூப்பிடம் சொல்லியிருக்கிறான் – அனூப் மேற்கொண்ட விசாரணைகள் மூலம் முழுமையாக வெளிப்பட்டது.

அது ஈஸ்டருக்கு முந்தைய வியாழக்கிழமை. சர்ச்சில் இயேசுவின் கடைசி இரவு விருந்து நிகழ்ச்சி நடக்கிறது. இயேசு தன் சீடர்களின் பாதங்களைத் தூய்மை செய்ய விரும்புகிறார். அவர்களில் ஒருவன் தன்னைக் காட்டிக் கொடுக்கப்போகிறான் என்பது அவருக்குத் தெரியும். உணவில் அவர் தன் ரத்தத்தையும் தசையையும் ஒயின், ரொட்டியாகக் கொடுத்தார். ஸ்வதந்திர பாலன் சர்ச்சில் இருந்தான். போலீஸ் இன்ஃபார்மர் ஒருவர் அவனைப் பார்த்தார். நாசரேத் காவல் நிலையத்திற்கு ஓடிச் சென்று தான் வழக்கமாக உளவு சொல்லும் தலைமைக் காவலரிடம் சொல்ல நினைத்தார். ஆனால் அந்த தலைமைக் காவலர் அங்கில்லை. திரும்பிப் போக நினைத்தார். காவல் நிலைய வாயிலை மறித்தபடி மணிவண்ணனின் பெரிய உருவம் நின்று கொண்டிருந்தது.

"யார் நீ?" மணிவண்ணன் மிடுக்காகக் கேட்டார். மணிவண்ணனின் மற்றொரு தன்மை அவரால் மிருதுவாகப் பேச முடியாது. எப்போதும் கத்துவார். முதல் கேள்வியைவிட அதிகச் சத்தமாக அடுத்த கேள்வியைக் கேட்டார். "உனக்கு என்ன வேணும்?' என்ன ஆகுமோ என்ற அச்சத்தில் இன்ஃபார்மர் பதில் தரவில்லை. அடுத்த கேள்வி இடிபோல் இறங்கியது. "நீ என்ன ஊமையா? உனக்கு யார பாக்கணும்?" இன்ஃபார்மர் தலைமைக் காவலரைப் பார்க்க வந்ததைச் சொன்னார். "ஏன்?" அசராமல் தொடர்ந்தார் மணிவண்ணன். இன்ஃபார்மர், புனித ஜான் கதீட்ரலில் புனித வியாழன் பிரார்த்தனையில் ஸ்வதந்திர பாலன் இருப்பதைச் சொன்னார். மணிவண்ணன் அவரை இருக்கச் சொல்லிவிட்டு, தன் அறைக்கு வந்து சீருடை

அணிந்துகொண்டார். அது மிகச் சிரமமான வேலை. எஸ்.ஐ வருவதற்குள் பிரார்த்தனைக் கூட்டம் முடிந்து விடுமோ என்று இன்ஃபார்மர் அஞ்சினார். ஒருவழியாக எஸ்.ஐ. வெளி வந்தார். தன் தொப்பியை சரி செய்துகொண்டார். ரிவால்வரை எடுத்து இடுப்புக் கச்சையில் வைத்துக்கொண்டார். இன்ஃபார்மர் உடன்வர, கதீட்ரல் சர்ச்சை நோக்கி நடக்கத் துவங்கினார்.

காவல் நிலையத்திலிருந்து ஒரு கிலோ மீட்டர் தூரத்தில் நாசரேத் பிரதான சாலையும் சன்னிதி தெருவும் சந்திக்கும் இடத்தில் இருந்தது சர்ச். மணிவண்ணன் சர்ச்சுக்குள் நுழைய 25 நிமிடம் ஆனது. ஒரு கிலோ மீட்டர் தூரம் நடந்ததால் வியர்த்து அவருடைய சீருடை திட்டுத் திட்டாக நனைந்துவிட்டது.

திறந்திருந்த கதீட்ரல் கதவுகள் வழியாக ஜெப வாசிப்பு கேட்டது. அங்கு கூட்டம் நிரம்பி வழிந்தது. "எல்லாம் வல்ல கர்த்தர் நமது பாவங்களை மன்னித்து நம்மை ஆசீர்வதிக்கட்டும்" என்று பாதிரியார் சொன்ன போது எல்லோரும் ஒரே குரலில் "ஆமென்" என்றனர். இறுதி விருந்தைக் குறிக்கும் மேசையில், இறைவனோடு ஐக்கியமாகும் சடங்காக ரொட்டியை வெட்ட விருந்தார் பாதிரியார். ஸ்வதந்திர பாலன் எங்கிருக்கிறான் என்று மணிவண்ணன் இன்ஃபார்மர் சைகையால் கேட்டார். இருக்கைகளுக்கிடையே மேடையை நோக்கிச் செல்லும் பாதையில் செந்நிற கார்ப்பெட்டின் மீது மணிவண்ணன், கூட்டத்திடையே மாட்டிக்கொண்ட காட்டு யானையைப் போல நடக்கத் தொடங்கினார். ஸ்வதந்திர பாலன் எங்கிருக்கிறானென்று பார்வையைச் சுழற்றினார். அவரால் கண்டுபிடிக்க முடியவில்லை. இன்ஃபார்மர் பார்த்தார். அவர், மண்டியிட்டிருந்த புனித வியாழன் ஜெபக் கூட்டத்திடையே ஸ்வதந்திர பாலனைச் சுட்டிக் காட்டினார். மணிவண்ணன் இரண்டு முறை தவறான நபர்களின் சட்டைக் காலரைப் பிடித்தார். கூட்டத்தில் சலசலப்பு எழுந்தது. பாதிரியார் அதைக் கண்டுகொள்ளாமல் பிரார்த்தனையைத் தொடர்ந்தார். மூன்றாவது முறையாக இன்ஃபார்மர் மண்டியிட்டிருந்த ஒரு நபரைக் காட்டினார். மணிவண்ணன் மெதுவாக, எச்சரிக்கையாக, சற்றே மூச்சு வாங்கியபடி அந்த நபரின் பின்னால் நின்றார். மணிவண்ணன் ஸ்வதந்திர பாலனின் சட்டைக் காலரைப் பிடித்தார்.

அவன் எதிர்ப்புக் காட்டவில்லை. ஓட முயலவில்லை. பிரார்த்தனைக் கூட்டம் முடியும் வரை பொறுத்திருக்குமாறு மட்டுமே கேட்டுக்கொண்டான். அதன்பின் எங்கு வேண்டுமானாலும் வருகிறேன் என்றான். மணிவண்ணன் அதைக் கேட்கத் தயாராயில்லை. அவன் மூன்று கான்ஸ்டபிள்களை தள்ளி விட்டு ஓடியவன் என்பதே அவரது மனதில் இருந்தது. அவனைக் கைது

செய்யக் கூட்டத்திலிருந்த மூவரின் உதவியை நாடினார். இவன் ஒரு திருடன். இவனைக் கைது செய்ய உதவுங்கள் என்றார். திருடன் என்ற வார்த்தையைக் கேட்ட பின் பாதிரியாரால் பிரார்த்தனையைத் தொடர முடியவில்லை. மணிவண்ணன், ஸ்வதந்திர பாலனைக் கதீட்ரலிலிருந்து காவல் நிலையம் கொண்டுவந்தார். காவல் நிலையம் வரும் வழியெல்லாம் ஸ்வதந்திர பாலன் கேட்டது, “தயவுசெஞ்சி என்ன அடிக்காதீங்க. நீங்க என்ன சொன்னாலும் நா அத ஒப்புக்கிறேன்” என்பதைத் தவிர வேறொன்றும் இல்லை.

அனூப், ஸ்வதந்திர பாலனிடம் பேசியபோது, மணிவண்ணன் தன்னைப் பிடிக்க வருவதை அவன் பார்த்தானா என்று கேட்டார். “ஆமா எஸ்.ஐ. என்ன பிடிக்குமுன்ன ரெண்டு பேர பிடிச்சி பின்ன அவங்கள விட்டதயும் பாத்தேன்” என்றான்.

“நீ ஏன் ஓடல?. நீ அதில கில்லாடி இல்லையா? ஓடுவதற்கு நிறைய நேரமும் வாய்ப்பும் இருந்துச்சே? சரியா?”

“ஓடணும்னு நெனெச்சேன் சார். ஆனால் புனித வியாழன் கூட்டத்தில் இருந்தேன். பிரார்த்தன செஞ்சிக்கிட்டிருந்தேன். அத முடிக்க விரும்பினேன். எனவே என் விதிய ஆண்டவரிடம் விட்டுவிட்டு அங்கேயே இருந்தேன்.”

ஸ்வதந்திர பாலன் தன்னைக் கர்த்தரிடம் முழுமையாக ஒப்படைத்துவிட்டான். அவன் ஒரு உண்மையான சீடன். அவன் கிரிமினலா? தன்னால் உறுதியாகச் சொல்ல முடியாது என்று அனூப் நினைத்தார்.

அவனைக் காட்டிக்கொடுத்த இன்ஃபார்மர் யார்? ஸ்வதந்திர பாலன் சிறு வயதில் தோட்டங்களிலும் வயல்களிலும் திருடியபோது, அவனுடைய கூட்டாளிகளில் அவனும் ஒருவன்.

8

புன்னக்காயல் படுகொலைகள்

மீனவர் சமுதாயம் உணர்வால் ஒன்றுபட்ட சமுதாயமாகும். தூத்துக்குடி மாவட்டம் வழியாகக் கன்னியாகுமரிவரை செல்லும் கடற்கரைச் சாலையில் பெரியதலை, புன்னக்காயல் போன்ற பெரிய மீனவக் கிராமங்கள் இருக்கின்றன. பெரியதலை நாங்குனேரி சப் டிவிஷனிலும் புன்னக்காயல் மணப்பாடு சப் டிவிஷனிலும் இருக்கின்றன. அங்கு மக்களின் வாழ்க்கைச் சிரமங்களை அனூப் ஜெய்ஸ்வால் அறிந்துகொண்டார். மணப்பாட்டில் மீனவர்கள் பெரும்பான்மையும் கிறிஸ்தவ நாடார்கள் அல்லது கிறிஸ்தவர்கள். பிரிட்டிஷார் வருமுன்னரே கிறிஸ்தவம் இங்கே வந்துவிட்டது. கிராமத்திற்கு வருமுன் தேவாலய கோபுரத்தைப் பார்க்கலாம். அந்த மீனவர்கள் வாழ்க்கையில் சர்ச் ஆதிக்கம் செலுத்தியது. ஞாயிற்றுக்கிழமைகளில் மீன் பிடித்தல் இல்லை.

இரவில் தங்கள் வலைகளை விரிக்கக் கட்டுமரங்களில் செல்வார்கள். அவர்கள் மீன் பிடிப்பது கடற்காற்று அல்லது தரைக் காற்றைப் பொறுத்தது. தரைக் காற்றையொட்டி கடலுக்குள் சென்று கடற் காற்றையொட்டித் திரும்பி வருவார்கள். எந்தக் கட்டுமரமும் தனியாகப் போகாது. கூட்டம் கூட்டமாகவே போவார்கள். இருபது, முப்பது அல்லது நாற்பது கட்டுமரங்கள் ஒன்றுக்கொன்று இணையாகச் செல்லும். ஒரு கட்டுமரத்தில் ஐந்து, ஆறு அல்லது ஏழு மீனவர்கள் இருப்பார்கள். கடலில் வலை விரிப்பார்கள். அது நுட்பமான வேலை.

வலைகளை ஒழுங்காக மடித்து வைத்திருந்தார்கள். முடிவில் கூழாங்கற்களையும் மறுபுறம் மிதவைகளையும் வைத்திருந்தார்கள். மடிப்பு மடிப்பாக எடுத்து விரித்துத் தண்ணீரில் வீச வேண்டும். தண்ணீரில் பரவிக் கிடக்கும் அதில் மீன்கள் நீந்தி உள்ளே வரும். வலையைச் சரியாக விரிக்கவில்லையெனில் இரவு வீணாகிவிடும். வலை, கயிறுகள், மிதவை எல்லாம் சிக்கலாகி விற்பனைக்கு மீன் ஒன்றும் இல்லாதுபோகும். உயிருள்ள மீன்களுடன் வலையை இழுப்பதும் பின் அதை மடித்து வைப்பதும் கடினமான பணியாகும்.

வெளிப்புற மோட்டார் பொருத்திய படகுகள் எங்கெங்கு மீன் பிடிக்கலாம், எங்கெங்கு பிடிக்கக் கூடாது என்று மீன்வளத் துறை வழிகாட்டுதல்கள் வழங்கும். கரையோரப் பகுதிகளில் கட்டுமரங்கள் மீன் பிடிக்கும் பகுதியில் மோட்டார் படகுகள் மீன் பிடிக்கக் கூடாது. அதேபோல ஒரு கிராமத்தினர் மீன் பிடிக்கும் பகுதிகளில் மற்றொரு கிராமத்தினர் மீன் பிடிக்கக் கூடாது. மோட்டார் படகுகள் ஆழ்கடலுக்குச் சென்று மீன் பிடிக்க வேண்டும். ஆழ்கடலுக்குச் செல்லும்போது பல நேரங்களில் கட்டுமரங்கள் விரித்து வைக்கும் வலைகள் மோட்டார் படகுகளின் ப்ரோபெல்லரில் சிக்கிக்கொள்ளும். அவற்றை அறுக்க வேண்டும். சில நேரங்களில் மோட்டார் படகுகள் கட்டுமரங்களுக்கான ஆழம் குறைவான பகுதிகளில் மீன் பிடிக்க வருவதுண்டு. வேண்டுமென்றே வெளிப்புற மோட்டார் பொருத்திய படகுகள் கட்டுமரங்களின் வலைகளை அறுத்து அவர்கள் மீன் பிடிக்காமல் தடுப்பதுண்டு. அதிகாரிகள் தடுக்க இயலாத இடங்களில் மாவட்ட எல்லை தாண்டி மீன் பிடிக்கும்போது இவ்வாறு வலைகளை அறுப்பது வழக்கம். ஒரு மீனவருக்கு அவரது வலையும் படகும் மதிப்பு மிக்க சொத்துக்கள். அவை அவருடைய வாழ்வாதாரம். வலைகள் அறுக்கப்படுவதன் விளைவாக ரத்தம் சிந்தும் சண்டைகள் நடப்பதுண்டு.

சில நேரங்களில் இளைஞர்கள் மோட்டார் படகுகளை அதிவேகமாக ஓட்டுவதில் மகிழ்ச்சி அடைவார்கள். அப்போது அவர்கள் தங்களை அறியாமலேயே வலைகளை அறுத்து விடுவதுண்டு. உடனடியாகக் கட்டுமரங்கள் அந்தப் படகைச் சூழ்ந்துகொள்ளும். அதன் மோட்டாரைக் கழற்றிக் கடலில் எறிந்து விடுவார்கள். சில நேரங்களில் மீனவர்கள், மோட்டார் படகில் இருப்பவர்களைத் தங்களுக்கு இழப்பீடு கிடைக்கும் வரை சிறைப்பிடித்து வைப்பதுண்டு.

ஒருமுறை, பெரியதலை கிராமத்திற்கும் திருநெல்வேலி மாவட்டத்தில் உள்ள பக்கத்து கிராமத்திற்கும் மீன்வலை தொடர்பாகச் சண்டை வந்தது. பெரியதலை கிராமத்தினர் சிலர் சிறைப்பிடிக்கப்பட்டுப் பிணைக் கைதிகளாக வைக்கப்பட்டனர்.

டி.எஸ்.பி. பிரதாப் சிங் பேச்சு வார்த்தை நடத்தி யாருக்கும் துன்பமில்லாமலும் சொத்துக்களுக்குச் சேதமின்றியும் பிரச்சினையை முடிவுக்குக் கொண்டுவர அனுப்பப்பட்டார். அனூப் குடும்பத்தினருடன் விடுமுறையில் திருச்செந்தூர் போயிருந்தார். அவர்கள் கோவில் விருந்தினர் விடுதியில் தங்கியிருந்தனர். திருச்செந்தூரில் வயர்லெஸ் சரியாக வேலை செய்யாததால் அனூப், பிரதாப்பைத் தொடர்புகொள்ள முடியவில்லை. பிற்பகலாகிவிட்டது. மணி இரண்டைத் தாண்டி யிருக்கும். இந்நேரம் பிரச்சினை முடிந்திருக்கும் என்று அனூப் நினைத்தார். பின்னர், மனைவி நீலத்தை விருந்தினர் விடுதியில் இருக்கச் சொல்லிவிட்டு டிரைவரைப் பெரியதலைக்குப் போகுமாறு சொன்னார்.

பெரியதலை 28 கி.மீ. தொலைவில் இருந்தது. சொந்த விடுப்பில் இருந்ததால் அவர் சீருடையில் இல்லை. சுமார் 40 நிமிடப் பயணத்திற்குப் பின் மெயின் ரோட்டிலிருந்து பெரியதலை செல்லும் சாலையில் திரும்பியபோது அங்கு பெரும் கூட்டம் திரண்டிருந்தது. பெண்கள், குழந்தைகள், சில இளைஞர்கள் அழுதுகொண்டும், கூச்சலிட்டுக்கொண்டும் இருந்தனர். போலீஸ் காரைப் பார்த்ததும் அதைச் சூழ்ந்துகொண்டு அதன் மீது மண்ணை வாரி இறைத்தனர். டிரைவர் வண்டியின் வேகத்தைக் குறைத்தார். அனூப் வண்டியை வேகமாக ஓட்டி கும்பலிலிருந்து விலகிச் சென்றுவிடுமாறு கூற நினைத்தார். ஆனால் அதற்குள் கும்பல் வண்டியைச் சூழ்ந்துவிட்டது. அவர்களின் எண்ணிக்கை அதிகம். காரின் கொடி பிடுங்கப்பட்டது. கொடிக் கம்பி வளைக்கப்பட்டது. காரின் கதவுகள் மீதும் பானெட் மீதும் பலமாகத் தட்டினார்கள்.

அனூப் கைவசம் எப்போதும் துப்பாக்கி வைத்திருந்தார். முன்னர் *.9mm* பிஸ்டல். அது மிகவும் கனமாக இருந்ததால் இப்போது .38 ரிவால்வர் அவர் பையில் இருந்தது. அந்தப் பையை எடுத்துக் கையில் வைத்துக்கொண்டார். அவர்கள் போடும் கூச்சலும், கைகளால் வாரி இறைக்கப்படும் மண்ணும் சிறு சிறு கூழாங்கற்களும் காரின் மீது மோதும் ஓசையும் கேட்டுக்கொண்டிருந்தன. கார் நகராமல் நின்றதும் கூச்சல் கொஞ்சம் குறைந்தது.

அனூப் காரிலிருந்து இறங்கி, தனது துப்பாக்கிப் பையை கையில் பிடித்தபடி நின்றார். பிணைக் கைதிகள் விடுவிக்கப்படாததால் அவர்கள் ஆத்திரமடைந்திருந்தனர். "அவர்களை விடுவித்து அழைத்துவருவதற்கு அதிகாரிகள் போயிருக்கிறார்கள். அதை உறுதி செய்வதற்காகவே நான் இங்கு வந்திருக்கிறேன்" என்றார் அனூப். "அவர்கள் நலமுடன் வரும்வரை உங்களை விட மாட்டோம்" என்றனர் அவர்கள். "சரி நான் இங்கேயே இருக்கிறேன். உங்களுக்கு

உதவி செய்வதற்காகவே நான் இங்கு வந்திருக்கிறேன். நான் உட்கார ஒரு நாற்காலி கொடுங்கள்" என்றார் அனூப்.

நாற்காலி கொண்டுவந்து அவர் உட்கார்ந்ததும், அவர்கள் எல்லோரும் ஒரே நேரத்தில் பேசத் துவங்கினர். "நீங்கள் எல்லோரும் ஒரே நேரத்தில் கத்தினால் என்னால் கேட்க முடியாது. ஒவ்வொருவராகச் சொல்லுங்கள். நான் எங்கேயும் போகப் போவதில்லை."

அனூப் டிரைவரிடம், டி.எஸ்.பி. பிரதாப்பிடம் பேசி என்ன நடந்தது என்று அறிந்துகொள்ளச் சொன்னார். கூட்டத்திலிருந்த இளைஞர்கள், போலீசுடன் தங்கள் அனுபவங்களையும் வேறு பிரச்சினைகளையும் பற்றிப் பேசத் தலைப்பட்டனர். அவற்றுக்கு இந்தப் பிரச்சினையோடு சம்மந்தமில்லை. டிரைவர் வந்து டி.எஸ்.பி.யோடு தொடர்புகொள்ள முடியவில்லை என்றார். வயர்லெஸ் தொடர்பு பலவீனமாக இருந்தது. "என்னுடைய டிரைவர், காரை எடுத்துக்கொண்டு கொஞ்ச தூரம் போய் சிக்னல் கிடைக்கும் இடத்திலிருந்து பேசித் தகவல் தெரிந்து வர வேண்டும்" என்று அனூப் அவர்களிடம் சொன்னார்.

முதலில் அவர்கள் தயங்கினார்கள். அனூப் சொன்னார். நான் எஸ்.பி. உங்களுடன்தான் இருக்கப்போகிறேன். மாவட்டத்திலேயே இதைவிடப் பெரிய உத்தரவாதம் உங்களுக்குக் கிடைக்கப்போவதில்லை என்றார். அவர்கள் காரைப் போக அனுமதித்தனர். அப்போது மாலை 4.30. வெயில் தாழ்ந்திருந்தது. நேரம் செல்லச் செல்ல அவர்களுக்குச் சொல்வதற்குப் புகார்கள் இல்லாத நிலை ஏற்பட்டது. அனூப் அதைப் பயன்படுத்திக்கொண்டு அங்கிருந்த இளைஞர்களிடம் கேட்டார். "உங்களுக்கு வெளிப்புற மோட்டார் என்ஜின்கள் பிடித்திருக்கிறதா?" அவர்கள் ஃபைபர் கிளாஸ் படகுகள் பற்றி பேசத் தொடங்கினர். பெரியதலை கிராமத்தில் வெளிப்புற மோட்டார் என்ஜின்கள் பொருத்தப்பட்ட சில ஃபைபர் கிளாஸ் படகுகள் இருக்கின்றன என்றனர் அந்த இளைஞர்கள். அனூப் கடலைப் பார்த்தார். அமைதியான முடிவற்ற கடல். "நீங்கள் ஃபைபர் படகு சவாரி எப்படி இருக்கிறது என்று எனக்குக் காட்டலாமே" என்றார். "நான் உங்கள் விருந்தினன். நீங்கள் எனக்கு ஏதாவது சாப்பிடக் கொடுக்கலாமே. டிரைவர் செய்தியுடன் திரும்பி வந்தவுடன் அவருக்கும் கொஞ்சம் மீன் குழம்பு கொடுக்கலாமே" என்று கேட்டார்.

நான்கு இளைஞர்கள் அனூப்பை மணலில் நிறுத்தி வைக்கப்பட்டிருந்த ஃபைபர் படகிற்கு அழைத்துச் சென்றனர். அதைத் தண்ணீரில் தள்ளி, அதில் ஏறிக்கொண்டனர். படகு

கடலில் சென்றது. எவ்வளவு எரிபொருள் இருக்கிறது என்று அனூப் கேட்டார். "டாங்க் நிறைய இருக்கிறது" என்றார்கள்.

படகு சுமார் நூறு அடி கடலில் சென்றிருக்கும், இளைஞர்களில் ஒருவன் போலீசைத் திட்டத் தொடங்கினான். அவனுக்கு ஏதோ மனத்தாங்கல் இருந்திருக்கும். அவனது குரல் ஓங்கி ஒலித்தது.

"இப்ப நீங்க தனியா எங்ககூட கடல்ல இருக்கிங்க. உங்கள கடல்ல மூழ்கடிச்சிட முடியும். உங்களால என்ன செய்ய முடியும்?"

அனூப் சிரித்தபடி சொன்னார். "என்ன செய்ய முடியும் என்று உனக்குத் தெரிய வேண்டுமா?"

சிரித்தபடியே கைப்பையிலிருந்த துப்பாக்கியை எடுத்தார். "இதோ பாருங்கள், இதில் ஐந்து குண்டுகள் இருக்கின்றன. நீங்கள் நான்கு பேர்தான் இருக்கிறீர்கள். நான் குறி தவறாமல் சுடுவேன். எனக்கு முன்னால் நீங்கள் தண்ணீரில் இருப்பீர்கள். இந்தப் படகை எடுத்துக்கொண்டு நான் நேராகத் தூத்துக்குடி போய்விடுவேன்."

ரிவால்வரைப் பார்த்ததும் அந்த இளைஞனின் தைரியம் கரைந்து போய்விட்டது. அவர்களில் சற்றே மூத்தவனான ஒருவன் சொன்னான், "இல்ல ஐயா, தப்பா எடுத்துக்காதீங்க. அவன் சின்ன பையன். கிண்டலாப் பேசிட்டான். அவ்ளதான். மனசில வெச்சிக்காதீங்க சார். அவன் சின்னப் பையன். சும்மா தமாஷா பேசினான்."

அனூப் சிரித்தபடியே பதிலளித்தார். "நல்லது. நானும் தமாஷுக்குத்தான் சொன்னேன்." ஆனால் ரிவால்வரைப் பையில் வைக்கவில்லை. அந்தப் பயணத்தின் மகிழ்ச்சி மறைந்துபோனது.

அதே நேரத்தில் கரையில் பெரும் கூட்டம். அவர்கள் கரைக்குத் திரும்புமாறு கைகளை ஆட்டினர். கரையை நெருங்கும்போது அனூப் ரிவால்வரைப் பையில் வைத்தார். கரையில் கூட்டத்தில் டிரைவர் இருந்தார். அனூப் படகிலிருந்து இறங்கு முன் டிரைவர் உரக்கச் சொன்னார். டி.எஸ்.பி. பிரதாப் சிங்குடன் பேச முடிந்தது. பிரச்சினை தீர்ந்து பிணைக் கைதிகள் ஒரு வேனில் திரும்பிக்கொண்டிருக்கிறார்கள்.

அதே நேரத்தில், இரு மோட்டார் சைக்கிள்கள் வந்தன. இதே செய்தியை அவர்களும் கிராமத்திற்குத் தெரிவித்தனர். அவர்கள் மன்னிப்புக் கேட்டனர்.

என்னுடைய கார் எப்படிச் சிதைந்தது என்று அனூப் கேட்டார்.

கூட்டத்தில் உடனே பணம் வசூலிக்கப்பட்டது. காரைப் பழுது பார்க்க அதை டிரைவரிடம் கொடுத்தனர். கொஞ்சம்

மீன் கொண்டுவந்து கொடுத்தனர். இப்போது அவர்கள் அமைதியடைந்திருந்தனர்.

மீனவர்கள் கடலைப் போன்றவர்கள். ஒருசமயம் அவர்கள் அமைதியாக இருப்பார்கள். ஆனால் எப்போது அவர்கள் பொங்கியெழுவார்கள் என்றோ என்ன செய்வார்கள் என்றோ சொல்ல முடியாது.

ஒருமுறை ஒருவர் தன் மைத்துனரையே கடத்திப் பிணையாக வைத்திருந்தார். “எப்படி நீங்கள் உங்கள் சொந்த சகோதரியின் கணவரையே கடத்துவீர்கள்?” என்று அனூப் அவரிடம் கேட்டார். “உறவைவிட கிராமம் முக்கியம்” என்று அவர் சாதாரணமாகச் சொன்னார்.

அவரது சகோதரி கிராமத்திற்கு வெளியே திருமணம் செய்துகொண்டவர். இந்த கிராமத்தைச் சேர்ந்த ஒருவர் பெரியவர்கள் முன்னே வந்து தன்னை அடுத்த கிராமத்து ஆள் அடித்துவிட்டான் என்று சொன்னால் அவர்கள் ஆயுதங்களைக் கையில் எடுத்துவிடுவார்கள். ஒரே கிராமத்தைச் சேர்ந்த இருவர் சண்டையிட்டுக்கொள்ளும்போது அது பெரிதாவது அரிது. கிராம நலனுக்கே எப்போதும் முதலிடம்.

ஒருமுறை ஒரு மீனவர், ஒரு பெரிய கூட்டமே பார்த்துக் கொண்டிருக்க, கட்டுமரத்தின் வளைவு போன்று வளைந்த ஒரு அரிவாளைக் கொண்டு மற்றொரு மீனவரைத் தோள் பட்டையில் ஓங்கி வெட்டினார். அவ்வளவு கோபம். வெட்டப்பட்டவரது தோள்பட்டை பிளந்து, விலா எலும்புகள் நான்கு பிளந்து அரிவாள் ஐந்தாவது எலும்பின் மீது வந்து நின்றது. அவன் தரையில் விழுந்தான். ரத்தம் பீறிட்டது. அரிவாள் அவனது தசை, ரத்தக் குழாய்கள், நுரையீரல் ஆகியவற்றை வெட்டிவிட்டது. அவனது இடது கையும் தோள் பட்டையும், மார்பின் ஒரு பகுதியும் திறந்து கொண்டது. ஒரே வீச்சுத்தான். அரிவாளின் கூர்மையையும் வெட்டியவரின் பலத்தையும் அது பேசியது.

குலசேகரப்பட்டினம் காவல் நிலைய இன்ஸ்பெக்டருக்கு இந்த சம்பவம் பற்றிய தகவல் வாய்வழிச் செய்தியாகவே வந்தது. பெரியதலை கிராமத்திற்குப் பக்கத்திலிருந்த அந்த மீனவக் குடியிருப்புக்கு இன்ஸ்பெக்டர், மூன்று நான்கு கான்ஸ்டபிள்களுடன் சென்றார். பிணத்தைக் கைப்பற்றிப் பிரேதப் பரிசோதனைக்கு அனுப்பினார். கொலை வழக்குப் பதிவு செய்யப்பட்டது. யாரும் எதையும் பார்க்கவில்லை. என்ன நடந்தது என்றோ, யார் அதைச் செய்தது என்றோ, ஏன் செய்தார் என்றோ சொல்ல யாரும் முன்வரவில்லை. யார் அதைச் செய்தார் என்பது ஒரு வதந்தியாகத் தெரியவந்தது.

இன்ஸ்பெக்டர் அந்த நபரைக் கைது செய்து விசாரிப்பதற்காக அந்த கிராமத்திற்குச் சென்றார். கொலைக் கருவியைக் கைப்பற்றுவதும் முக்கியமானது. ஆனால் அவர் அந்தக் குடியிருப்புக்குள் நுழையவே கடும் எதிர்ப்பு எழுந்தது. மீனவர்கள், குறிப்பாகப் பெண்கள் கூடி அவரை மறித்தனர். இன்ஸ்பெக்டர் பெண்களிடம் தவறாக நடந்துகொள்கிறார் என்று புகார் கூறினர். அவர் பின்வாங்கினார். மீனவர்களுக்கு தாசில்தார், வருவாய்த் துறை, மீன்வளத் துறை அதிகாரிகள் நெருக்கமானவர்கள். அவர்கள் மீனவர்களுக்கு மண்ணெண்ணெய் வழங்குகின்றனர். மற்ற பகுதிகளில் மீன் பிடிப்பதால் எழும் தகராறுகளைத் தீர்த்து வைக்கின்றனர். எனவே கொலையாளி சரணடைய வேண்டும் என்று அவர்கள் மூலமாகச் செய்தி சொல்லப்பட்டது.

சில நாட்கள் காத்திருந்த பின் இன்ஸ்பெக்டர் மீதான புகார்களை விசாரிக்க ஒரு அமைதிக் குழு ஏற்பாடு செய்யப்பட்டது. அனூப் அதில் கலந்துகொண்டார். கூட்டத்தில் சில பெண்கள், இன்ஸ்பெக்டர் தங்களை ரவிக்கையைக் கிழித்து மானபங்கப்படுத்த முயன்றதாகப் புகார் கூறினார்கள். இன்ஸ்பெக்டர் எப்படித் தன்னை சேலையை அவிழ்த்து, ரவிக்கையைப் பிடித்திழுத்துக் கிழித்தார் என்பதைப் பற்களே இல்லாத ஒரு கிழவி விளக்க முற்பட்டார். அந்தப் புகார்களில் அர்த்தமில்லை. பட்டப்பகலில் நான்கைந்து கான்ஸ்டபிள்களுடன் சென்ற இன்ஸ்பெக்டர், கூட்டம் பார்த்திருக்க இவ்வாறு செய்தார் என்பது எப்படி உண்மையாக இருக்க முடியும்? வக்கிர புத்தி கொண்டவர்கள்கூட இப்படிச் செய்ய மாட்டார்கள். பல்லில்லாத ஒரு கிழவியின் ரவிக்கையை கிராமத்தின் நடுவில் கிழிக்க ஒரு இன்ஸ்பெக்டருக்கு என்ன தேவை அல்லது நோக்கம் இருக்க முடியும்? அவர்களது மண்ணெண்ணெய் அளவைக் குறைத்து அவர்கள் படகுகள் ஓடுவதற்கு நெருக்கடி ஏற்படுத்துவதன் மூலம் அவர்களுக்கு அழுத்தம் தரப்பட்டது.

மூன்று நாட்களுக்குப் பின் அந்தக் கிராமத்திலிருந்து ஒருவர் ஒரு அரிவாளுடன் வந்தார். அவருடன் கிராமத்தினர் சிலரும் வந்தனர். அவர் தானே குற்றவாளி என்றும், சரண்டர் ஆக வந்திருப்பதாகவும் சொன்னார். அவரைப் பார்த்து டி.எஸ்.பி. பிரதாப் சிங் சிரித்தார். அவர் ஒல்லியான உடல் கொண்ட கிழவர். டி.எஸ்.பி., ஒரு கனமான மூங்கிலை அவர் முன் வைத்து, அவருடைய அரிவாளால் அதை இரண்டு துண்டுகளாக வெட்டுமாறு கேட்டார். "உன்னால் வெட்ட முடிந்தால், நீதான் கொலைகாரன் என்று ஏற்றுக்கொள்கிறேன்" என்று சொன்னார். அந்தக் கிழவர் குழப்பமாக கூடவந்தவர்களைப் பார்த்தார். அவர்கள் அவரை மூங்கிலை வெட்டுமாறு சொன்னார்கள்.

குற்றமும் கருணையும்

நான்கைந்து நிமிடங்கள் முயன்ற பின்னும் அவரால் அதைச் செய்ய முடியவில்லை. பிரதாப் அவரைத் தனியே இழுத்துக் கேட்டார். “நீ ஏன் இப்படிச் செய்கிறாய்? யாரோ யாரையோ கொன்றார்கள். நீ ஏன் சரண்டர் ஆகிறாய்?”

“நான் வயதானவன். நீங்கள் என்னைத் தூக்கிலிடலாம். அதனால் ஒன்றுமில்லை. ஏற்கெனவே ஒரு உழைப்பாளி போய்விட்டான். அவனைக் கொன்றவன் பெயரை நாங்கள் சொன்னால், நீங்கள் அவனைத் தூக்கில் போடுவீர்கள். கிராமம் இருவரை இழந்துவிடும். அதனால் என்ன பயன்? எங்கள் கிராமத்திற்கு என்ன கிடைக்கும்?”

பின்னர் அந்தக் குற்றவாளி கைது செய்யப்பட்டார். கொலை செய்யப் பயன்படுத்திய அரிவாள் கிடைக்கவில்லை. அவர்தான் அதைச் செய்தார் என்று சொல்ல யாரும் முன்வர வில்லை. சிறிது காலம் அவர் ரிமாண்டில் இருந்தார். பின்னர் காவல் துறைப் பதிவேடுகளில் “வழக்கு கண்டுபிடிக்க முடியாதது” என்று முடித்துவைக்கப்பட்டது.

கொலை நடந்த சில நாட்களிலேயே கிராமத்தில் பஞ்சாயத்து நடத்தப்பட்டது, கொலை செய்தவரின் படகை இறந்தவரின் மனைவியிடம் ஒப்படைக்க வேண்டும் என்று முடிவாகியது என்பது காவல் துறைக்குப் பின்னர் தெரிந்தது. அந்த மீனவருக்குப் படகைத் தவிர வேறு இழப்பு இல்லை. அந்த விதவைக்கு ஏற்கெனவே அவருடைய கணவனின் படகு இருந்தது. இப்போது அவரிடம் இரண்டு படகுகள் இருக்கின்றன. கொலை செய்தவர் இப்போது தனக்கு உரிமை இல்லாத அந்தப் படகிலேயே அந்தப் பெண்ணிடம் வேலை செய்ய வேண்டும் என்று பஞ்சாயத்து உத்தரவிட்டது. அதுவே தண்டனை. அவர் மூன்று ஆண்டுகள் அந்தப் பெண்ணிடம் வேலை செய்தார். பின்னர் அவரையே திருமணம் செய்துகொண்டு அவருடைய இரண்டு மகன்களுக்கு இரண்டாம் தந்தையானார்.

தூத்துக்குடியிலிருந்து 45 கி.மீ. தொலைவில் உள்ள மிகப் பெரிய மீனவக் கிராமம் புன்னக்காயல். பெரிய சந்தை ஆத்தூர். ஆத்தூரிலிருந்து கிழக்கு நோக்கித் திரும்பினால் தாமிரபரணி ஆற்றைக் கடந்து கடற்கரையை அடையலாம். புன்னக்காயல் அருகே பெரிய முகத்துவாரம் வழியே தாமிரபரணி கடலில் கலக்கிறது. தாமிரபரணி ஆற்றில் ஆங்காங்கே அணைகள் இருப்பதால் அணைகள் திறக்கப்பட்டுப் பெரிய அளவில் தண்ணீர் வந்தாலொழிய, ஆற்றின் மெல்லிய நீரோட்டம் கிராமத்தவரின் குடிநீர், குளியல் தேவைகளுக்கும் கால்நடைகள் மேய்க்கவும் பயன்பட்டது. திருநெல்வேலி, அம்பாசமுத்திரம் பகுதிகளில்

நதிக்கரையின் இருபுறமும் கண்ணுக்கெட்டிய தூரம்வரை வயல்கள்.

புன்னக்காயலிலிருந்து ஆத்தூர் செல்லும் சாலை குறுகலானது. அது சேந்தமங்கலம் ஆதி திராவிடர் கிராமம் வழியே செல்கிறது. அங்கு சுமார் 200 குடும்பங்கள் வசிக்கின்றன. புன்னக்காயல், சேந்தமங்கலம் கிராமங்களிடையே எப்போதும் மோதல் இருந்தது. சிறு சிறு சச்சரவுகள் எப்போதும் இருந்தன. காவல் துறையின் பார்வையில் அங்கு எப்போதும் சட்டம் ஒழுங்கு பிரச்சினை இருந்தது. பிரச்சினையைத் தீர்க்க இரு கிராமங்களின் மூத்தோர் கூடிப் பேசும் பஞ்சாயத்தைத் துணை ஆட்சியர் கூட்டினார். உள்ளூர் இன்ஸ்பெக்டரும் டி.எஸ்.பி.யும் முன்னதாகவே அங்கு இருந்தனர்.

1987 நவம்பர் 23 அதிகாலை. அன்று பிடிக்கப்பட்ட மீன் வகைகளை ஏற்றிக்கொண்டு ஒரு டிரக் புன்னக்காயலிலிருந்து ஆத்தூர் சந்தைக்கு விற்பனைக்குச் செல்லும்போது தலித் சிறுவன் ஒருவனை இடித்துவிட்டது. பையன் காயமடைந்தான். அது ஒரு விபத்து. ஆதிதிராவிடர்கள் அந்த டிரக்கைச் சூழ்ந்துகொண்டு மறித்துவிட்டனர். அந்தச் சாலையின் ஒரு பாதி தாமிரபரணி ஆற்றின் வரப்பின் மீது செல்கிறது. பல ஆண்டுகளுக்கு முன் போடப்பட்ட நல்ல சாலை. ஆனால் அங்கே ஒருவழிப் போக்குவரத்து மட்டுமே செல்ல முடியும். எதிர்ப்புறம் ஒரு வாகனம் வந்துவிட்டால் கரையின் மீது நெருக்கி ஏற்றி மற்ற வாகனத்திற்கு வழிவிட வேண்டும்.

விபத்துக்குள்ளான டிரக்கின் பின்னால் புன்னக்காயலிலிருந்து ஆத்தூர் சந்தைக்கு மீன் ஏற்றிச் செல்லும் வாகனங்கள் காத்திருந்தன. டிரக் மோதிய சிறுவன் பலத்த காயமடைந்திருந்தான். அவனை ஒரு ரிக்ஷாவில் அருகிலுள்ள கிளினிக்கிற்குக் கொண்டுசென்றனர். ரிக்ஷா கிளினிக்கை அடைந்தபோது சிறுவன் இறந்துவிட்டதாகத் தெரிவிக்கப்பட்டது. இதனால் ஆத்திரமடைந்த ஆதிதிராவிடர்கள் அங்கிருந்த டிரக்குகள், வேன்களைத் தாக்கினர். டிரைவர்களும் கூட இருந்த மீனவர்களும் வாகனங்களை விட்டுவிட்டு ஓடிவிட்டனர். இந்தத் தகராறு பற்றிய செய்தி கிடைத்ததும், அன்றைய மீன்கள் ஏலம் விடும் நேரத்திற்கு ஆத்தூர் சந்தைக்குச் சென்று சேராது என்று தெரிந்தது. அங்கிருந்து மீன்கள் மற்ற சந்தைகளுக்குப் போக வேண்டும். எல்லா மீன்களும் கொள்ளையடிக்கப் பட்டுவிட்டதாகவும் வாகனங்கள் எரிக்கப்பட்டுவிட்டதாகவும் வதந்தி பரவியது. சுமார் 400, 500 மீனவர்கள் திரண்டு கைகளில் ஆயுதங்களுடன் குறுகிய ஆத்தூர் சாலையில் ஆதிதிராவிடர்களைத் தாக்க இறங்கினர். அவர்களில் பலர் அன்றைய வேலை முடிந்துவிட்டதால் மது குடித்திருந்தனர்.

மதியவாக்கில் புன்னக்காயல் சர்ச்சின் பாதிரியார் அனூப்பிற்கு போன் செய்தார். "தயவு செய்து ஏதாவது செய்யுங்கள். என்னால் இவர்களை நிறுத்த முடியவில்லை. பெரிய அளவில் திரண்டிருக்கிறார்கள். அவர்கள் பழிதீர்க்க ஆயுதங்களோடு சேந்தமங்கலம் போகிறார்கள். மீனவர் ஒருவரை அடித்துவிட்டதாகச் சொல்கிறார்கள். வதந்தியே இங்கு பிரச்சினை. எளிதில் உணர்ச்சிவயப்படுகிறார்கள். எதையும் நம்பிவிடுகிறார்கள்."

அனூப், வயர்லெஸ்ஸில் ஆறுமுகநேரி காவல் நிலையத்தை அழைத்தார். யாரோ ஒருவர் லைனில் வந்தார். அனூப் யாரென்று கேட்டார். பணியிலிருந்த சென்ட்ரி பேசினார். மற்றவர்கள் ஏதோ வேலையாக வெளியே போய்விட்டனர். "தலைமைக் காவலரோ, எஸ்.ஐ.யோ, நிலையப் பொறுப்பு அதிகாரியோ யார் வந்தாலும் என்னுடன் பேச வேண்டும். புன்னக்காயலில் கலவரம் நடந்துகொண்டிருக்கிறது" என்று அனூப் கூறினார்.

அனூப் ஸ்ரீவைகுண்டம் டி.எஸ்.பி. பிரதாப் சிங்கைத் தொடர்புகொள்ள முயன்றார். அவர் ஆத்தூர் பஞ்சாயத்துக் கூட்டத்திற்குப் போயிருந்தார். அவரும் கிடைக்கவில்லை. பாதிரியார் போனில் கூப்பிட்டு, "நூற்றுக்கணக்கானோர் ஆயுதங்களோடு தங்கள் மோட்டார் படகுகளிலிருந்து மண்ணெண்ணெய் கொண்டுவருகிறார்கள்" என்றார். அவர் குரலிலிருந்த பதற்றத்தைப் புரிந்துகொள்ள முடிந்தது. இப்போது அனூப்பும் பதற்றமடைந்தார். அவர் ஆறுமுகநேரி எஸ்.ஐ.யைக் கூப்பிட்டார். வயர்லெஸ்ஸில் காற்றோசையும் கரகர சத்தமும் மட்டுமே கேட்டன.

அனூப் நாற்காலியிலிருந்து எழுந்து காரை நோக்கி ஓடினார். அங்கு 5 அல்லது 6 கான்ஸ்டபிள்கள் இருந்தனர். தங்கள் ஆயுதங்களை எடுத்துக்கொண்டு ஜீப்பில் தன்னைத் தொடருமாறு உத்தரவிட்டார். ஸ்பெஷல் பிராஞ்ச் இன்ஸ்பெக்டரும் அவரது உதவியாளர்களும் மற்றொரு ஜீப்பில் தொடர வேண்டும். புன்னக்காயல் 40 கி.மீ. தூரத்தில் இருந்தது. வன்முறை துவங்குமுன் அங்கு போய்விட வேண்டும் என்று விரும்பினார். ஆத்தூர்வரை வேகமாகப் போக முடிந்தது. அதன்பின் சேந்தமங்கலம் செல்லும் குறுகிய சாலையில் வேகமாகப் போக முடியவில்லை. அவர் சேந்தமங்கலம் போய்ச் சேர்ந்தபோது கிராமம் வெறிச்சோடி இருந்தது. ஆளரவமில்லை. எரிக்கப்பட்ட சில குடிசைகளிலிருந்து எழும் புகையை அனூப் பார்த்தார். கிராமத்தின் முகப்பில் சாலையில் ஒரு கான்ஸ்டபிள் உட்கார்ந்திருந்தார்.

"எஸ்.ஐ.யும் இரண்டு கான்ஸ்டபிள்களும் ஒரே மோட்டார் சைக்கிளில் வந்தார்கள். ஆனால் அவர்கள் 600 பேருக்கு மேல் இருந்தார்கள். அவர்கள் கிராமத்தைத் தாக்கத் தொடங்கினார்கள்.

அவர்கள் தாக்குவதற்கு முன்னால் ஆதிதிராவிடர்கள் ஓடி விட்டார்கள். ஆண்கள், பெண்கள் எல்லோருமே ஓடிவிட்டார்கள். புன்னக்காயல் மீனவர்கள் மண்ணெண்ணெய் ஊற்றி வீடு களுக்குத் தீ வைத்தனர். அவர்கள் விட்டுச் சென்ற பொருள்களையெல்லாம் தீயில் போட்டனர். இங்கும் அங்குமாய் நாட்டு வெடிகுண்டுகளை வீசினார்கள். சப் இன்ஸ்பெக்டர் ஜேக்கப்பும் கான்ஸ்டபிள்களும் தடுக்க முயன்றனர். ஆனால் பயனில்லை. இந்தக் கலவரத்தில் கான்ஸ்டபிள் ஒருவர்மீது நாட்டு வெடிகுண்டு பட்டதால் தலையில் அடிபட்டது. எஸ்.ஐ. அவரை மோட்டார் சைக்கிளில் ஏற்றிக்கொண்டு மருத்துவமனைக்குப் போயிருக்கிறார்" என்று அவர் அனூப்பிடம் சொன்னார்.

காலியான அந்தக் கிராமத்தில் மயான அமைதி நிலவியது. தூரத்தில் புன்னக்காயல் திசையிலிருந்து பெரும் ஆரவாரம் கேட்டது.

அப்போது நேரம் பிற்பகல் 2.30 அல்லது 3.00 மணி இருக்கலாம். அனூப் ஆயுதப்படை அணியை அங்கு அழைத்தார். அவர்களைத் திரட்டி, கலவரத் தடுப்பு உடைகளை எடுத்துக்கொண்டு பஸ்ஸில் இங்கு வந்து சேரக் கொஞ்சம் நேரமாகலாம். சீருடையிலில்லாத ஸ்பெஷல் பிராஞ்ச் இன்ஸ்பெக்டர் சேந்தமங்கலத்தில் என்ன நடந்தது என்று பார்க்கப் போனார். அனூப் அந்தக் குறுகிய சாலையின் ஒரு புறமிருந்த வரப்பின் மீது நடக்கத் துவங்கினார். அது அவரது உயரத்தைப் போல மூன்று மடங்கு உயரமிருந்தது. மண் குவியல் செங்குத்தாக உயர்ந்தது. ஆங்காங்கே புதர்கள் இருந்தன. அவருடைய பழுப்பு நிற தோல் ஷூ அவர் ஏற ஏற வழுக்கியது. மேலே மேகங்கள் கவிந்தன. கழுகுகள் வட்டமிட்டன. கடற் காக்கைகள் கடந்து சென்றன. வரப்பின் மேலிருந்து அனூப் நதிப் படுகையைப் பார்வையிட்டார். சிறு சிறு கால்வாய்களாகத் தண்ணீர் ஓடிக்கொண்டிருந்தது. முட்புதர்கள் நிறைந்திருந்தன. இடையிடையே கருவேல முள் வளர்ந்திருந்தது. உயர வளர்ந்திருந்த புற்கள் காற்றில் அலைந்தன. மேய்ந்துகொண்டிருந்த மாடுகளின்மீது சிறு பறவைகள் அமர்ந்திருந்தன. வரப்பின் மறுபுறம் நடந்துகொண்டிருந்த வன்முறையால் பாதிக்கப்படாமல் பொருத்தமற்ற அமைதி நிலவியது.

அனூப் பார்வையை ஓடவிட்டபோது, புற்களின் மீது யாரோ ஆகாயத்தைப் பார்த்தபடி மல்லாக்கப் படுத்துத் தூங்குவது போலிருந்தது. அவரைக் கூப்பிட்டார். பதிலளிக்கவில்லை. அனூப் வேகமாகச் சரிவில் இறங்கினார். அவர் வெட்டப்பட்டிருந்தார். உடலெங்கும் வெட்டுக் காயங்கள். மார்பில் மெல்லிய தங்கச் சங்கிலியில் கோத்த சிலுவை இருந்தது. திரும்பியபோது அருகிலிருந்த புதரில் இன்னும் ஒரு உடல் கிடந்தது. அதன் அருகில்

ஓடியபோது, மேலும் ஒரு உடல் புற்களிடையே அழுந்திக் கிடந்தது. மற்றொன்று, மற்றொன்று என்று அடுத்தடுத்துக் கிடந்தன. அனூப் ஏழு உடல்களை எண்ணினார். எல்லா உடல்களிலும் ஆழமான வெட்டுக் காயங்கள். சிலரது குடல்கள் சரிந்திருந்தன. ஒருவருடைய கை இரண்டாக வெட்டப்பட்டிருந்தது. வெட்டப்படுவதைத் தடுக்க முற்பட்டபோது அவ்வாறு நேர்ந்திருக்க வேண்டும்.

தன்னால் தடுக்க முடியாதுபோன ஒரு படுகொலைக் களத்தின் நடுவே அனூப் நின்று கொண்டிருந்தார். வினோதமாக, கொல்லப்பட்ட எல்லோருமே சிலுவை அணிந்திருந்தனர். அவர்கள் எல்லோருமே மீனவர்கள் என்று தெரிந்தது. ஆதிதிராவிடர்கள் அல்ல. இது எப்படி நடந்தது? அவர்கள் 500, 600 பேர் சேந்தமங்கலத்தைத் தாக்க வந்தனர். தாக்கினார்கள். ஆதி திராவிடர்களின் வீடுகளை எரித்தார்கள். ஆதிதிராவிடர்கள் ஓடிவிட்டனர். மீனவர்கள் வெற்றி அடைந்துவிட்டவர்களாகப் புன்னக்காயல் திரும்பினர். அனூப் அவர்களின் வெற்றி ஆரவாரத்தைக் கேட்டார். ஆனாலும் அவர்களில் ஏழு பேர் இங்கே வெட்டப்பட்டுக் கிடக்கிறார்கள். அனூப் இதுவரை இத்தனை பிணங்களை ஒரே இடத்தில் பார்த்ததில்லை. பிரச்சினை இப்போதுதான் துவங்கியிருக்கின்ற என்று அவருக்குத் தெரிந்தது.

அவர் கரை மீது ஏறித் தனது டிரைவர், ஸ்பெஷல் பிராஞ்ச் இன்ஸ்பெக்டர், பாதுகாப்பு கான்ஸ்டபிள்கள் ஆகியோரைப் பார்த்துக் கத்தினார். அவர்கள் எல்லோரும் படுகொலைக் களத்தை நோக்கி விரைந்தனர். அனூப் உறைந்துபோயிருந்தார். யாரும் வயர்லெஸ்ஸில் பேச வேண்டாம் என்று கட்டளையிட்டார். அது முழு அமைதியிலிருக்கட்டும் என்றார். ஸ்பெஷல் பிராஞ்ச் இன்ஸ்பெக்டர், "ஆனால் ஐயா நாம் தெரிவித்தாக வேண்டும்" என்றார்.

"ஒரு நிமிடம் பொறுங்கள். எனக்கு யோசிக்க அவகாசம் வேண்டும்."

அவர் டிரைவரிடம் காரிலிருந்து தனது நாற்காலியை எடுத்து காரின் அருகில் போடுமாறு சொன்னார். அவர் சிறிய மடிப்பு நாற்காலி ஒன்றை எங்கு சென்றாலும் எடுத்துச் செல்வார். ஆலிவ் பச்சை நிறத்தில் கேன்வாஸ் இருக்கை பொருத்தப்பட்டது. அது அவர் சொந்தப் பணத்தில் வாங்கியது. காவல்துறை தந்தது அல்ல. டிரைவர் அதைக் காரின் டிக்கியிலிருந்து எடுத்தார். அனூப் தனது சிகரெட் பாக்கெட்டைத் தருமாறு கேட்டார். அனூப் எப்போதாவது புகை பிடிப்பதுண்டு. வில்ஸ் நேவிகட் பில்டர் சிகரெட். இந்தப் படுகொலைகள் பற்றிய செய்தி காட்டுத் தீ போல் கிராமம் கிராமமாகப் பரவும்போது அந்த கடற்கரைப் பகுதி முழுவதும் பிரச்சினை வெடிக்கப்போகிறது என்பதில்

எள்ளளவும் ஐயமில்லை. இது வெளிவந்தவுடன் மீனவர்கள் பெரும் கலவரத்தில் ஈடுபடப்போகிறார்கள். அவர்களது ஆட்கள் கொல்லப்பட்டுவிட்டார்கள் என்பது அவர்களுக்குத் தெரியாதா? இந்தப் பிரச்சினையை எப்படி எதிர்கொள்ளப்போகிறோம்.?

அனூப், ஸ்பெஷல் பிராஞ்ச் இன்ஸ்பெக்டரிடம், "இந்தக் கடற்கரைச்சாலையில் உள்ள சாத்தான்குளம்,குலசேகரப்பட்டினம் போன்ற எல்லாக் காவல் நிலையங்களிலும் பேசி, கடற்கரைச் சாலையில் எல்லாப் போக்குவரத்தையும் நிறுத்தச் சொல்லுங்கள்." என்றார்.

அனூப்பின் டி.ஐ.ஜி. வயர்லெஸ்ஸில் கேட்டார். "என்ன ஆயிற்று அனூப்? ஏன் கடற்கரைச் சாலையை மூடுகிறீர்கள்.?"

"சார் இங்கு தொலைபேசி இல்லை. வயர்லெஸ்ஸிலும் பேச முடியாது. பின்னர் சொல்கிறேன்" என்றார் அனூப்.

திருநெல்வேலி ஆயுதப்படை முழுவதையும் திரட்டி ஆத்தூருக்கு அனுப்புமாறு உத்தரவிட்டார். அவரது மூன்றாவது உத்தரவு, கடற்கரைச் சாலையில் உள்ள எல்லா ஆதிதிராவிடர் கிராமங்களையும் கண்டறியுங்கள் என்பதாகும். நான்காவது உத்தரவு எல்லா ஆதிதிராவிடர் கிராமங்களிலும் தலா பத்துப் பத்துக் காவலர்களை நிறுத்துங்கள் என்பதாகும். இதற்கிடையில் டி.ஐ.ஜி.க்குப் பைத்தியமே பிடித்துவிடும்போலிருந்தது. வயர்லெஸ்ஸில் கத்தினார். "நீங்கள் உடனே பக்கத்திலுள்ள காவல் நிலையத்திற்கு வந்து என்னுடன் பேசுங்கள். இப்போதே. உடனடியாக."

அனூப் அவரிடம்,"கொஞ்சம் பொறுத்துக்கொள்ளுங்கள் சார். சற்று நேரத்தில் பேசுகிறேன். உத்தரவுகளை முடித்துவிடுகிறேன்" என்றார்.

பின்னர் அவர் டி.ஐ.ஜி.யுடன் பேசுவதற்காக அருகிலுள்ள காவல் நிலையத்திற்குச் சென்றார். ஆறுமுகநேரி காவல் நிலையம், அரை மணிநேரப் பயணத்தில் இருந்தது. சாலைகள் மோசமாக இருந்ததால் தாமதமானது. போகும் வழியில் புன்னக்காயல் கிராமத்தை மூடுமாறு உத்தரவிட்டார். ஆற்றில் இருக்கும் பிணங்களை விசாரணைக்குப் பின் உடற் கூராய்வுக்காகத் தூத்துக்குடி அரசுப் பொது மருத்துவமனைக்கு அனுப்ப உத்தரவிட்டார். வழக்குகள் பதிவு செய்ய வேண்டும். முகாம் அலுவலகத்தில் இருந்த முத்துராஜுக்கு ஏதோ பெரிதாக நடந்துவிட்டது என்பது புரிந்தது. அவர் புன்னக்காயல் பாதிரியாருடன் தொடர்புகொண்டார். அவருக்குத் தெரிந்ததெல்லாம் சேந்தமங்கலம் தாக்கப்பட்டது என்பதும் தாக்கப்போனவர்கள் திரும்பி வந்துவிட்டார்கள் என்பதும்தான்.

ஸ்பெஷல் பிராஞ்சில் யார் யாருக்குப் புன்னக்காயல் கிராமத்தில் தெரிந்தவர்களோ, உறவினர்களோ இருக்கிறார்களோ அவர்கள் உடனே அங்கு போய் அவர்களுடன் கலந்து தகவல் சேகரிக்க வேண்டும் என்று அனூப் முத்துராஜிடம் சொன்னார்.

அனூப், ஆறுமுகநேரி போய்ச் சேர்ந்தபோது அவர் படுகொலைகள் பற்றிய செய்தியை இரண்டு மணிநேரம் தாமதித்திருந்தார். காவல் நிலையம் போய்ச் சேர்ந்ததும் அனூப் டி.ஐ.ஜி.க்கு போன் செய்து ஏழு கொலைகள் நடந்துள்ளன என்றார். டி.ஐ.ஜி. கோபத்தின் உச்சிக்கே போனார். "என்ன காரணம்?"

"ஒன்றும் தெரியவில்லை சார்."

"இந்தக் கொலைகள் நடந்தபோது சப் இன்ஸ்பெக்டர் என்ன செய்துகொண்டிருந்தார்? தூங்கிக்கொண்டிருந்தாரா? அவரை சஸ்பெண்ட் செய்யுங்கள். நான் சேந்தமங்கலம் வந்து உங்களைச் சந்திக்கிறேன்."

அவர் திருநெல்வேலியிலிருந்து வருகிறார். ஆட்சியருக்கும் மற்ற அதிகாரிகளுக்கும் தெரிவிக்கப்பட்டுவிட்டது. அனூப் சேந்தமங்கலம் போய்ச் சேர்ந்தபோது உடல்கள் கொண்டு வரப்பட்டுச் சாலையோரம் வரிசையாகக் கிடத்தப்பட்டிருந்தன. ஆம்புலன்ஸ் வந்துவிட்டது. உடல்களை அடையாளம் காட்ட பாதிரியார் வரவழைக்கப்பட்டிருந்தார். புன்னக்காயலுக்குச் செய்தி தெரிவிக்கப்பட்டு அவர்கள் காணாமல் போனவர்களைத் தேடத் தொடங்கியிருந்தனர். அங்கு பெரும் ஆரவாரம். டி.ஐ.ஜி. வந்துவிட்டார். ஒரு சிறப்புக் காவற்படை வரவழைக்கப்பட்டிருந்தது. சுமார் 700 பேர். அவர்கள் மணிமுத்தாறிலிருந்து வந்தனர். திடீரென்று பெருமழை பெய்தது. இரவு முழுவதும் பலத்த மழை. எல்லோரும் தொப்பலாக நனைந்துவிட்டனர்.

காலையில் மழை நின்றது. தாமிரபரணியில் வெள்ளம். வரப்போரம் இயற்கை அழைப்பிற்காகப் போன கான்ஸ்டபிள் ஒருவர் கத்திக்கொண்டே ஓடி வந்தார். "சார், சார், ஒரு உடல் புதரில் கிடக்கிறது. அது அடித்துச் சென்றுவிடும் போலிருக்கிறது." "அதை வெள்ளம் அடித்துப்போகுமுன் கரைக்கு இழுத்து வாருங்கள்" என்று அனூப் கத்தினார். யாராவது அதைச் செய்வார்கள் என்று எல்லோரும் காத்திருந்தனர். "காத்திருக்காதீர்கள்" சொல்லியபடியே அனூப் தன் சட்டையைக் கழற்றத் துவங்கினார். இரண்டு கான்ஸ்டபிள்கள் ஆடைகளுடனே தண்ணீரில் குதித்து உடலை வெளியே எடுத்தனர். மேலும் ஒரு உடல். தங்கச் சங்கிலி, சிலுவை, வெட்டுக் காயங்களுடன்.

அன்று இரவு யாரும் தூங்கவில்லை. கண்ணிமைக்கவில்லை. நேற்றிலிருந்தே யாரும் சாபிடவும் இல்லை. நேரம் எப்படிப் போனது என்று அவருக்குத் தெரியவில்லை. நடுக்கத்துடனே தனது அம்பாஸிதார் காரின் பின் சீட்டில் தூங்கினார். விரைவில் டி.ஐ.ஜி. வந்தார். சப் இன்ஸ்பெக்டரை சஸ்பெண்ட் செய்ய உத்தரவிட்டார்.

"ஏன் சார்?" என்று அனூப் கேட்டார்.

"இல்லையென்றால் நீங்கள் பொறுப்பாவீர்கள்."

"சார், நீங்கள் தார்மீகப் பொறுப்பு பற்றிப் பேசுகிறீர்கள். அப்படியானால் முதலமைச்சருக்குக்கூட தார்மீகப் பொறுப்பு உள்ளது. தன்னுடைய கான்ஸ்டபிள் தலையில் காயம் பட்டபோது சப் இன்ஸ்பெக்டர் அவரை அழைத்துக்கொண்டு மருத்துவமனைக்கு ஓடினார். கடினமான சூழ்நிலையில். ஆம்புலன்ஸ் இல்லை, ஜீப் இல்லை. அவருடைய மோட்டார் சைக்கிளில் கான்ஸ்டபிளை முன்னால் உட்கார வைத்துக்கொண்டு எப்படியோ மருத்துவமனைக்கு ஓட்டினார். அவருக்குப் பதக்கம் தர வேண்டும் சார். நான் அவருக்கு வீரப் பதக்கம் பரிந்துரைக்கிறேன். சஸ்பென்ஷன் அல்ல."

"என்னிடம் அப்படிப் பேசாதீர்கள். அவரிடம் பிஸ்டல் இருக்கிறது. எதற்காக? அது ஒரு காட்சிப்பொருளா?"

அன்று அனூப் எதற்கும் கவலைப்படாத மனநிலையில் இருந்தார். அவர் டி.ஐ.ஜி.யிடம் சொன்னார்:

"அதில் ஆறு குண்டுகள்தான் இருக்கின்றன. மீனவர்கள் 500, 600 பேர் இருந்தனர். குண்டுகள் காலியான பின் அவரால் என்ன செய்திருக்க முடியும்? அதைப் போன்ற ஆவேசம் கொண்ட ஒரு கும்பலின் முன் பிஸ்டலால் என்ன பயன்? சப் இன்ஸ்பெக்டர் ஜேக்கப்பும் இரண்டு கான்ஸ்டபிள்களும் மூன்று பேருமே தாக்கப்பட்டிருப்பார்கள்."

அவரது டிரைவர் சில நேரங்களில் தண்ணீரும் பிஸ்கட்டும், சில நேரங்களில் தேநீரும் கொண்டுவந்து தந்துகொண்டிருந்தார். ஆற்றில் தண்ணீர் இருந்தது. அனூப் அதில் குளித்துத் தன்னை ஆசுவாசப்படுத்திக்கொண்டார். சாப்பாடு கொஞ்ச நேரத்தில் கிடைத்தது. அதை யாரோ ஏற்பாடு செய்திருக்க வேண்டும். எல்லோருக்கும் அவரவருக்குரிய வேலை இருந்தது. அனூப் அரசுக்கு அனுப்ப வேண்டிய அறிக்கையில் கவனம் செலுத்தினார். நிகழ்வுகளை வரிசைப்படுத்திக்கொண்டிருந்தார். ஏற்கெனவே தாமதமாகிவிட்டது. என்ன நடந்தது என்பது இன்னும் தெரியவில்லை. குற்றவாளிகள் யார்? யாரைக் கைது

செய்துள்ளார்கள்? இன்னும் எத்தனை பேரைக் கைது செய்ய வேண்டும்? பல விஷயங்களில் அனூப் கவனம் செலுத்த வேண்டியிருந்தது.

சிறிது சிறிதாகத் தகவல்கள் வரத் தொடங்கின. அவற்றை ஒருங்கிணைத்துப் பார்த்ததில், நடந்தது இதுதான் என்று தெரிந்தது:

அந்த துரதிர்ஷ்டமான நாள், 1987, நவம்பர் 23. பிற்பகல் சுமார் 1.30 மணியளவில் புன்னக்காயல் மீனவர்கள் பெரும் எண்ணிக்கையில் சேந்தமங்கலம் வந்து சேர்ந்தனர். அவர்கள் வருவதையும் தாக்கத் துவங்குவதையும் பார்த்த சேந்தமங்கலம் கிராமத்தினர் எல்லோரும் ஓடிவிட்டனர். சில ஆண்களும் இளைஞர்களும் கையில் கிடைத்த ஆயுதங்களைக் கொண்டுசென்றனர். அவர்களில் சிலர் ஆற்றங்கரைக்கு ஓடி அங்கிருந்த புதர்களில் ஒளிந்துகொண்டனர். போதுமான அளவுக்குத் தாக்கி, சேந்தமங்கலத்தினர் மறக்க முடியாத பாடம் புகட்டிவிட்டோம் என்று திருப்தியடைந்த மீனவர்கள் ஊர் திரும்பத் தொடங்கினர். அவர்களில் குடித்து போதையேறி இருந்த சிலர் ஆற்றங்கரைக்குச் சென்றனர். அவர்கள் வருவதைப் பார்த்த ஆதி திராவிடர்கள், தங்கள் வீடுகளை எரித்து, உடைமைகளைச் சேதப்படுத்திய அந்தக் கூட்டத்தினர் தங்களைத் தாக்க வருவதாகவே நினைத்தனர். மீனவர்களுக்குத் தப்பிக்க எந்த வாய்ப்பும் இல்லை. அவர்கள் வெட்டப்பட்டனர். வெற்றி ஆரவாரத்தோடு புன்னக்காயல் திரும்பிக்கொண்டிருந்த கூட்டத்திற்கு எதுவும் கேட்கவில்லை. அவர்களுக்குத் தங்கள் வெற்றிக் கோஷமே காதுகளில் ஒலித்துக் கொண்டிருந்தது. இந்தத் தருணத்தில் அனூப் அங்கு வந்தார். திரைப்படங்களில் எல்லாம் முடிந்த பிறகு போலீஸ் வருவதைப் போல.

அன்று மாலை மாவட்ட ஆட்சியர், ஆறுமுகம் – மூத்த வயதினர் – அனூப்பை வயர்லெஸ்ஸில் தொடர்புகொண்டார்.

"ஹலோ.. ஹலோ.. மிஸ்டர் ஜெய்ஸ்வால்..."

"சார்.. நான் இங்கே இருக்கிறேன்..."

"நான் அங்கே வருவது பாதுகாப்பானதா"?

"சார்... நான் இங்கே இருக்கிறேன். போலீஸ்காரர்கள் இருக்கிறார்கள். நான் பாதுகாப்பாக இருக்கிறேன் என்றால் உங்களுக்கும் அது பாதுகாப்பானதுதான் சார். தயவுசெய்து வாருங்கள்."

திருநெல்வேலிக்குத் திரும்பிப் போன டி.ஐ.ஜி. அனூப்பை அழைத்து, தான் ஒரு படையுடன் வருவதாகச் சொன்னார். உடல்களை ஒப்படைக்க வேண்டும். பாதிரியார் எல்லோரையும்

சர்ச்சில் திரட்ட முயன்றுகொண்டிருந்தார். உடல்களை சர்ச்சுக்குக் கொண்டுவருமாறு போலீசைக் கேட்டுக்கொண்டார். கலவரத் தடுப்பு போலீஸ் படையினர் வரும் பேருந்துகள் சர்ச்சை அடைந்தபோது இரவாகிவிட்டது. வாகனங்களிலிருந்து இறங்கி அவர்கள் உத்தரவுக்காகக் காத்திருந்தனர். பின்னர் உடல்கள் ஏற்றிய பேருந்து வந்தது. சர்ச்சிலிருந்து சுமார் 400 மீட்டர் தொலைவில் அது நின்றது. கூடவே அனூப்பின் கார் நின்றது. பெண்களின் அழுகுரல் கேட்டது. அது வினோதமான அழுகுரல். பெண்கள் பலர் ஒரே குரலில் கடல் அலைகளைப் போல ஏற்ற இறக்கங்களுடன் அழுதனர். அவர் காரை விட்டு இறங்கியவுடன் முதல் கல் அவர்கள் மீது விழுந்தது. ஏவுகணைகளைப் போல் கற்கள் தொடர்ந்து விழுந்தன. எங்கும் இருள். கற்கள் எங்கிருந்து வருகின்றன என்று தெரியவில்லை. போலீசார் தங்கள் ரைபிள்களைத் தயார்ப்படுத்துவதும் கேட்டது. தொடர்ச்சியான வசவுகள் கேட்டன. அனூப் போலீசாரை நோக்கிக் கத்தினார்.

"எல்லோரும் பேருந்துகளில் ஏறுங்கள். பேருந்துகளில் ஏறுங்கள்." அந்தக் கலவரத் தடுப்பு பேருந்துகளின் சன்னல்களில் உலோக கிரில்களும், கம்பி வலைகளும் இருந்தன. அவர் இன்ஸ்பெக்டர்களைப் பார்த்துக் கத்தினார்.

"குண்டுகளை நிரப்ப வேண்டாம்". அனூப் சுட விரும்பவில்லை. "யாரும் சுட வேண்டாம்" என்று இன்ஸ்பெக்டர்களிடம் சொன்னார். "சுட வேண்டியிருந்தால், முதலில் நான் சுடுவேன். எங்கே சுடுவது என்று காட்டுவேன்."

கற்கள் வந்து விழுந்துகொண்டே இருந்ததால் அனூப் டிரைவர்களை, "என்ஜின்களை ஓட விடுங்கள். யாரும் கீழே இறங்க வேண்டாம்" என்று பணித்தார். கல்வீச்சு அதிகரித்தது. அனூப் "வாகனங்களை வெளிவாயில் நோக்கித் திருப்புங்கள்" என்றார். தன் காரின் மறைவில் நின்றுகொண்டு, வெள்ளை உடையில் ஒரு உருவம் ஓடி வருவதைப் பார்த்தார். அது பாதிரியார். அவருடன் மேலும் இருவர் இருந்தனர். "சார் நாங்கள் கிராமத்தினரை அமைதிப்படுத்திக்கொண்டிருக்கிறோம். உடல்களை சர்ச்சுக்குக் கொண்டுபோக வேண்டும். நாளை அடக்கம் செய்வோம். இறந்துபோனவர்களுக்காக இன்று இரவு முழுவதும் ஜெபிப்போம். அதற்கு முன் யாராவது அவர்களிடம் பேச வேண்டும்." அனூப் சுற்றிலும் பார்த்தார். தூத்துக்குடியிலிருந்து முத்துராஜ் வந்திருந்தார். எழிலனும் இருந்தார்.

"யார் உள்ளே போவார்கள் சார்? யாராவது முதுகில் குத்தினால் என்ன செய்வது?" என்று எழிலன் கேட்டார்.

குற்றமும் கருணையும்

அனூப், "நான் போகிறேன்" என்றார். முத்துராஜ் கலர் சட்டை அணிந்திருந்தார். அனூப் சீருடையில் இருந்தார். "முத்துராஜ், தயவுசெய்து உங்கள் சட்டையை எனக்குத் தாருங்கள்."

"எதற்காக ஐயா?"

"உங்கள் சட்டையைக் கழற்றுங்கள். யாரிடமிருந்தாவது ஒரு சட்டை வாங்கிக்கொள்ளுங்கள்" என்று சொல்லியபடி அனூப் தன் சட்டையைக் கழற்றி டிரைவரிடம் கொடுத்தார். முத்துராஜ் தன் சட்டையைக் கழற்றிக் கொடுத்தார். அனூப் அதை அணிந்துகொண்டு பாதிரியாரிடம், "போகலாம்" என்றார். "சார் உங்கள் துப்பாக்கியை எடுத்துக்கொள்ளவில்லை" என்று முத்துராஜ் நினைவூட்டினார். "இல்லை முத்துராஜ், இங்கு ஆயுதம் வேண்டாம். நாம் ஆண்டவரின் சன்னதியில் இருக்கிறோம்."

அவர்கள் சர்ச்சை நோக்கி நடக்கத் துவங்கியபோது முத்துராஜும் பின்னால் நடந்தார். "ஏதேனும் ஒரு சட்டையைப் போட்டுக்கொள்ளுங்கள். சர்ச்சுக்குள் இப்படி நுழையக் கூடாது." அனூப் சொன்னதை முத்துராஜ் பொருட்படுத்தவில்லை. பாதிரியார், அனூப்பை மேடையை நோக்கி மைய நடைபாதை வழியே அழைத்துச் சென்றார். இருபுறமும் இருந்த கூட்டம் கூச்சலிட, பெண்கள் ஓலமிட்டனர். கூச்சலின் ஊடே பாதிரியார் இருபது நிமிடங்களுக்கு மேல் பேசினார். அதன் பின் கொஞ்சம் அமைதி திரும்பியது. பாதிரியார் கூட்டத்தை அமைதிப் படுத்திக்கொண்டிருந்தபோது கோபங்கொண்ட இந்தக் கூட்டத்திற்கு தனது அரைகுறைத் தமிழில் என்ன சொல்லப் போகிறோம் என்பது பற்றியே யோசித்துக்கொண்டிருந்தார் அனூப். அவரது பேச்சே நிலைமையை மோசமாக்கிவிடவும்கூடும். அவர் தடுமாறினார். ஆனாலும் பேசினார்.

"யாரோ ஒருவர் செய்த தவறால் நாம எல்லோரும் இந்த சர்ச்சில், ஆண்டவரின் சன்னிதானத்தில் கூடியிருக்கிறோம். நான் இரண்டு நாட்களாக இதைப் பற்றியே யோசித்துக்கொண்டிருந்தேன். பிறகு எனக்கு விடை கிடைத்தது. இந்த அப்பாவிகள் இறந்தது என்னுடைய தவறே. எங்கேயோ நான் ஒரு தவறு செய்துவிட்டேன். யாரும் நினைத்துப் பார்க்க முடியாத தவறு.

"அந்தத் தவறு என்ன என்பது எனக்குத் தெரியவில்லை. நான் விடையைத் தேடிக்கொண்டிருந்தேன். என்மீதுதான் தவறு என்பதை உணர்த்திய ஆண்டவர், என்ன தவறு என்பதையும் உணர்த்துவார். உங்களைக் காப்பாற்ற வேண்டிய என்னுடைய கடமையிலிருந்து நான் தவறிவிட்டேன். உங்களையும் இந்த மாவட்டத்தில் உள்ள எல்லோரையும் நான் காப்பாற்றக் கடமைப்பட்டவன். ஆனால் அதில் நான் தவறிவிட்டேன். வேறு யாரையும் நான் குற்றம் சொல்ல முடியாது. இங்கு இன்னும் ஒரு

பிணம் விழ வேண்டுமென்றால் அது என்னுடையதே. வேறு யாருடையதும் அல்ல."

வியக்கத்தக்க வகையில் கூட்டம் அமைதியாக இருந்தது. பின் உடல்கள் ஒப்படைக்கப்பட்டன. அழுகுரல் உயர்ந்தும் தாழ்ந்தும் பிரார்த்தனை கீதமாய் ஒலித்துக் கொண்டிருந்தது. அனூப்பின் டிரைவர் சொக்கலிங்கம் காரைக் கொண்டுவந்தார். அனூப் அங்கிருந்து புறப்படும்போது நள்ளிரவு தாண்டியிருந்தது.

"நல்லா பசிக்குது. எங்கே சாப்பாடு கிடைக்கும்? ஆத்தூரில் கிடைக்குமா?" என்று அனூப் டிரைவரைக் கேட்டார்.

"இல்லை சார், அம்மா உங்களுக்கு ஒரு பெரிய கேரியர் கொடுத்து விட்டிருக்கிறார்கள்."

முகாம் அலுவலகத்தில் இருந்த கான்ஸ்டபிள் நீலத்திடம் என்ன நடந்துகொண்டிருக்கிறது என்பதை வயர்லெஸ்ஸில் கேட்டதிலிருந்து சொல்லியிருக்கிறார். நீலம் கொஞ்சம் கோழிக்கறியும் சாதமும் தயாரித்து, நிறையவே பேக் செய்து முகாம் அலுவலக மோட்டார் சைக்கிள் செய்தியாளர் மூலமாகச் சொக்கலிங்கத்திற்கு அனுப்பியிருக்கிறார். இரவு சாப்பிட வீட்டிற்கு வர முடியவில்லையென்றால் அங்கேயே சாப்பிட்டுக்கொள்ளலாம் என்பது அவர் எண்ணம். அனூப், சொக்கலிங்கத்தைக் காரை சாலையோரம் நிறுத்துமாறு சொன்னார். தனது நாற்காலியை எடுக்குமாறு சொன்னார்.

"நீங்களும் சாப்பிடுங்கள்" என்றார் அனூப்.

"சார், ஏதாவது கிடைக்கிறதா என்று பார்க்கிறேன்" என்றார் சொக்கலிங்கம்.

"இல்லை. இங்கே இரண்டு பேருக்கும் இருக்கிறது. உங்களுக்கு கோழிக்கறி பிடிக்குமல்லவா?"

சொக்கலிங்கம் தன்னுடைய டிரைவர் சீட்டிலேயே உட்கார்ந்துகொள்ள, அனூப் தன் நாற்காலியில் உட்கார்ந்து அந்தச் சாலையோர இருட்டில் தங்கள் வாழ்நாளின் மிகச் சிறந்த உணவைச் சாப்பிட்டனர். பின்னால் சர்ச்சின் விளக்குகள் மங்கலாகத் தெரிந்தன. மின்மினிப் பூச்சிகள் இங்குமங்கும் திரிய, தவளைகள் வரவிருக்கும் பெருமழையை உரக்கச் சொல்லிக்கொண்டிருந்தன.

இந்தக் கதையை முடித்துக்கொள்ள இது பொருத்தமான இடம்தான். ஆனால் அவ்வாறு நடக்கவில்லை. அந்த இடங்களில் போலீஸ் பாதுகாப்பு ஒரு மாதத்திற்குத் தொடர்ந்தது. படுகொலைகள் பற்றித் தகவல் அளிப்பதில் தாமதம் ஏன் என்று அனூப்பிடம் விளக்கம் கேட்கப்பட்டது. எங்கெங்கே தவறுகள் நேர்ந்தன என்று ஒரு விசாரணை துவங்கியது.

“என்னுடைய தலையாய முதல் கடமை, நிலைமை கட்டுக்கடங்காமல் போவதைத் தடுப்பது என்று நான் நினைத்தேன். நான் வயர்லெஸ்ஸில் பேசியிருந்தால் அது பலருக்கும் தெரிந்து பரவியிருக்கும். செய்தியை வெளியிடுமுன் போலீஸ் படை ஆங்காங்கே நிறுத்தப்படுவதை உறுதி செய்தேன். அந்தச் செய்தி என்னளவிலேயே இருந்தது. புன்னக்காயல் கிராமத்திற்குக்கூடத் தெரியாது. சட்டம் ஒழுங்கு முக்கியத்துவம் கருதியே நான் அந்தத் தகவலை வயர்லெஸ் மூலம் தெரிவிக்கவில்லை. வேறு வகையில் தகவல் தெரிவிக்கும் சூழ்நிலை அங்கு இல்லை” என்று அனூப் பதிலளித்தார்.

விசாரணையின் நோக்கம் யாரைப் பொறுப்பாக்குவது என்பதே. தான் எஸ்.பி.யுடன் பேசியதாகப் பாதிரியார் டி.ஜி.பி. யிடம் சொன்னார். டி.ஜி.பி., தொலைபேசிப் பதிவுகளை வாங்கி, பாதிரியார் எப்போது பேசினார், எஸ்.பி. எப்போது அங்கு வந்தார், எஸ்.பி.யோடு யார் யார் இருந்தார்கள் என்று ஆய்வு செய்தார்.

15 நாட்களுக்குப் பின் டி.ஜி.பி. திருநெல்வேலிக்கு வந்தார். அனூப் அவரை நகருக்கு வெளியே இருந்த இந்தியா சிமெண்ட்ஸ் விருந்தினர் விடுதியில் சந்தித்தார். இருவரும் காலை உணவு அருந்தினர். அங்கு டி.ஐ.ஜி.யும் மதுரை ஐ.ஜி.யும் இருந்தனர். எல்லோரும் புன்னக்காயல் புறப்பட்டனர். டி.ஜி.பி. ஒருமுறைகூட இப்போது நிலைமை என்னவென்று கேட்கவில்லை. கிராமத்து சர்ச்சில் பாதிரியார் காத்திருந்தார். கிராமத்துப் பெரியவர்களும் ஏராளமான மீனவர்களும் கூடியிருந்தனர். டி.ஜி.பி. அனூப்பைக் காத்திருக்கச் சொல்லிவிட்டு, டி.ஐ.ஜி.யும் அவரும் சர்ச்சுக்குச் சென்றனர். அங்கு அவர்கள் இரண்டு மணிநேரம் இருந்தனர். அனூப் ஒரு மரத்தடியில் ஒரு நாற்காலியில் அமர்ந்திருந்தார். பின்னர் டி.ஜி.பி. வெளியே வந்து, “நல்லது, அனூப் இப்போது எல்லாம் அமைதியாயிருக்கிறது. பார்த்துக்கொள்ளுங்கள்” என்றார்.

டி.ஜி.பி. தன் காரை நோக்கிச் செல்லும்போது, சர்ச்சில் இருந்து வெளியே வந்த கூட்டத்தில் ஒரு பெண்ணைச் சுட்டிக்காட்டி, “அனூப், அந்தப் பெண்தான் உங்களைக் காப்பாற்றினார்,” என்றார்.

அனூப்பிற்கு அவரை அடையாளம் தெரியவில்லை. “எப்படி சார்?” என்று கேட்டார்.

டி.ஜி.பி. ரவீந்திரன் சொன்னார்: “அந்தப் பெண்தான் இந்தக் கிராமத்தின் சார்பாகப் பேசினார். போலீசை நம்ப முடியாது என்று சொன்னவர், ஆனால் சிகப்பு விளக்கு சுழலும் காரில் வரும் ஒருவர் நல்ல வேலைகள் செய்கிறார் என்றும் சொன்னார். நான் யார் அவர் என்று கேட்டேன். அவர்கள் எல்லோரும் எஸ்.பி. என்று சொன்னார்கள்.”

இந்தக் கதை இங்கே முடியலாம். ஆனால் அனூப் இன்னும் ஒரு குட்டிக் கதை சொல்ல விரும்புகிறார்.

எஸ்.ஐ. ஜேக்கப் இன்ஸ்பெக்டர் ஆகி ரிட்டையர் ஆகவிருந்தார். 2012ஆம் ஆண்டு அனூப் டி.ஜி.பி.யாகப் பதவி உயர்வு பெற்றுக் காவலர் வீட்டு வசதிக் கழகத்தின் தலைவராக இருந்தார். அவர் தன் அலுவலகத்தில் இருந்தபோது ஒரு ராணுவ அதிகாரி, லெப்டினன்ட் கர்னல், அவரது அலுவலகத் திற்கு வந்தார். அவர் தன்னை இன்ஸ்பெக்டர் ஜேக்கப்பின் மருமகன் என்று அறிமுகப்படுத்திக்கொண்டார். ஜேக்கப் எப்படி இருக்கிறார் என்று அனூப் கேட்டார். ஜேக்கப்பிற்கு மாரடைப்பு ஏற்பட்டு பில்ராத் மருத்துவமனையில் தீவிர சிகிச்சைப் பிரிவில் இருக்கிறார். அவருக்கு பைபாஸ் அறுவை சிகிச்சை செய்யப்பட்டுள்ளது என்றார் மருமகன். காலையில் மருமகன் ஜேக்கப்பிடம் பேசியபோது, ஜேக்கப், தான் சென்னையில் இருக்கும்போது, அனூப் ஜெய்ஸ்வால் ஐயாவைப் பார்க்கவோ பேசவோ முடிந்தால் மகிழ்ச்சியடைவேன் என்று கூறியுள்ளார். அதைத் தெரிவிக்கவே மருமகன் அனூப்பின் அலுவலகத்திற்கு வந்திருந்தார்.

அந்த மருத்துவமனை அனூப்பின் அலுவலகத்திற்கு அருகில் இருந்தது. அனூப் உடனே தன் இருக்கையிலிருந்து எழுந்தார். இருவரும் ஜேக்கப்பைப் பார்க்க பில்ராத் விரைந்தனர். அவர்களை ஐ.சி.யூ.விற்குள் போக அனுமதித்தனர். அங்கு அவர் படுக்கையில் இருந்தார். அவர் உடலில் பல்வேறு குழாய்களும் கருவிகளும்.

அனூப்பைப் பார்த்து ஜேக்கப் சிரித்தார்.

“நீங்கள் நன்றாகிவிடுவீர்கள். கவலைப்படாதீர்கள்” என்றார் அனூப்.

“நான் உங்களைப் பார்க்க விரும்பினேன்” என்று சொல்லியபடி சிரித்தார் ஜேக்கப்.

“நாம் சந்தித்து இருபது ஆண்டுகள் இருக்குமா?”

“இருக்கும் சார். நான் இன்ஸ்பெக்டர் ஆகிவிட்டேன். உங்களுக்குத்தான் நன்றி சொல்ல வேண்டும்.”

“எனக்கு நன்றி சொல்லாதீர்கள் ஜேக்கப். இறைவனுக்கு நன்றி சொல்லுங்கள். நான் செய்தது ஏதும் இல்லை”

அவரால் அதிகம் பேச முடியவில்லை. அனூப் அவரருகில் சில நிமிடங்கள் அமர்ந்திருந்துவிட்டுப் புறப்பட்டார். இரண்டு மணிநேரத்திற்குப் பிறகு ஜேக்கப்பின் மருமகன் போன் செய்து ஜேக்கப் இறந்துவிட்டார் என்றார்.

9

உண்மையின் குறும்பு

அந்நாட்களில், 16 வயதுக்குக் குறைவான பெண் மைனராகக் கருதப்பட்டார். அந்தப் பெண்ணுக்கு 16 வயது நிறைவடைய இன்னும் 4 அல்லது 5 மாதங்கள் இருந்தன. அதன் பின்னரே யாரைத் திருமணம் செய்துகொள்வது என்று அவள் தானே முடிவு செய்ய முடியும். அவளது அப்பா, அம்மா இருவருமே விவசாயக் கூலிகள். அவர்கள் மணியாச்சி காவல் நிலையம் வந்து தங்கள் மகள் வீட்டை விட்டு ஓடிவிட்டதாகப் புகார் அளித்தனர். அந்தப் பையன் கட்டபொம்மன் போக்குவரத்துக் கழகத்தில் கண்டக்டர். புகார் சரியாகப் பதிவு செய்யப்படுவதை உறுதி செய்ய அம்மா, அப்பாவோடு தன் ஆட்கள் சிலரையும் ஜமீன்தார் அனுப்பியிருந்தார். மேலும் ஜமீன்தார் டி.ஐ.ஜி.யோடு இதுபற்றிப் பேசியிருந்தார்.

தனிப்படை அமைத்து அந்தக் கண்டக்டரின் பிடியிலிருந்து காலம் கடந்து போகுமுன் அந்தப் பெண்ணை விரைவாக மீட்க வேண்டும் என்று உத்தரவாகியிருந்தது. கடத்தல் வழக்குப் பதிவு செய்யப்பட்டு விசாரணை தொடங்கியது. போலீஸ் தனிப்படை குற்றம் சாட்டப்பட்டவரின் வீட்டிற்குப் போனது. அங்குதான் அந்தப் பெண்ணைக் கடைசியாகப் பார்த்ததாகச் சொன்னார்கள். போலீசார் அந்தப் பெண்ணின் நண்பர்களிடம் விசாரிக்கத் துவங்கினார்கள். போலீஸ் படையால் அன்றைய தினம் அவர்களைக் கண்டுபிடிக்க முடியவில்லை.

வி. சுதர்ஷன்

மறுநாள் காலை அனூப் முகாம் அலுவலகத்தில் இருந்த போது ஒரு தம்பதியினர் அவரது அறைக்குள் வந்தனர். அந்த நபர் உயரமாக, வெள்ளைச் சட்டை அணிந்திருந்தார். உடன்வந்த பெண் இளம் வயதினராக இருந்தார். விரைப்பான, பளபளப்பான புதிய சேலை அணிந்திருந்தார். ஆண் மட்டுமே பேசினார். தாங்கள் இருவரும் முந்தைய நாள் திருமணம் செய்துகொண்டதாகவும், இப்போது சரணடைய வந்திருப்பதாகவும் கூறினார். அவர்கள் எங்கிருந்து வருகிறார்கள் என்று அனூப் கேட்டார். மணியாச்சியிலிருந்து வருவதாகச் சொன்னார்கள். அந்தப் பெண்ணின் வயது என்னவென்று அனூப் கேட்டார். அவள் வயதைச் சொன்னார். "நீங்கள் இன்னும் நான்கைந்து மாதங்கள் பொறுத்திருக்கலாம். என்ன அவசரம்.?"

"நீங்கள் செய்திருப்பது ஒரு மிகத் தீவிரமான குற்றம். என்ன அவசரம்? உங்கள் வயது என்ன?

"இருபத்துநான்கு சார்."

"எது சரி, எது தவறு என்று தெரியும் வயதுதான். நான் உங்களுக்கு எந்த உதவியும் செய்ய முடியும் என்று தோன்றவில்லை."

இதில் ஏதோ ஒரு புதிர் இருப்பதாகத் தோன்றியது. பஸ் கண்டக்டர், நல்ல வேலை, பென்ஷன் பெறும் வாய்ப்பு இருந்தும் அவர் ஏன் ஒரு மைனர் பெண்ணுடன் ஓடி ரிஸ்க் எடுத்துக்கொள்ள வேண்டும்? மேலும், கூலித் தொழிலாளர்களான பெண்ணின் பெற்றோர் தங்களைவிட அதிக வருமானமுள்ள, தங்கள் பெண்ணை நன்றாக வைத்துக்கொள்ளக்கூடிய ஒருவரைத் தங்கள் பெண் திருமணம் செய்துகொள்வதை ஏன் தடுக்க வேண்டும்?

அனூப், குற்ற நடவடிக்கையைத் தடுக்க வழி இருக்கிறதா, சமரசம் செய்துவைக்க வழி இருக்கிறதா என்று பார்க்கப் பெண்ணின் பெற்றோரைத் தன்னுடைய முகாம் அலுவலகத்திற்கு வரச் சொன்னார். என்ன இருந்தாலும் இது ஒரு காதல் கதைதானே? கடத்தல் வழக்கை விசாரிக்கும் இன்ஸ்பெக்டரையும் வரச் சொன்னார். அவரும் வந்தார். மூன்று மணிநேரத்திற்குப் பிறகு பெண்ணின் பெற்றோர் ஒரு சிறிய வேனில் வந்தனர். பெண்ணின் தாயார், பெண்ணைப் பார்த்ததும் அலறிக்கொண்டே அவளிடம் ஓடினார். "எங்களை மோசம் பணணிட்டியே" என்றார். பெண்ணோ உயரமான தன் புதிய கணவரின் பின்னால் ஒளிந்துகொண்டாள். பெண்ணின் தந்தை வெறுமனே பார்த்துக்கொண்டிருந்தார். அவர்களின் மற்ற பிள்ளைகள், இளைய மகன், இளைய மகள் ஆகியோரும் வந்திருந்தனர். இளைய மகன் தன் சகோதரியின் தோள்மீது கைவைத்திருந்தான். அவளுக்கு ஆறுதல் சொல்வது போலிருந்தது.

இன்ஸ்பெக்டர் குறுக்கிட்டுச் சொன்னார். "இது போலீஸ் ஸ்டேஷன், ஒழுங்காக நடந்துகொள்ள வேண்டும். கூச்சல் போட்டுக்கொண்டிருந்தால் எல்லோரையும் உள்ளே தள்ளிவிடுவோம்." ஆனாலும் பெண்ணின் தாயார் கேட்கவில்லை. அவள் கூச்சலிட்டுக்கொண்டே இருந்தாள். "எனக்கு என் பெண் திரும்ப வேண்டும். நான் இந்தக் கல்யாணத்தை ஏற்றுக்கொள்ள மாட்டேன்."

பெண்ணின் தந்தை மௌனமாக இருந்தார். அவள் அவரைப் பேச அனுமதிக்கவில்லையா? அல்லது இருவருக்குமாக அவளே பேசுகிறாளா என்று அனூப்பால் புரிந்துகொள்ள முடியவில்லை. பெண்ணின் அம்மா, அப்பாவைத் தன் மேசைக்கு வருமாறு சொன்னார். இன்ஸ்பெக்டரை அழைத்து தான் பெற்றோரிடம் பேசுகையில், குழந்தைகளை வெளியே அழைத்துச் செல்லுமாறு சொன்னார். இன்ஸ்பெக்டர் அவர்களை அழைத்துச் சென்று டீயும் பிஸ்கெட்டும் கொடுத்து அவர்களை அமைதிப்படுத்தினார். அவர்களிடம் அவர் பேசியபோது பெண்ணின் தம்பி சொன்னது அதிர்ச்சியூட்டுவதாக இருந்தது. இன்ஸ்பெக்டர், முதல் மாடியில் இருந்த ஸ்பெஷல் பிராஞ்ச் அலுவலகத்திற்குச் சென்று, எஸ்.பி.யிடம் தொலைபேசியில் பேசினார். "ஐயா, அது காதல் கதை அல்ல. அந்த அம்மா அந்தப் பெண்ணை விற்றுவிட்டார்" என்றார்.

"என்ன சொல்கிறீர்கள்?" அனூப் போனில் கேட்டார். "அவர்களது மகன் சொல்கிறார், அந்தப் பெண்ணை அவளது அம்மா ஜமீன்தாரின் தம்பிக்குத் திருமணம் செய்துவைக்க 25,000 ரூபாய் பேசி விற்றுவிட்டார்" என்றார் இன்ஸ்பெக்டர். முன்பணமாகப் பாதித் தொகை கொடுக்கப்பட்டுவிட்டது. ஜமீன்தாரின் தம்பிக்கு அறுபது வயது. சமீபத்தில் அவரது மனைவி இறந்துவிட்டார். மீதிப் பணம் திருமணம் செய்ததும் கொடுப்பதாக உடன்பாடு. அவர்கள் வந்த வேன்கூட அந்த ஜமீன்தார் கொடுத்தது. அந்தப் பெண்ணுக்கு இந்தக் கிழவரை மணப்பதில் விருப்பம் இல்லை. ஆனால் அவள் அம்மா தொடர்ந்து வற்புறுத்திவந்தார். அந்தப் பெண் வீட்டை விட்டுப் போனபின் ஜமீன்தார் பணத்தைத் திரும்பக் கேட்கிறார். ஆனால் அவர்கள் அந்தப் பணத்தைச் செலவு செய்துவிட்டனர். எப்படித் திருப்பிக் கொடுப்பது என்று தெரியவில்லை. ஜமீன்தார் ஆத்திரத்துடன் அவர்கள் வீட்டிற்கு வந்து கேட்டபோது, பெண்ணின் அம்மா, எப்படியும் பெண்ணை மீட்டுவிடுவோம் என்றும், திருமணம் திட்டமிட்டபடி நடக்கும் என்றும் சொல்லியுள்ளார். இவையெல்லாம் பெண்ணின் தம்பியே சொன்னவை என்றார் இன்ஸ்பெக்டர்.

தன்னுடன் பேசிக்கொண்டிருக்கும் பெற்றோருக்குப் புரியக் கூடாது என்பதற்காக அனூப் ஆங்கிலத்தில் உத்தரவு வழங்கினார்.

"அந்தப் பெற்றோர் என்னுடன் பேசிக்கொண்டிருக்கும்போதே அந்தப் பையனின் வாக்குமூலத்தை அப்படியே பதிவுசெய்யுங்கள்" என்றார்.

இன்ஸ்பெக்டர் அவ்வாறே செய்தார். அனூப் பெண்ணின் அம்மாவை வெளியே அனுப்பிவிட்டு, பெண்ணின் தந்தையிடம் அந்த வாக்குமூலத்தைக் காட்டி விசாரித்தார். அவர் அதை மறுக்கவில்லை. ஒரு நிலையில், அவர் தங்கள் தவற்றை ஒப்புக்கொண்டு, "எங்களை என்ன செய்யச் சொல்கிறீர்கள்? நாங்கள் ஏழைகள். எங்களுக்கு கடன்கள் இருக்கின்றன" என்றார்.

பெண்ணின் தந்தை அவரது மனைவியைக் காட்டிலும் அனுசரணையாக இருக்கிறார் என்று அனூப்பால் புரிந்துகொள்ள முடிந்தது. தாயாரோ பெண்ணே தங்கள் நிலைக்குக் காரணம் என்று குறை கூறிக்கொண்டிருந்தார். வறுமை அவர்களை இந்தப் பரிதாப நிலைக்குத் தள்ளியுள்ளது. ஜமீன்தார் சக்தி மிக்கவர். அவர் தங்கள் பெண்ணுக்கு ஒரு விலையை வைத்திருக்கிறார். பெற்றோராகத் தாங்கள் நினைத்துப் பார்க்க முடியாத அதிக விலை என்று பெண்ணின் தந்தை கூறுவதாகத் தோன்றியது. மகனின் சாட்சியத்தை நிரூபிப்பதாகவே தந்தையின் ஒப்புதல் அமைந்துள்ளது என்று அனூப் கருதினார்.

கடத்தல் வழக்கு பதிவு செய்யப்பட்டுள்ளதை விசாரணை அலுவலர் சுட்டிக் காட்டினார். அனூப் சற்று யோசித்தார். இன்ஸ்பெக்டரிடம் கேட்டார். "கடத்தல் என்றால் என்ன? ஒரு மைனரை, அவரது விருப்பத்திற்கு மாறாக அனுமதியில்லாமல், பலவந்தமாக, சட்ட விரோத நோக்கங்களுக்காக, அவரது பாதுகாவலரிடமிருந்து கொண்டுசெல்வது" என்றவர், மேலும் கொஞ்சம் யோசித்துவிட்டு, ஒரு அகராதி வேண்டும் என்று கேட்டார். அவரது வீட்டிலிருந்து ஆக்ஸ்போர்ட் அகராதியைக் கொண்டுவரச் சொன்னார். 'கார்டியன்' என்ற சொல்லின் பொருளைப் பார்வையிட்டார். ஒரு நபரை, பொதுவாக மைனரை, தன்னைத் தானே பராமரித்துக்கொள்ள, தனது நலன்களைப் பாதுகாத்துக்கொள்ள முடியாத நபரை, அவரது நலன்களைப் பாதுகாத்துப் பராமரிப்பவரே கார்டியன்.

"இந்தப் பெண்ணின் பெற்றோர் தங்கள் கடனை அடைப்பதற்காக தங்கள் மகளை ஒரு கிழவனுக்கு 25000 ரூபாய்க்கு விற்க முடிவு செய்துவிட்டனர். தங்கள் மகளின் நலனை விற்பனைக்கு வைத்துவிட்ட அவர்கள் கார்டியன் என்ற உரிமையை இழந்துவிடவில்லையா? அவர்கள் தங்கள் மகளின் நலனைவிடத் தங்கள் நலனே பெரிது என்று முடிவு செய்தபின் அவர்கள் கார்டியன் இல்லை என்றானால் அந்தப் பெண்ணின்

நிலை என்ன? அவள் அநாதை. ஒரு அனாதைக்கு ஆதரவு தரவும் பாதுகாக்கவும் அவளது நலனைப் பராமரிக்கவும் முன்வந்த கண்டக்டர் எந்தக் குற்றமும் செய்யவில்லை" என்று அனூப் விசாரணை அலுவலரிடம் சொன்னார்.

"சார். நீங்கள் சொல்வது பொதுவாக உண்மைதான். ஆனால் அது வேலைக்காகாது" என்றார் இன்ஸ்பெக்டர்.

"நீங்கள் பின்விளைவுகளை, எதிர்வினைகளை நினைத்து பயப்படுகிறீர்கள். ஆனால் எனக்கு இந்தக் கோணம் சரியாகவே தோன்றுகிறது" என்று அனூப் பதில் சொன்னார். பிறகு தனது முகாம் எழுத்தர் வேலாயுதத்தை அழைத்துச் சொல்லத் தொடங்கினார்.

"அந்தத் தம்பதியர் இங்கு சரணடைந்ததால் விசாரணை இங்கு நடத்தப்பட்டது. விசாரணை அலுவலர் இங்கு வந்தார். அவர்களது வாக்குமூலங்கள் பதிவு செய்யப்பட்டன. அதிலிருந்து தெரிவது: அந்தப் பெண்ணை அவர்கள் 25000 ரூபாய்க்கு விற்றுவிட்டனர். முன்பணமும் பெற்றுள்ளனர். அதைத் திருப்பித்தர அவர்களால் முடியவில்லை. எனவே அவர்கள் நெருக்கடியில் உள்ளனர். எப்படிப் பார்த்தாலும் அவர்கள் அந்தப் பெண்ணின் கார்டியன்கள் அல்ல. அவளை வாங்கிய நபரிடம் அவளை ஒப்படைத்தால் வரவிருந்த மோசமான நிலைக்குப் பயந்து அந்தப் பெண் வீட்டை விட்டு வெளியேறினாள். எனவே காவல் கண்காணிப்பாளரின் கருத்தில் அது உண்மையின் குறும்பு. கடத்தல் என்னும் குற்றம் ஏதும் நிகழவில்லை."

அனூப் விசாரணை அலுவலரிடம், "இப்போது இந்த வழக்கை நிரூபிப்பது என் பொறுப்பு" என்றார். இன்ஸ்பெக்டர் திருப்தியடைந்து தன் காவல் நிலையம் போய் வழக்கை முடிவுசெய்தார். அனூப் அந்தப் பெண்ணிடம், "உன்னுடைய பெற்றோரிடம் போய் இரு. உனக்கும் கண்டக்டருக்கும் போலீஸ் பாதுகாப்பு கொடுக்கும்" என்று சொன்னார். இப்போது வழக்கு ஏதுமில்லை. ஐந்து மாதங்களுக்குப் பிறகு அவள் தான் விரும்புவதைச் செய்யலாம்.

அனூப், பெண்ணின் பெற்றோரிடம், "போய் அந்த ஜமீன்தாரிடம் சொல்லுங்கள், அவர் உங்களை மிரட்டினால் அவர்மீது குற்ற வழக்குப் பதிவு செய்யப்படும். ஒரு மைனர் பெண்ணை விலைக்கு வாங்கப் பணம் கொடுப்பதே குற்றம்" என்றார்.

காவல் கண்காணிப்பாளர் இந்த வழக்கில் முறைகேடாகத் தலையிட்டுள்ளார் என்று ஜமீன்தார் உயர் நீதிமன்றத்தில்

வழக்கு தொடர்ந்தார். உயர் நீதிமன்றம் அனூப் நேரில் ஆஜராக நோட்டீஸ் அனுப்பியது. அந்த வழக்கு "தவறான தகவல்" என்று முடிக்கப்பட்டிருந்தது. அனூப் தூத்துக்குடியிலிருந்து சென்னை சென்றார். டி.ஜி.பி.யைச் சந்தித்தார். அவர் மனம்விட்டுச் சிரித்தார். "உங்களுக்கும் நீதிமன்றத்திற்கும் எப்போதும் மோதல் ஏன்? எப்போதும் ஏதோ ஒரு நீதிமன்றம். உச்ச நீதிமன்றம் அல்லது உயர் நீதிமன்றம். நீங்கள் அவர்களுக்கு விளக்கம் சொல்லுங்கள். நான் இதில் தலையிட விரும்பவில்லை" என்றார் டி.ஜி.பி.

அனூப்பின் விளக்கங்களைக் கேட்டபின் நீதிபதி சொன்னார்: "மிஸ்டர் எஸ்.பி., இனிமேல் இந்த மாதிரி விளக்கங்கள் தருவதை நீங்கள் நீதிமன்றங்களுக்கு விட்டுவிடுங்கள்."

அனூப் பதிலளித்தார்: "மி லார்ட், நான் அதைச் செய்திருக்கலாம். ஆனால் காலம் கடந்துவிட்டிருக்கும். இரு அப்பாவி உயிர்களுக்கு என்ன துன்பம் நேர்ந்திருக்கும் என்று கற்பனை செய்துபாருங்கள். ஒரு எஸ்.பி.யாக நான் உடனுக்குடன் முடிவுகள் எடுக்க வேண்டியிருந்தது. எனது நடவடிக்கையில் தவறான நோக்கம் ஏதும் இல்லை."

நீதிபதி மெலிதாகச் சிரித்தார். தன் மூக்குக்கண்ணாடியைக் கழற்றித் துடைத்துக்கொண்டே கவனமாகச் சொன்னார்: "சரி, இந்த வழக்கில் உங்கள் விளக்கத்தை ஏற்றுக்கொள்கிறோம். இனி வருங்காலத்தில் எச்சரிக்கையாக இருக்க வேண்டும் என்று எச்சரிக்கிறோம். வழக்கு தள்ளுபடி செய்யப்படுகிறது."

10

பலவீனன்

வீட்டிலிருந்து வெளியே வந்த காவல் கண்காணிப்பாளர் அனூப் ஜெய்ஸ்வாலுக்கு சல்யூட் செய்த பாதுகாப்பு அலுவலர், "ஐயா, ஒரு ஆள் இந்த இடத்திலேயே சுற்றிக்கொண்டிருக்கிறார். வருவதும் போவதுமாக இருக்கிறார். காலை ஆறு மணியிலிருந்து இவ்வாறு செய்துகொண்டிருக்கிறார்" என்றார்.

அப்போது நேரம் மணி 7.30. அனூப் இன்னும் சீருடை அணியவில்லை.

"என்னைப் பார்க்க வேண்டும் என்றால் வரச் சொல்லுங்கள்" என்று சொல்லிவிட்டு அருகிலிருந்த முகாம் அலுவலகத்திற்குச் சென்றார். பாதுகாவலர், அந்த நபர் இன்னும் அங்கு இருக்கிறாரா என்று மெயின் கேட்டைத் திறந்து வெளியே சென்று பார்த்தார். செய்தித்தாள்கள் வந்திருந்தன. அவை மேசை மீது அடுக்கி வைக்கப்பட்டிருந்தன. அனூப் அவற்றைப் புரட்ட ஆரம்பித்தார். சற்று நேரத்தில் பாதுகாவலர் வந்து அந்த ஆள் பார்க்கக் காத்திருக்கிறார் என்றார். ஒரு சிறிய உருவம் உள்ளே வந்தது. மிகவும் ஒல்லியாக இருந்த அந்த நபருக்குச் சுமார் 25 வயதிருக்கலாம். மிகவும் பயந்திருந்தார். கக்கத்தில் கனமான துணிப்பை இருந்தது. அவரது கைகள் நடுங்கிக்கொண்டிருந்தன.

"சொல்லுங்கள்" என்றார் அனூப். அந்த ஆள் பேச விரும்புவதையும் ஆனால் அவரால் பேச முடியவில்லை என்பதையும் அனூப் உணர்ந்தார். அவரது வாயிலிருந்து ஏதோ ஓசை வந்தது. ஆனால்

அவர் என்ன சொல்கிறார் என்பது புரியவில்லை. அவருக்குப் பேச்சுக் குறைபாடு இருக்கலாம் என்று நினைத்து அனூப், “சத்தமாகப் பேசுங்கள்” என்றார். தனது உதவியாளர்களை அவருக்குத் தண்ணீர் தருமாறு பணித்தார். தம்ளரை வாங்கி வாயில் வைத்தபோது நடுக்கத்தால் தண்ணீர் சட்டையில் கொட்டியது.

“உட்காருங்கள் ... உங்களுக்கு என்ன வேண்டும் என்று நீங்கள் சொல்லவில்லையென்றால் நான் உங்களுக்கு உதவ முடியாது.”

அவர் நின்றுகொண்டே இருந்தார், ஏதோ சொல்ல முயன்றார். ஆனால் முடியவில்லை. திடீரென அவர் பதற்றமடைந்தார். ஓரிரு அடிகள் எடுத்து வைத்து அனூப்பின் அருகில் வந்தார். தன் கையிலிருந்த பையைத் திறந்தார். “ஐயா ஒரு சின்ன தப்பு நடந்து போச்சி” என்று சொல்லியபடி பையைத் திறந்த நிலையில் அனூப்பின் பக்கமாகத் தள்ளினார்.

அனூப் பையின் உள்ளே பார்த்தார். திடுக்கிட்டார். “என்ன இது?”

உள்ளே ஒரே ரத்தக் களறி. பெரிய மனிதத் தலை. வெட்டப்பட்ட ஆணின் தலை. நிறைய முடி பக்கவாட்டில் கிடந்தது. வந்தவர் கைகள் ஆடிக்கொண்டே இருந்தன. கையிலிருந்த பையும் ஆடியது. அனூப் அந்தப் பையை எடுத்து மேசையின் பக்கத்தில் தரையில் வைத்தார். அவரை வெளியே அழைத்துப்போய் உட்கார வைத்தார். பாதுகாவலரிடம் அவரைப் பார்த்துக்கொள்ளுமாறு சொல்லிவிட்டு அலுவலகத்தின் உள்ளே வந்து தூத்துக்குடி தெற்கு காவல் நிலையத்திற்குப் போன் செய்தார். அப்போதுதான் காலை ரோல்கால் முடிந்து எல்லோரும் நிலையத்தில் இருந்தனர். இன்ஸ்பெக்டரை உடனே முகாம் அலுவலகத்திற்கு வருமாறு சொன்னார். ஸ்பெஷல் பிராஞ்ச் இன்ஸ்பெக்டர் வடிவேலுவையும் அழைத்தார். பின்னர் வீட்டிற்குச் சென்று சீருடைக்கு மாறினார். தெற்கு காவல் நிலைய இன்ஸ்பெக்டர் பத்துப் பதினைந்து நிமிடங்களில் வந்து சேர்ந்தார். அவரை, தலையைக் கொண்டுவந்த ஆளை விசாரிக்குமாறு சொன்னார். பையைச் சுற்றி ஈக்கள் மொய்க்கத் தொடங்கின. ஆனால் அந்த நபர் அசையாது உட்கார்ந்திருந்தார். அவர் மீது மொய்த்திருந்த ஈக்களை அவர் உணரவும் இல்லை. எப்போதாவது ஒருமுறை அவரது உடல் நடுங்கியது.

முகாம் அலுவலகத்திற்குத் தலையைக் கொண்டுவந்த அந்த நபர் அம்பாசமுத்திரம் சப் டிவிஷனில் ஒரு கிராமத்தில் வசிக்கிறார். ஒரு கூலித் தொழிலாளி. பரம ஏழை. தாயாரும் சமீபத்தில் திருமணம் செய்துகொண்ட இளம் மனைவியும் இருக்கிறார்கள்.

அவரது சகோதரி பக்கத்து கிராமம் ஒன்றில் வசிக்கிறார். அவர் அனூப்பின் அலுவலகத்திற்கு வந்தபோது அவரது அம்மா சகோதரியின் வீட்டிற்குப் போயிருந்தார். சகோதரிதான் அவரது திருமணத்தை ஏற்பாடு செய்தார். ஆரம்பத்தில் அவர் மறுத்தார். ஆனால் அவர்கள் வற்புறுத்தியதால், பல மாதங்களுக்குப் பின் அவர் சம்மதித்தார். திருமணத்திற்குப் பிறகு மனைவியை நேசித்தார். ஆரம்பத் தயக்கங்கள் மறைந்தன. தேடிப் பிடித்துத் தொடர்ந்து வேலைக்கும் போனார்.

அவர்களது குடிசையில் கழிப்பறை இல்லை. இயற்கை அழைப்புக்கு அவர்கள் வயலுக்குப் போக வேண்டும். கழுவிக் கொள்ள, கையில் ஒரு சொம்பில் தண்ணீர் எடுத்துப் போக வேண்டும். சூரியன் உதிக்கு முன் அவரது இளம் மனைவி இயற்கை அழைப்புக்கு வெளியே போகும்போது வயல் வெளியிலும் புதர்களிலும் யாரோ தன்னைப் பின்தொடர்வதாக உணர்ந்தாள். ஆனால் உறுதியாகத் தெரியவில்லை. அவள் இயற்கை அழைப்பை முடித்தபோது யாரோ அவளைக் கண்காணிக்கிறார்கள் என்று உறுதியாகத் தெரிந்தது. சில வாரங்களுக்கு அந்த உணர்வு தொடர்ந்தது. அவள் தன் கணவனிடம் அது பற்றிச் சொன்னாள். அவர் அவளுடன் துணைக்குப் போய் அவள் திரும்பும்வரை காத்திருந்தார்.

ஒருநாள் அவர் காலையில் சீக்கிரமாக வேலைக்குப் போக வேண்டியிருந்தது. அவள் தனியே போனாள். இம்முறை அவள் அந்த நபரைப் பார்த்தாள். மங்கலான உருவமாக. ஆனால் அது அவளது பக்கத்து வீட்டுக்காரன் என்பது உறுதியாகத் தெரிந்தது. அவன் பருமனானவன். அவளது கணவனைவிட ரொம்பப் பருமன். பலசாலி. வசதியானவன் என்றும் சொல்லப்பட்டது. அவளது வீடு இருந்த அதே சாலையில் சற்றுத் தூரத்தில் அவனது வீடு இருந்தது. அது பல அறைகள் கொண்ட கான்கிரீட் வீடு. பிங்க் நிற பெயிண்ட் அடிக்கப்பட்டு, பச்சை நிற சன்னல்கள் இருந்தன. வீட்டின் பின்புறம் திறந்த வெளியில் ஒரு தண்ணீர்க் குழாய். துணிகள் துவைக்க ஒரு சிறு மேடை. அதில் கிரானைட் கற்கள் பொருத்தப்பட்டிருந்தன. வீட்டின் பின்புறம் புறக்கடையில் தனியே ஒரு கழிப்பறையும் குளியலறையும் இருந்தன. அதில் ஒரு அரை நிலா வடிவில் வெண்டிலேட்டர் இருந்தது. அந்த வீட்டுக்காரனுக்கு இயற்கை உபாதைகளுக்குத் திறந்தவெளிக்குப் போக வேண்டிய அவசியமில்லை. அன்று அவளது கணவன் வேலை முடிந்து திரும்பியதும் அவள் தன் சந்தேகத்தைத் தெரிவித்தாள். அவர் அந்த நபரைச் சந்தித்து, தன் மனைவியைத் தொடர்வதை நிறுத்த வேண்டும் என்று சொன்னார். அந்த மனிதன் குற்றச்சாட்டையே மறுத்தான்.

ஆனால் அவன் மீண்டும் தொடர்ந்து அந்தப் பெண்ணைப் பின் தொடர்ந்தபோது, அவர் கிராமத்தாரிடம் புகார் சொன்னார். ஊர்ப் பெரியவர்கள் அந்த ஆளை விசாரித்தனர். அவன் கேலியாகச் சிரித்துவிட்டு நகர்ந்தான். அதோடு அந்தப் பிரச்சினை முடிந்தது. இப்போது விஷயம் வெளியே தெரிந்துவிட்டது. பக்கத்து வீட்டுக்காரன் அவரிடம் தகராறு செய்தான். "உனக்கு கிராமத்தில புகார் சொல்ற அளவுக்கு தைரியம் வந்துடிச்சா? இப்ப என்ன ஆச்சி? அவங்க உன்ன நம்பல. நா உன் வீட்டுக்கே வந்து உன் மனைவியை அனுபவிப்பேன்" என்றான்.

அவர் அதிர்ச்சியடைந்தார். பயந்துபோனார். சில நாட்களுக்கு அவர் வேலைக்குப் போகவில்லை. மனைவி எங்கே போனாலும் கூடவே போனார். அவள் காலையில் தெருப் பெருக்கிக் கோலம் போடும்போதும் கூடவே நின்றார். பக்கத்து வீட்டுக்காரன் ஏளனச் சிரிப்போடு பார்த்துக்கொண்டிருந்தான்.

ஒருநாள் அவரும் மனைவியும் வெளியே வந்தபோது, பக்கத்து வீட்டுக்காரன் கூப்பிட்டான்: "நீ எவ்ள நாளக்கி அவள இந்த மாதிரி காவல் காப்பாய்? நீ அவள காப்பாத்தற அளவுக்கு பலசாலியா? உன்னால என்னோட சண்டைபோட முடியுமா?"

அதன் பிறகு சில இரவுகள் அவரால் தூங்க முடியவில்லை. வேலைக்குப் போகவில்லை. மனைவியை அவளது அம்மா வீட்டிற்கு அனுப்பிவிடலாமா என்று யோசித்தார். ஆனால் எவ்வளவு நாளைக்கு? அவர்கள் பரம ஏழைகள். எவ்வளவு நாளைக்கு வேலைக்குப் போகாமல் இருக்க முடியும்? பல நாட்களாக அவர்களது ஒரே உணவு பழைய சோறுதான். மீந்து போன சாதத்தை இரவு தண்ணீரில் ஊற வைத்து அது குழைந்து புளித்த பின் அதோடு நீர்த்த மோர், பச்சை மிளகாய்த் துண்டுகள், வெங்காயம் இருந்தால் வெங்காயம் சேர்த்து அதுவே உணவானது. சில நாள்களில் அது மட்டுமே உணவு.

அதன் பிறகு ஒருநாள் காலை, அவர் பக்கத்து வீட்டுக்காரனைப் பார்த்தார். அவன் அவரை வெறுப்பேற்றினான். "என்னடா இன்னும் காவல்காரன் வேலை பண்றியா? எவ்வளவு நாளைக்குத்தான் பண்ணுவ? ஒருநாள் அவ என் கையில் வருவா. நீ பாத்துக்கிட்டு இருப்ப" என்று சொல்லிக்கொண்டே அவன் குழாயைத் திறந்து தண்ணீரைத் தன் தலையிலும் முகத்திலும் ஓடவிட்டான். இந்த சந்தர்ப்பத்தைப் பயன்படுத்திக்கொண்டு அவர் தன் குடிசைக்குள் போய் அரிவாளை எடுத்துக்கொண்டு மனைவியை எழுப்பாமல் மெல்ல நடந்து வெளியே வந்தார். பக்கத்து வீட்டுக்காரனை நெருங்கினார். அவன் கழுத்தை வெட்டினார். மூன்றாவது வெட்டில் தலை துண்டாகித் தேங்காயைப் போல உருண்டது. கண்கள் வியப்பால் விரிந்தன.

ஒல்லிக்குச்சியான அந்த மனிதர், அவனது ஈர முடியைப் பற்றித் தலையை எடுத்துக்கொண்டு ஓடினார், ஓடினார், ஓடினார். துண்டான தலையிலிருந்து ரத்தம் சொட்டிக்கொண்டிருந்தது. அடுத்த கிராமத்தை அடையும்வரை ஓடினார். ஏதோ காரணத்திற்காகத் தலையை அங்கு மறைத்து வைத்துவிட்டு ஒரு சாதாரண வக்கீலைப் பார்த்தார். வக்கீல், தலை எங்கே என்று கேட்டார். அங்கு தன்னை அழைத்துப் போகுமாறு சொன்னார். அவர்கள் ஒரு துணிப் பையுடன் அங்கு சென்றனர். தலையைப் பையில் போட்டு எடுத்துக்கொண்டு நேராகத் தூத்துக்குடி எஸ்.பி.யிடம் போய்ச் சரணடையுமாறு சொன்னார் வக்கீல். இப்படித்தான் அவர் அனூப்பின் முகாம் அலுவலகத்திற்கு வந்தார்.

அவர் சொல்வது உண்மையா என்று அறிந்துகொள்ள அனூப்பிற்கு வழியொன்றும் இல்லை. ஆனால் அவர் வெட்டிய தலையோடு வந்தார் என்பதால் அது ஒரு வழக்கமான கொலையல்ல. சாதாரணமாகக் கொலையாளிகள் கொலையை மறைக்கவே முயல்வார்கள். இந்த மனிதன் அவ்வாறு செய்யவில்லை. அவர் சான்றை அம்பாசமுத்திரத்திலிருந்து அனூப்பின் முகாம் அலுவலகத்திற்கு பஸ்ஸில் எடுத்து வந்துள்ளார். சரணடைய ஏதுவாக அவரைத் தெற்குக் காவல் நிலையத்திற்குக் கொண்டுசெல்லுமாறு அனூப் சொன்னார்.

கொலை அவரது எல்லைக்குள் நடக்கவில்லை. எனவே அந்த நபரது வாக்குமூலத்தை, கொலையின் நோக்கம், கொலை நடந்த சூழல், தலை கைப்பற்றப்பட்டது ஆகியவற்றை அந்த நபர் சொன்ன மாதிரியே பதிவு செய்யுமாறு உத்தரவிட்டார். அந்த கிராமம் சம்பந்தப்பட்ட காவல் நிலையத்திற்கு வயர்லெஸ் செய்தி அனுப்பப்பட்டது. அங்கிருந்து ஒரு குழு வந்து தலையைப் பிரேதப் பரிசோதனைக்காக எடுத்துச் சென்றது. மற்றொரு குழு மீதி உடலைத் தேடிச் சென்றது.

கொலை பற்றிக் காவல் நிலையத்திற்குத் தெரிவிக்கப்பட்ட போதிலும் என்ன நடந்தது என்று யாருக்கும் நிச்சயமாகத் தெரியவில்லை. கிராமத்தினர் தலையற்ற உடலைப் பார்த்துக் காவல் நிலையத்திற்குத் தெரிவித்தனர். அந்தப் பலவீனமான மனிதனால் இப்படிச் செய்ய முடியும் என்பதை கிராமத்தினரால் கற்பனை செய்தும் பார்க்க முடியவில்லை. அவர் தன் மனைவிக்கும் சொல்லவில்லை. அவரைக் காணவில்லை என்பது பற்றி அவள் மிகவும் கவலையடைந்தாள்.

அவர் மீது, “கொலை செய்ய வேண்டும் என்ற எண்ண மில்லாமல் செய்யப்பட்ட கொலை” என்று வழக்கு தொடரப்பட்டது.

அவர், பக்கத்து வீட்டில் இருப்பவரால் தொடர்ந்து கேலிக்கும் அச்சுறுத்தலுக்கும் தூண்டுதலுக்கும் உள்ளாக்கப்பட்டார். கிராமப் பெரியவர்கள் தீர்வைத் தரத் தவறிவிட்டனர். கண்டுகொள்ளவே இல்லை. எல்லாமாகச் சேர்ந்து அவர் தீவிரத் தூண்டுதலுக்கு உள்ளாக்கப்பட்டார். இறுதியாக, பக்கத்து வீட்டுக்காரன் தன் மனைவி மீது கண் வைத்திருக்கும்வரை தன் மனைவிக்குப் பாதுகாப்பில்லை என்னும் எண்ணம் தந்த அழுத்தத்தால் அவர் மனமுடைந்து, தன் சுய கட்டுப்பாட்டை இழந்தார்.

அவருக்குச் சில ஆண்டுகள் சிறைத் தண்டனை வழங்கப் பட்டது. அதன் பின் அவர் தன் மனைவியோடு சேர்ந்து வாழ்ந்தார்.

11

வழக்கும் எதிர்வழக்கும்

தூத்துக்குடி ஊரக சப் – டிவிஷனில் மடத்தூர் உள்ளது. அங்கு காவல் நிலையம் இல்லை. அவ்வூரிலிருந்து சிலர் தூத்துக்குடி தெற்கு காவல் நிலையத்திற்கு வந்து தாளமுத்து என்பவர் அரிவாளால் ஒருவரை வெட்டிவிட்டதாகப் புகாரளித்தனர். இந்திய தண்டனைச் சட்டம் பிரிவு 307இன் கீழ் வழக்குப் பதிவு செய்யப்பட்டது. கொலை முயற்சி வழக்கு. சில நாட்களுக்குப் பின் அதே புகார்தாரர்கள் திரும்பவும் காவல் நிலையம் வந்து, தாளமுத்து அரிவாளால் வேறு ஒருவரைக் கொல்ல முயன்றதாகக் கூறினர். தாளமுத்து பெரும்பான்மைச் சமூகத்தைச் சார்ந்தவரல்ல. அவன் அரிவாளுடன் சுற்றித் திரிவதால், அவனைக் கைது செய்யவில்லை என்றால் அவன் யாரையாவது கொன்றுவிடுவான் என்று அவர்கள் கூறினர். இது பற்றி டி.ஐ.ஜி. B.P. நெயில்வாலுக்கும் தெரிந்திருந்தது. அவருக்கும் நேரடியாகப் புகாரளிக்கப்பட்டிருக்கலாம் அல்லது புகாரளித்தவர்களில் யாருக்கேனும் அவரைத் தெரிந்திருக்கலாம். அனூப் ஜெய்ஸ்வால் புதியவர். என்ன நடக்கிறது என்பது அவருக்கும் தெரிந்திருந்தது. ஆனால் நேரடியாக அல்ல. டி.ஐ.ஜி.யின் உத்தரவின் பேரில் மறுநாளே இரண்டாவது வழக்கும் பதிவு செய்யப்பட்டது.

தூத்துக்குடி ஊரக சப்-டிவிஷன் டி.எஸ்.பி. சொக்கலிங்கம் தலைமையில் ஒரு தனிப்படை அமைக்கப்பட்டது. பின்னாளில் ஐ.ஜி.யாக ஓய்வுபெற்ற சொக்கலிங்கம் அப்போது இளைஞர்.

அவரது முதல் சப் – டிவிஷன் அது. அவருக்கும் அவரது குழுவினருக்கும் அப்போது ஒரே வேலை தாளமுத்துவைப் பிடிப்பதுதான். அடுத்த ஒரு வாரம் அல்லது பத்து நாள்களில் தாளமுத்து வேறு யாரையும் வெட்டுமுன் அவனைப் பிடிக்க வேண்டும்.

கண்காணிப்பாளர் அனூப் ஜெய்ஸ்வாலின் வீடு எப்போதும் திறந்தே இருந்தது. அவரைக் காண நாள் முழுவதும் பார்வையாளர்கள் வந்தவண்ணம் இருந்தனர். வருவோரது குறைகளை அவர் பொறுமையுடன் கேட்கிறார் என்று செய்தி பரவியது. அவரைக் காண வருவோரில் யார் உண்மையைச் சொல்கிறார், யார் சொல்வது பாதி உண்மை அதில் எந்தப் பாதி உண்மை என்பதெல்லாம் அவருக்குத் தெரியாது. பல நேரங்களில் அது (குறைகளைக் கேட்பது) களைப்பூட்டுவதாக இருந்தது. அவரைக் காண வருவோரிடம் அவர் ஒரே மாதிரியான அணுகுமுறையைக் கையாண்டார். ஏதேனும் ஒரு புகாருடன் அவரைக் காண வருவோரிடம் அவர் கேட்கும் முதல் கேள்வி நீங்கள் காவல் நிலையம் போனீர்களா, அங்கு புகார் அளித்தீர்களா என்பதாகும். போகவில்லை என்பதே அவருக்குக் கிடைக்கும் பதிலாக இருக்கும். பெரும்பாலும் மக்கள் காவல் நிலையம் சென்று புகார் தருவதில்லை. ஏனெனில் அங்கு யாரும் தங்கள் குறைகளைக் கேட்க மாட்டார்கள் என்பதே அவர்களின் கருத்து.

தன்னிடம் புகார் வந்தவுடன் அனூப் சம்பந்தப்பட்ட காவல் நிலையத்தை வயர்லெஸ்ஸில் அழைத்து, அங்கிருக்கும் ஒரு மூத்த அதிகாரியை வருமாறு பணிப்பார். அனூப் அவரிடம், இந்த வகைப்பட்ட புகாரைத் தான் அனுப்புவதாகவும், அதை விசாரித்து முடித்தவுடன், எடுக்கப்பட்ட நடவடிக்கை குறித்துத் தனக்குச் சுருக்கமான பதில் தர வேண்டுமெனக் கூறுவார். இந்தச் சமயத்தில் வந்தவர் நம்பிக்கையிழந்துவிடுவார். தான் தொலைதூரக் கிராமத்திலிருந்து வந்திருந்தபோதும் எஸ்.பி. தன்னை மீண்டும் காவல் நிலையத்திற்கே அனுப்புகிறார் என்றே அவர் நினைப்பார். அவரது ஏமாற்றத்தைப் பார்த்த அனூப், “நீங்கள் காவல் நிலையம் போங்கள். உங்கள் புகார் மீது நடவடிக்கை எடுக்கப்படுவதற்கு நான் உத்தரவாதம். அந்த நடவடிக்கை உங்களுக்குத் திருப்தி இல்லையென்றால் என்னிடம் வாருங்கள். நானே நேரடியாக விசாரிக்கிறேன்” என்பார்.

இது காவல் நிலையத்தின் பொறுப்பை அதிகரித்தது. சரியான நடவடிக்கை எடுக்கவில்லை என்றால், புகாரளித்தவர் மீண்டும் எஸ்.பி.யிடம் போவார் என்பதால் வேலை முடிந்துவிடும். ஏதோ ஒரு தீர்வு கிடைத்துவிடும். புகாரளித்தவர் எஸ்.பி.யிடம் வந்து,

தன் புகார் கவனிக்கப்படவில்லையென்றோ அல்லது தனக்கு நியாயமான தீர்வு கிடைக்கவில்லையென்றோ சொல்வாரானால் அது காவல் நிலையத்தின் பெயரைக் கெடுப்பதாகும்.

அனூப் இன்ஸ்பெக்டரிடம் எத்தனை நாட்களுக்குள் இந்தப் புகாரைக் கவனிக்க முடியும் என்று கேட்பார். இன்ஸ்பெக்டர் இரண்டு மூன்று நாட்களுக்குள் முடித்துவிடுகிறேன் என்று சொல்வார். உண்மையில் அவரால் எல்லாப் புகார்களையும் ஓரிரு நாட்களுக்குள் முடித்துவிட முடியாது. அனூப் அவரிடம், “நான் உங்களுக்கு பத்து அல்லது பதினைந்து நாட்கள் தருகிறேன். புகார்தாரரிடமும் அப்படியே சொல்லுங்கள்” என்பார். இரண்டு நாட்களில் முடித்துத் தருகிறேன் என்று சொல்லிவிட்டு நான்கு நாட்கள் ஆகிவிட்டால் புகார்தாரர் நம்பிக்கையிழந்துவிடுவார். காத்திருத்தலின் நிச்சயமின்மை மனதின் சுமையாகும். காத்திருக்கும் ஒவ்வொரு நாளும் மிக நீண்டதாகத் தோன்றும்.

ஒருநாள் இரவு, பார்வையாளர்களைப் பார்த்து முடித்தாயிற்று என்று நினைத்து அனூப் வீட்டிற்குப் புறப்படத் தயாரானார். அப்போது ஒருவர் அவரது அறைக்குள் வந்தார். சுமார் முப்பது வயதிருக்கும். அனூப் அவரை அமருமாறு சொல்லியும் அவர் கைகளைக் கட்டிக்கொண்டு நின்றார். அமைதியாக, “நான்தான் தாளமுத்து” என்றார்.

“சரி, தாளமுத்து, உக்காருங்க. எதுக்கு என்னப் பாக்க வந்தீங்க சொல்லுங்க”

அவர் நின்றபடியே சொன்னார்: “நான் முடத்தூர் தாளமுத்து.”

“ஓ, நீங்கதானா அது? உங்கள போலீஸ் ஊரெல்லாம் தேடுறாங்க. நீங்க மாட்டல. எங்க ஒளிஞ்சிருந்தீங்க?”

“அவங்க என் மேல நடவடிக்கை எடுக்குறாங்க... ஆனா மத்தவங்க மேல என்ன நடவடிக்கை எடுத்தாங்க? அவங்க என் தங்கச்சியை மானபங்கம் செஞ்சாங்க. ஒரு முறைக்கு இரண்டு முறை. என்ன நடவடிக்கை எடுத்தாங்க? ஒண்ணுமில்ல.”

“தாளமுத்து, எனக்கு அதப் பத்தி ஒண்ணும் தெரியாது. நீ இப்பகூடப் புகார் கொடுக்கலாம். ஆனா அதனால நீ செஞ்சது தப்பில்லன்னு ஆயிடாது தெரியுமில்ல.”

ஸ்பெஷல் பிராஞ்ச் முத்துராஜ் அப்போது அலுவலகத்தில் இருந்தார். அவரை வரச்சொல்லி, “தாளமுத்துவின் புகாரை எழுதி என்னிடம் கொடுங்கள். நான் அதை முடத்தூர் இன்ஸ்பெக்டருக்கு அனுப்பி நடவடிக்கை எடுக்கச் சொல்கிறேன். தேவையென்றால் வழக்கும் பதிவு செய்யப்படும்” என்றார் அனூப். தாளமுத்துவின்

புகார் எழுதப்பட்டபின், "நாங்கள் நடவடிக்கை எடுக்கிறோம் தாளமுத்து" என்றார்.

"நீங்க இப்ப என்ன கைது செய்யலாம்" என்று சொல்லியபடி தன் கைகளை நீட்டினார் தாளமுத்து.

குற்றவாளிகள் முகாம் அலுவலகத்திற்கு வந்து சரணடைவது வழக்கமானது. ஒருமுறை அத்தகைய சரணுக்கு நீலம் சாட்சியாக இருந்தார். யாரோ ஒருவர் முகாம் அலுவலகத்திற்கு வந்து எஸ். பி.யைப் பார்க்க வேண்டும் என்று கேட்டார். பாதுகாவலர்கள் அவரை உள்ளே அனுமதித்தனர். அவரும் வந்து தரையில் உட்கார்ந்துகொண்டார். அப்போது அனூப் திருநெல்வேலி போயிருந்தார். திரும்ப வரத் தாமதமாகிவிட்டது. அந்த நபர் படியேறி ஸ்பெஷல் பிராஞ்ச் அலுவலகத்திற்குப் போனதை யாரும் கவனிக்கவில்லை.

அப்போது முத்தையாபுரம் காவல் நிலைய இன்ஸ்பெக்டர் தங்கவேலு முகாம் அலுவலகம் வந்து, பாதுகாவலர்களிடம் ஒரு பெயரைச் சொல்லி அப்படி ஒரு நபர் அங்கு வந்தாரா என்று கேட்டார். பாதுகாவலர்கள் ஒருவர் மேலே போயிருப்பதாகச் சொன்னார்கள். தங்கவேலு மேலே ஓடி அந்த நபரைப் பிடித்தார். கீழே இழுத்துவர முயன்றார். இருவருக்கும் வாக்குவாதம் வலுத்தது. சத்தம் கேட்டு வெளியே வந்த நீலம் அந்த இழுபறியைப் பார்த்தார். பாதுகாவலர்கள், இன்ஸ்பெக்டர் அந்த நபரைக் கைது செய்ய வந்ததாகவும் அவர் எதிர்ப்பதாகவும் தெரிவித்தனர்.

"ஏன் எதிர்க்கிறார்? பிறகு அவர் ஏன் இங்கே வந்தார்?" என்றார் நீலம்.

"என்ன கைது செய்யுமுன் நான் எஸ்.பி. ஐயாவ பாக்கணும்" என்று அவர் கூச்சலிட்டார்.

நீலம் இன்ஸ்பெக்டரிடம், "அவர் இங்க இருக்கட்டும். எஸ்.பி. இப்ப வந்துடுவார். அவர பாத்த பின்ன நீங்க கைது செய்யலாம்" என்றார்.

"அம்மா அவன் ரொம்ப ஆபத்தானவன்."

"அப்படின்னா அவர கட்டிப் போடுங்க."

நீலம் பாதுகாவலர்களிடம், எஸ்.பி. வரும் வரை அந்த நபரை அங்கேயே வைத்திருக்குமாறு சொன்னார்.

பாதுகாவலர்கள் இன்ஸ்பெக்டரிடம், "நா கார்டு ரூம்ல உக்கார வெக்கிறேன். எஸ்.பி. ஐயா இப்ப வந்துடுவாங்க" என்றார்கள்.

நீலம் உள்ளே போன பின் இன்ஸ்பெக்டர் பாதுகாவலர்களை மிரட்டினார். ஆனால் அவர்கள் அசரவில்லை.

அது வழிப்பறி சம்பந்தப்பட்ட வழக்கு. அந்த நபர் பணத்தைத் திருடியிருந்தார். பணத்தை ஒப்படைத்துவிட்டால் அவரை விட்டுவிடுவதாக இன்ஸ்பெக்டர் உறுதியளித்திருந்தார். அந்த நபர் தான் பணத்தை ஒளித்து வைத்திருந்த இடத்தை இன்ஸ்பெக்டருக்குக் காட்டினார். இன்ஸ்பெக்டர் அதில் ஒரு சிறு பகுதியை மீட்கப்பட்டதாகக் காட்டிவிட்டு மீதியைத் தான் வைத்துக்கொண்டார். சில நாட்களுக்கு அந்த நபரைப் பிடிக்காமல் விட்டுவிட்டு, இப்போது கைது செய்ய வந்துவிட்டார்.

ஆனால் இன்ஸ்பெக்டர் இந்தக் குற்றச்சாட்டை மறுத்தார். தான் கைது செய்ய வந்ததால் அந்த நபர் தன்மீது பொய்க் குற்றச்சாட்டு சுமத்துவதாக அவர் கூறினார். இத்தகைய பரஸ்பரக் குற்றச்சாட்டில் யாரை நம்புவது? அனூப் சி.ஐ.டி. விசாரணைக்கு உத்தரவிட்டார்.

அனூப் என்ன நினைத்தாரோ, "இதோ பார் தாளமுத்து, இது என்னுடைய வீடு. இங்கு யாரையும் கைது செய்வது கிடையாது. நீ ஒன்று செய். தெற்கு காவல் நிலையத்திற்குப் போய் சரணடை. அல்லது நீதிமன்றத்தில் சரணடைந்துவிடு. உன் இஷ்டம்" என்றார்.

தாளமுத்து கொஞ்ச நேரம் யோசித்துவிட்டு, தான் நாளை நீதிமன்றத்தில் சரணடைவதாகக் கூறிவிட்டு வெளியேறினார். அனூப் அவர் முன்னிலையிலேயே அவரது புகாரில் தன் உத்தரவை எழுதினார்.

தாளமுத்து போவதை முத்துராஜ் அமைதியாகப் பார்த்துக் கொண்டிருந்தார். குறும்புத்தனமான மனநிலையில், அனூப், டி.எஸ்.பி சொக்கலிங்கத்தை போனில் அழைத்து, "என்ன சொக்கலிங்கம், தாளமுத்து விஷயம் என்ன ஆச்சு. அவனை கண்டுபிடிச்சிட்டீங்களா?" என்று கேட்டார்.

"சார், அவன் முடத்தூர் கிராமத்துக்கு வெளியே பெரிய வாழைத்தோப்பில் மறைந்திருப்பதாகத் தெரியவந்துள்ளது. நாங்கள் இன்று இரவு அங்கு ரெய்டு போகிறோம். எல்லாம் தயாராக இருக்கிறது சார்."

"உளறுவதை நிறுத்துங்க சொக்கலிங்கம். தாளமுத்து என்னை வந்து பார்த்தான். அவன் நாளை சரண்டர் ஆகிறான்."

"சார், என்ன சொல்றீங்க? அவன் நாளை சரண்டர் ஆகிறானா? நீங்க அவன போக விட்டுட்டீங்களா? அவன விட்டிருக்கக் கூடாதுங்க சார். அவன் மோசமானவன்."

"சொக்கலிங்கம், நான் அவன கூப்பிடல. அவனாவே வந்தான். நாளை சரண்டர் ஆகறதா சொன்னான்."

மறுநாள் மாலைவரை தாளமுத்து பற்றி எதுவும் தெரியவில்லை. அவன் காவல் நிலையத்திற்கும் வரவில்லை; நீதிமன்றத்திற்கும் போகவில்லை. தாளமுத்து எஸ்.பி. அலுவலகத்திற்குப் போனதாகவும் எஸ்.பி. அவனைப் போக விட்டுவிட்டதாகவும் சொக்கலிங்கம் டி.ஐ.ஜி.யிடம் சொல்லிவிட்டார். டி.ஐ.ஜி. அனூப்பிடம் தொலைபேசியில் கோபப்பட்டார்.

"இது என்ன அனூப்? நீங்கள் என்ன செய்துகொண் டிருக்கிறீர்கள்? ஒருவேளை அவன் இன்னொரு குற்றச் செயலில் ஈடுபட்டாலோ, யாரையாவது கொலை செய்துவிட்டாலோ அதற்கு யார் பொறுப்பேற்பது? நீங்கள் என்ன பதில் சொல்வீர்கள்? நீங்கள் இதைச் சாதாரணமாக எடுத்துக்கொள்கிறீர்கள். ஆனால் இது சாதாரணமான விஷயம் இல்லை. இனி இதுபோல் செய்யாதீர்கள்."

அந்தத் தொலைபேசி அழைப்பிற்குப் பின் அனூப் சோர்வடைந்தார். டி.ஐ.ஜி. சரியாகத்தான் சொல்லியிருக்கிறார். நாட்கள் செல்லச் செல்ல இந்த உணர்வு வளர்ந்தது. தாளமுத்து சரண்டர் ஆகவில்லை. சொக்கலிங்கமும் அவனைப் பிடிக்கவில்லை.

சில நாட்களுக்குப் பின் ஒருநாள் சொக்கலிங்கம் அனூப்பின் முகாம் அலுவலகத்தில் உட்கார்ந்திருந்தார். அப்போது ஒரு நபர் உள்ளே வந்தார். அனூப் அவரை, "வாங்க, வாங்க, வாங்க மாப்பிள்ளை. உள்ளே வாங்க மருமகனே" என்று அழைத்துவிட்டு, சொக்கலிங்கத்தைப் பார்த்து, "இந்தப் பெரிய மனிதன் யாரென்று தெரிகிறதா?" என்று கேட்டார்.

வந்தவர் தாளமுத்து. ஆனால் சொக்கலிங்கம் அவரை இதுவரை பார்க்காததால் அவருக்கு யாரென்று தெரியவில்லை.

அனூப் தாளமுத்துவைப் பார்த்து, "நீ எனக்கு ரொம்ப தொந்தரவு கொடுத்துவிட்டாய். எனக்கு வேலையே போயிருக்கும். சரண்டர் ஆகிறேன் என்று சொன்னாய். ஆனால் செய்யவில்லை."

சொக்கலிங்கத்தைக் காட்டி, "இந்த அதிகாரியும் அவரது படையும் உன்னைத் தேடிக்கொண்டிருக்கிறார்கள். ஆனால் நான் உன்னைப் போகவிட்டேன். நீ சரண்டர் ஆகிறேன் என்று சொன்னதை நான் நம்பினேன்."

சொக்கலிங்கம் உடனே இருக்கையிலிருந்து எழுந்தார். "தாளமுத்துவா?" என்று கேட்டபடி அவனைக் கைது செய்ய முற்பட்டார்.

அனூப் குறுக்கிட்டு, “உட்காருங்கள். தாளமுத்து என்ன சொல்லப்போகிறார் என்று நான் கேட்க வேண்டும்” என்றார்.

“ஐயா, இவன் ரொம்ப ஆபத்தானவன். நீங்கள் ஏன் இவனிடம் இவ்வளவு சலுகை காட்டுகிறீர்கள் ?”

“இல்லை ஐயா, நான் நாளைக்கு சரண்டர் ஆகிறேன்.” தாளமுத்து கைகளைக் கட்டியபடி சற்று நேரம் நின்றுவிட்டுப் பின் சட்டென்று மறைந்துபோனான்.

மறுநாள் தாளமுத்து நீதிமன்றத்தில் சரண்டர் ஆனான். சிறிது காலம் சிறையில் இருந்தான். சிறையிலிருந்து ஒரு கான்ஸ்டபிள் மூலம் செய்தி அனுப்பினான். அவனது தங்கை உடல் நலமின்றி இருக்கிறாள். அவளை மருத்துவமனையில் சேர்க்க வேண்டும். ஆகும் செலவைக் கொடுத்துவிடுவதாகவும் அனூப் உதவ முடியுமா என்றும் கேட்டிருந்தான்.

அனூப் தாளமுத்துவின் தங்கையை அந்தோணி மூக்கனின் மனைவிக்கு சிகிச்சையளித்த அதே ராஜம் நர்சிங் ஹோமில் சேர்த்தார். அவருக்குக் குடல்வால் அழற்சி போன்றதொரு நோய். தாளமுத்து ஜாமீனில் வெளியே வந்து அனூப்பைச் சந்தித்தான். தனது தங்கையை குணப்படுத்தியதற்காக டாக்டர் ரவீந்திரனுக்கும் நன்றி சொன்னான். ரவீந்திரன் அவனிடம் கட்டணம் ஏதும் வாங்கவில்லை. அவர்களுக்குள் என்ன நடந்தது என்று அனூப்பிற்குத் தெரியாது. தாளமுத்து ரவீந்திரனின் நர்சிங் ஹோமில் உதவியாளனாக வேலை செய்யத் துவங்கினான். அவனது வழக்கு நடந்த மூன்று ஆண்டுகளும் அவன் அங்கு வேலை செய்தான். பின்னர் அவன் சேமித்த தொகையோடு திருச்செந்தூருக்குப் போய் அங்கு ஒரு காப்பிக் கடை துவக்கினான். அவன் கடையில் நல்ல காப்பி கிடைப்பதாக எல்லோரும் சொன்னார்கள்.

12

நன்றி

ஒருநாள் அனூப்பின் நான்கு வயது மகள் மினி கையில் ஒரு துண்டு பேப்பருடன் முகாம் அலுவலக வாயிலில் நின்றாள். முகத்தில் ஏதோ ஒரு தீவிரம். அவள் வாயிலில் நிற்பதைப் பார்த்த அனூப், "என்னம்மா, என்ன வேணும்?" என்றார்.

மினி சோகத்துடன் ஒரு பேப்பரை நீட்டினாள். அவள் ஒரு மனு கொடுக்க வந்திருக்கிறாள். "ஓ.கே. மனுவை என்னிடம் கொடு. நான் பார்க்கிறேன்." மினி அறைக்குள் ஓடிவந்து மடிக்கப்பட்ட ஒரு பேப்பரை அப்பாவிடம் கொடுத்தாள். அவர் அதைப் பிரித்தார். அதில் ஒன்றும் எழுதப்படவில்லை. "என்ன அம்மா, என்ன ஆச்சு?"

மினி அவரைவிட நன்றாகவே தமிழ் பேசினாள்.

"கண்காணிப்பாளர் ஐயா, என்னோட அப்பா வீட்டுக்கு வர மாட்டாரு. நீங்க அவர தயவுசெய்து வீட்டுக்கு அனுப்புங்க."

அறையிலிருந்த மற்றவர்கள் சிரித்தனர். அவர்களிடம் மன்னிப்புக் கேட்டுக்கொண்டு மினியோடு செல்வதைத் தவிர அவருக்கு வேறு வழியில்லை. மினி அவரது கையைப் பிடித்துச் சாப்பிட அழைத்துச் சென்றாள். இது நீலத்தின் வேலை என்று அவருக்குத் தெரிந்தது. அவருக்குப் பார்வையாளர்கள் பலர். அவரால் குழந்தைகளோடு நேரம் செலவிட முடியாது. அவர்களுக்கு விடுமுறை என்றால்கூட அவர்களுடன் விளையாடவோ,

அவர்களை வெளியே அழைத்துப் போகவோ, நீச்சல் குளத்திற்கு அழைத்துப் போகவோ அவருக்கு நேரமிருப்பதில்லை.

அவருக்கு வரும் புகார்கள் ஒரு பதிவேட்டில் பதிவு செய்யப்பட்டன. ஒவ்வொரு புகாருக்கும் ஒரு வரிசை எண் கொடுக்கப்பட்டது. அவற்றின் முன்னேற்றத்தைக் கண்காணிப்பது முகாம் எழுத்தரின் பொறுப்பு. புகார் மனுக்கள் மீது காவல் நிலையங்களில் பதிவு செய்யப்படும் வழக்குகள் குறித்துத் தொடர்ந்து விசாரித்து புகார்களின் நிலை குறித்து அறிய அனூப்பிற்கு உதவி செய்ய மூன்று கான்ஸ்டபிள்கள் இருந்தனர். இந்தக் கதை பதிவு செய்யப்படாத ஒரு புகாரைப் பற்றியது.

மறுநாள் அனூப் அலுவலகம் வந்தபோது ஒரு நடுத்தர வயது விதவைப் பெண்மணி வந்திருந்தார். அவருக்கு 55 வயதுக்கு மேல் இருக்கலாம். அவர் அலுவலக அறைக்குள் வந்தபோது ஸ்பெஷல் பிராஞ்ச் எஸ்.ஐ. முத்துராஜ் அங்கு இருந்தார். அந்தப் பெண் சுமார் 50 கி. மீ. தொலைவில் சாத்தான்குளம் அருகிலுள்ள ஒரு கிராமத்தில் வசிப்பவர். அவரது மகன் சுமார் ஓராண்டுக்கு முன் ஆந்திரப் பிரதேசம் காக்கிநாடாவில் ஒரு கம்பெனியில் வேலைக்குப் போனார். அம்மாவுக்கு ஒழுங்காகப் பணம் அனுப்பினார். இரு வாரங்களுக்கு ஒரு முறை கடிதங்களும் வந்தன. அவளும் பதில் கடிதங்கள் எழுதினாள். கடந்த இரு மாதங்களாகக் கடிதங்களோ பணமோ வரவில்லை. தன் மகனைப் பற்றிய கவலையில் அவரால் உறங்கவும் முடியவில்லை.

“அம்மா . . . பிள்ளைகள் ஏதாவது ஒரு வேலையில் பிஸியாகியிருப்பார்கள். பணமும் செலவாகியிருக்கும். கடிதம் எழுத மறந்திருப்பார்கள். பொறுமையாக இருங்கள். கடிதம் வரும். நீங்கள் தொடர்ந்து எழுதுங்கள்” என்று அனூப் அறிவுரை சொன்னார். அந்தப் பெண் பேச வந்திருக்கும் விஷயம் போலீஸ் தொடர்பானதும் அல்ல.

“இல்ல ஐயா, என் மகன் அப்படிப்பட்டவனில்ல. எனக்கு அவன நல்லா தெரியும். அவன் என்ன இப்படி புறக்கணிக்க மாட்டான். எனக்கு ரொம்ப பயமா இருக்கு. எனக்குத் தேவையெல்லாம் என் மகன் நல்லா இருக்கான்னு தெரியணும். எப்படின்னு தெரியல. தயவுசெஞ்சி எனக்கு உதவி செய்ங்க” என்று கேட்டுக்கொண்டார் அந்தப் பெண்.

அனூப்பிற்கு என்ன செய்வது என்று தெரியவில்லை. காக்கிநாடா வேறு மாநிலத்தில் இருக்கிறது.

முத்துராஜ் சொன்னார்: “ஐயா . . . நாம் காக்கிநாடா எஸ்.பி.யுடன் பேசலாம். இவரது மகன் பற்றிக் கேட்கலாம்.”

"உங்களுக்கு காக்கிநாடா எஸ்.பி.யின் பெயர், போன் நம்பர் தெரியுமா?"

"இல்ல சார்... டெலிபோன் எக்ஸ்சேஞ்ச் போய் காக்கிநாடா எஸ்.பி.யோட பெயர், போன் நம்பர் வாங்கலாம்."

அனூப் சற்றே சலிப்படைந்தார். அவர் செய்ய வேண்டிய வேலைகள் நிறைய இருந்தன. ஆனாலும் அவர் முத்துராஜிடம் "சரி கண்டுபிடியுங்கள்" என்றார்.

அந்தப் பெண்ணின் மகன் பெயரைக் குறித்துக்கொண்டனர். அவர் வேலை செய்யும் கம்பெனி, என்ன வேலை என்பதையும் கேட்டுக்கொண்டனர். அவரை அறைக்கு வெளியே உட்கார வைத்தனர். சுமார் ஒரு மணிநேரத்தில் முத்துராஜ் காக்கிநாடா எஸ்.பி. அலுவலகத் தொலைபேசி எண்ணுடன் திரும்பி வந்தார். முத்துராஜ் வருவதைப் பார்த்த அந்தப் பெண் அவருடன் சேர்ந்து எஸ்.பி. அறைக்குள் வந்தார். அனூப் அந்த காக்கிநாடா நம்பரை அழைத்தார். அதிர்ஷ்டவசமாகக் காக்கிநாடா எஸ்.பி. அலுவலகத்தில் இருந்தார். அனூப் தன்னை அறிமுகப்படுத்திக்கொண்டார். காக்கிநாடா எஸ்.பி. கனிவுடன் பேசினார்.

அனூப் அவரிடம் சொன்னார்: " சார்... பெரிதாக ஒன்றும் இல்லை. இங்கே ஒரு பெண் தன் மகனுக்காகக் காத்திருக்கிறார். இரண்டு மாதங்களாக அவருக்கு மகனிடமிருந்து எந்தத் தகவலுமில்லை. அவரது மகன் நன்றாக இருக்கிறாரா என்று தெரிந்துகொள்வதற்காகவே உங்களை அழைத்தேன்."

அந்தப் பெண்ணின் கதை, மகனின் பெயர், அவர் வேலை செய்யும் கம்பெனி, அதன் முகவரி எல்லாம் தந்து, தனது முகாம் அலுவலக தொலைபேசி எண்ணையும் தந்தார். காக்கிநாடா எஸ்.பி.யின் முகாம் எழுத்தர் விவரங்களைக் குறித்துக்கொண்டார். "ஓ.கே. அனூப். தகவல் கிடைத்தவுடன் உங்களைத் தொடர்புகொள்கிறேன்" என்றார் காக்கிநாடா எஸ்.பி.

ரிஸீவரை வைத்தபின் அனூப் அந்தப் பெண்ணிடம், "தகவல் கேட்டிருக்கிறோம் அம்மா. வந்தவுடன் சாத்தான்குளம் காவல் நிலையத்திலிருந்து உங்களுக்கு சொல்லுவாங்க. நீங்க வீட்டுக்குப் போங்க. கொஞ்சம் பொறுமையா இருங்க" என்று சொன்னார்.

அந்தப் பெண் சரியெனத் தலையாட்டிவிட்டுப் புறப்பட்டார். அன்று மாலை முத்துராஜ், "ஐயா, அந்தப் பெண் போகவே இல்ல. இங்கேயே காத்திருக்கார்" என்றார்.

"எங்கே"?

"எதிரே உள்ள பஸ் ஸ்டாண்டில்."

முத்துராஜ் இட்டிலி வாங்கி அவருக்கு அனுப்பினார்.

மறுநாள் அனூப் திருநெல்வேலிக்கு அணிவகுப்பைப் பார்வையிடப் போக வேண்டியிருந்தது. அணிவகுப்பு காலை ஏழு மணிக்குத் துவங்குகிறது. உரிய நேரத்தில் அங்கிருக்க அவர், காலை ஆறு மணிக்கு முன் புறப்பட வேண்டியிருந்தது. அவர் தன் காருக்குப் போகும்போது அந்தப் பெண் பஸ் ஸ்டாண்டிலேயே இன்னும் உட்கார்ந்திருந்தார். எஸ்.பி.யைப் பார்த்தவுடன் எழுந்து கைகளைக் கட்டிக்கொண்டு நின்றார். "பரவாயில்லை உட்காருங்கள்" என்று அனூப் சைகை செய்தார். அணிவகுப்பைப் பார்வையிட்ட பின் டி.ஐ.ஜி.யைச் சந்தித்துவிட்டு அவர் திருநெல்வேலியிலிருந்து புறப்பட்டபோது பிற்பகல் ஆகிவிட்டது. தூத்துக்குடி நகரிலிருந்த மாவட்டக் காவல் அலுவலகத்திற்குப் போக நேரமில்லை. நேராக முகாம் அலுவலகத்திற்குப் போகுமாறு டிரைவரிடம் சொன்னார். கார், வீட்டு வளாகத்திற்குள் நுழையும்போதும் அந்தப் பெண் அங்கேயே உட்கார்ந்திருப்பதையும், அவரைப் பார்த்ததும் எழுந்து நிற்பதையும் பார்த்தார். முத்துராஜ் அலுவலகத்தில் இருந்தார். அலுவலக வாயிலில் இருந்த ப்ளோர் மேட்டில் தன் ஷூவில் இருந்த தூசியைத் துடைத்தபடியே அனூப் கேட்டார் – "காக்கிநாடாவிலிருந்து ஏதும் தகவல் வந்ததா?"

"தகவல் வந்திருக்கிறது. நீங்கள் உள்ளே வாருங்கள். சொல்கிறேன்."

"காக்கிநாடாவிலிருந்து ஒரு இன்ஸ்பெக்டர் பேசினார். சுமார் 35 நாட்களுக்கு முன் அந்தப் பெண்ணின் மகன் ஏதோ ஒரு நோயால் தாக்கப்பட்டு மருத்துவமனையில் சேர்க்கப்பட்டார். சில தினங்களுக்கு முன் இறந்து விட்டார்" என்று முத்துராஜ் சொன்னார்.

"யாராவது அவருக்குத் தீங்கிழைத்தார்களா?"

"அப்படி ஏதும் இல்லை சார்."

"அந்தப் பெண்ணிடம் சொன்னீர்களா?"

"இல்லை ஐயா. அதைச் சொல்லும் துணிவு எனக்கில்லை."

"எப்படியிருந்தாலும் சொல்லித்தானே ஆக வேண்டும்?"

"ஆமாம் ஐயா.. ஆனால் என்னால் முடியாது."

அவரிடம் சொல்லுமுன் தாம் அதை ஒன்றுக்கு இரு முறை நிச்சயப்படுத்திக்கொள்ள வேண்டும் என்பதால் அனூப் தொலைபேசியை எடுத்து காக்கிநாடா எஸ்.பி.யைத் தொடர்புகொண்டார். அவர் அலுவலகத்தில் இருந்தார். தூத்துக்குடி எஸ்.பி. பேசுகிறார் என்றவுடன், "எங்கள் இன்ஸ்பெக்டர் உங்கள் அலுவலகத்திற்குத் தகவல் சொன்னாரா?"

"சொன்னார். நான் அதைச் சரிபார்த்துக்கொள்ள விரும்பினேன்."

"நானும் சரிபார்த்தேன். தேதி, விவரங்கள் எல்லாம் சரியாக இருக்கிறது. ஒன்றும் குழப்பம் இல்லை."

அனூப் அவருக்கு நன்றி சொல்லி போனைத் தூண்டித்தார். முத்துராஜிடம் அந்தப் பெண்ணை அழைத்து வருமாறு சொன்னார். அவர் வரும்போதே அவளது முகம் பயத்தால் வெளுத்திருப்பதையும் கைகள் நடுங்குவதையும் அனூப் பார்த்தார். அவரிடம் அந்தச் செய்தியை எப்படிச் சொல்வதென்று வார்த்தைகளைத் தேடினார். எஸ்.பி.யின் முகத்திலிருந்த உணர்ச்சிகளையும் அவர் பேசத் தயங்குவதையும் தடுமாறுவதையும் பார்த்த அவர் ஓவென்று கதறி, மயங்கிக் கீழே விழுந்தார். அவர்கள் முகத்தில் தண்ணீர் தெளித்து அவளை எழுப்பினர். அனூப், முகாம் அலுவலக ஜீப் டிரைவர் கனகராஜை அழைத்து அவரைப் பக்கத்திலிருந்த நர்சிங் ஹோமுக்குக் கூட்டிப் போகுமாறு சொன்னார். அங்கு அவருக்கு ட்ரிப் ஏற்றப்பட்டது. மாலை எழுந்து உட்காரும் அளவுக்குத் தேறிவிட்டார். ஆனால் அதிர்ச்சியினால் அவரால் பேச முடியவில்லை என்று முத்துராஜ் சொன்னார். மறுநாள், தன்னுடைய சூழலைப் புரிந்துகொள்ளுமளவுக்குத் தெளிவு பெற்றார். அனூப் அவரை, முகாம் அலுவலக ஜீப்பில் அவருடைய சொந்த கிராமத்தில் கொண்டுபோய் விடச்சொன்னார். அங்கு அவளுடைய சொந்தக்காரர்களும் நண்பர்களும் பார்த்துக்கொள்வார்கள். அதற்கு மேல் ஒன்றும் செய்ய முடியாது.

இரண்டு மாதங்கள் கடந்தன. அனூப் தன்னுடைய மாவட்டக் காவல் அலுவலகத்தில் அமர்ந்திருந்தார். அந்தப் பெண் தன்னுடைய அறைக்குள் வருவதைப் பார்த்தார். அவர் தன் இருக்கையிலிருந்து எழுந்தார். அந்தப் பெண் நேராக அவரது மேசைக்கு வந்து, ஒரு சில வெற்றிலைகளையும் ஒரு பாக்குப் பொட்டலத்தையும் வைத்தார். அனூப் அது என்னவென்று கேட்டார்.

"அன்னைக்கி நா மயங்கி விழுந்தப்ப என் மகனுக்கு என்ன நடந்ததுன்னு கண்டுபிடிச்சதுக்காக சரியா நன்றி சொல்ல முடியல.

இன்னிக்கு நன்றி சொல்லத்தான் வந்தேன்" என்றார் அந்தப் பெண். அவரால் தர முடிந்த நன்றிக் காணிக்கை அந்த வெற்றிலை பாக்கு மட்டுமே.

அனூப் பேச்சை இழந்தார். இதைக் காட்டிலும் மதிப்பு வாய்ந்த நன்றிப் பரிசை அவர் இதுவரை பெறவில்லை. சில நொடிகள் அமைதியாகக் கழிந்தது. அனூப் அந்தப் பெண்ணைக் கேட்டார். "உங்களுக்கு வேறு ஏதாவது உதவி வேண்டுமா?"

"இல்ல. வேறு ஒண்ணும் இல்ல. நா நன்றி சொல்ல மட்டுமே வந்தேன்." கைகளைக் கட்டிக்கொண்டு அவள் வெளியேறினாள். அதன் பின் நிலவிய அமைதியிலிருந்து விடுபட்ட பின் அனூப் சொன்னார். "அவருக்கு வீடு திரும்ப பஸ் டிக்கெட் வாங்கிக் கொடுங்கள். அவரை பஸ் நிலையம் அழைத்துச் சென்று பஸ்ஸில் அவருக்கு ஒரு இருக்கை கிடைப்பதை உறுதி செய்யுங்கள்" என்றார். அனூப்பின் அலுவலகத்திலிருந்து ஒருவர் அந்த அம்மாவின் பின்னால் ஓடினார்.

13

நிகழாத குற்றம்

தாமிரபரணி ஆற்றின் கரையில் இருக்கிறது முரப்பநாடு கிராமம். அங்கு காவல் நிலையம் வயல்வெளியில் இருந்தது. காவல் நிலையத்தின் முன்புறம் வயல்வெளியும் பின்புறம் கிராமமும் இருந்தது. தூத்துக்குடி மாவட்டத்தில் தேசிய நெடுஞ்சாலை 7 ஏ – யில் அது கடைசி காவல் நிலையம். காவல் நிலையத்தைச் சுற்றி பெரிய பெரிய மரங்கள். பெரும்பான்மையும் வேப்ப மரங்கள். அதைத் தாண்டினால் திருநெல்வேலி மாவட்டம். கண்காணிப்பாளர் அனூப் ஜெய்ஸ்வால், திருநெல்வேலியில் ஒரு அணிவகுப்பை ஆய்வு செய்யச் சென்றுகொண்டிருந்தார். ஜீப் என்ஜினின் சத்தத்தை விஞ்சுவதாய் வயர்லெஸ்ஸில் ஒரு செய்தி வந்தது. முரப்பநாடு காவல் நிலைய எல்லையில் ஒரு கொலை நடந்துள்ளது என்று. சற்று நேரம் முன்புதான் அவர்கள் அந்தக் காவல் நிலையத்தைக் கடந்திருந்தனர். இந்தச் செய்தியைக் கேட்டதும் அவர்கள் திரும்பினார்கள்.

காவல் நிலையத்திற்குச் செல்லும் வழியில் அந்தப் பகுதிக்கான காவல் துணைக் காவல் கண்காணிப்பாளர் காவல் நிலையத்திற்குப் போய்க்கொண்டிருக்கிறார் என்ற செய்தியும் வயர்லெஸ்ஸில் வந்தது. ஒரு கொலை வழக்கு, அது தீவிரக் குற்றமாக வகைப்படுத்தப்பட்டிருப்பதால் துணைக் காவல் கண்காணிப்பாளர் புலனாய்வு செய்ய வேண்டும். முரப்பநாடு காவல் நிலையத்தில் அனூப் காரை நிறுத்தினார். காரைப் பார்த்ததும் சென்ட்ரி அட்டென்ஷனில் நின்றார். அனூப்

காவல் நிலையத்திற்குள் நுழைந்தபோது வராந்தாவில் நான்கைந்து நபர்கள் உட்கார்ந்திருந்தனர். அவர்களுள் ஒரு பெண் இருந்தாள். ஆறுதல்படுத்த முடியாத அளவுக்கு அவள் அழுதுகொண்டிருந்தாள். இன்ஸ்பெக்டர் அங்கு இருந்தார். எஸ்.பி.யைப் பார்த்ததும் எழுந்து நின்றார்.

"என்ன நடந்தது?" என்று கண்காணிப்பாளர் நேரடியாகக் கேட்டார். இன்ஸ்பெக்டர், அமைதியாகத் தரையில் உட்கார்ந்திருந்த ஒரு பெண்ணைச் சுட்டிக் காட்டினார். "அவளுக்கும் அவள் கணவனுக்கும் சண்டை. அவள் தன் கணவனைக் கொலை செய்துவிட்டாள்." அவள் ஒரு பழைய, நைந்து போன சேலை அணிந்திருந்தாள். அவள் ரவிக்கையும் கிழிந்திருந்ததை அனூப் பார்த்தார். கொலை நடந்த அவர்களது வீட்டிலேயே உடல் கிடந்தது. விசாரணை முடிந்து, உடலைப் பிணக் கூராய்வுக்காக அரசு மருத்துவமனைக்குக் கொண்டுசெல்ல வாடகை வண்டிக்காகக் காத்திருந்தனர். கொலைக் கருவி கைப்பற்றப்பட்டுவிட்டது. பெண்கள் அடுப்பெரிக்கப் பயன்படுத்தும் விறகைப் பிளக்க உபயோகிக்கும் சிறிய கைப்பிடி கொண்ட கோடாரி. இன்ஸ்பெக்டர், கண்காணிப்பாளரை அமருமாறு கேட்டுக்கொண்டார். தேநீர் வாங்கிவர ஆளனுப்பினார்.

அவர்கள் முதல் தகவல் அறிக்கை பதிவு செய்துகொண் டிருந்தனர். முதல் தகவல் அறிக்கையில் எல்லாத் தகவல்களையும் பதிவு செய்வது காவல் துறையின் வழக்கம். புகார்தாரர் கையொப்பமிடும் ஒரே ஆவணம் அதுதான். சாட்சிகளைக் குற்றத்தைப் பற்றி கோர்வையாகச் சொல்லவைத்து அதில் அவர்களின் கையொப்பம் பெறுவார்கள். நடுநிலை சாட்சிகளைப் பெறுவது சிரமம். ஒன்று அல்லது இரண்டு ஆண்டுகளுக்குப் பிறகு வழக்கு விசாரணைக்கு வரும்போது, நீதிமன்றம் வர அவர்கள் விரும்புவதில்லை.

நடந்தவற்றைப் பற்றிக் கிடைத்த தகவல்கள் இவைதாம்:

கொலை செய்யப்பட்டவன் முன்கோபி, குடிகாரன். கணவனும் மனைவியும் வயலில் கூலி வேலை செய்தனர். அவர்களது சிறிய குடிசைக்கு வெளியே ஒரு துண்டு நிலம் இருந்தது. கால் ஏக்கர் அளவுக்கு இருக்கலாம். அதில் அவள் கொஞ்சம் காய்கறிகள் பயிரிட்டாள். அவர்களுக்குப் பருவமடைந்த ஒரு மகள் இருந்தாள். 12 அல்லது 13 வயது இருக்கலாம். கணவன் மனைவிக்குள் அடிக்கடி சண்டை நடந்தது. அவள் பணம் தரவில்லையென்றால் அவன் அவளை வசைபாடி மகளின் கண்முன்னேயே அடிப்பான். பணம் கொடுத்தால், குடித்துவிட்டு வீட்டுக்கு வருவான். அவனுக்கு மனைவியுடன் உடலுறவு கொள்ள

வேண்டும். அந்தச் சிறிய குடிசையில் மகளும் இருப்பதை அவன் பொருட்படுத்துவதில்லை. இதுவே அவனது நடைமுறை. அவன் குடித்தாலும் குடிக்கவில்லையென்றாலும் மனைவியை அடிப்பான். அம்மாவைக் காப்பாற்ற மகள் குறுக்கே வந்தால், மகளுக்கும் அடி விழும்.

ஆறு மாதங்களுக்கு முன்னர் ஒருமுறை அவள் உடலுறவு கொள்ள மறுத்தாள். மகள் வளர்ந்துவிட்டாள், அது சரியல்ல என்று சொன்னாள். "சரி, நீ மறுத்தால், அவள் இருக்கிறாள்" என்று அவன் மகளின் மீது பாய்ந்தான். அவளைத் திட்டினான். அரிவாளை எடுத்து வீசினான். மகள் கத்தினாள். விலகி ஓடினாள். அவளது இடது காலில் முட்டிக்குக் கீழே வெட்டு விழுந்தது. ஆடுதசையில் ரத்தம் கொட்டும் ஆழமான வெட்டு. அம்மாவும் மகளும் அலறிக்கொண்டே ஓடினார்கள். உள்ளூர் மருத்துவமனையில் சிகிச்சை எடுத்தனர். காயம் ஆற ஆறு மாதங்கள் ஆயின. ஆனாலும் சரியாக ஆறவில்லை. இப்போதும் அந்தப் பெண் நொண்டி நொண்டியே நடந்தாள்.

கொலை செய்யப்படுவதற்கு முந்தைய இரவு அவன் குடித்துவிட்டு வந்தான். வெறித்தனமாக மனைவியைப் பிடித்திழுத்தான். அவர்களுக்குள் வாக்குவாதம். அவளுக்குச் சில அடிகள் விழுந்தன. அவள் அவனைப் பிடித்துத் தள்ளினாள். அவன் கீழே விழுந்தான். எழுந்து உட்கார்ந்தவன், தான் சொல்வதைப் போல் நடந்துகொள்ளவில்லையென்றால் மகளைக் கொன்றுவிடுவேன் என்றான். சென்ற முறை மாதிரி அரைகுறையாக அல்ல, இந்த முறை நிச்சயம் முடித்துவிடுவேன் என்றான். மகள் அலறிக்கொண்டு ஓடி அம்மாவின் பின்னால் ஒளிந்துகொண்டாள். அவன் தட்டுத் தடுமாறி எழுந்து அரிவாளை எடுத்துக் கொண்டு கத்திக்கொண்டே மகளை நோக்கி ஓடினான். மனைவி யோசிக்கவே இல்லை. குறுகிய கைப்பிடி கொண்ட கோடாரியை எடுத்தாள். கணவனை வெட்டினாள். இரண்டு வெட்டு. முதல் வெட்டு வலது கண்ணின் அருகே விழுந்து அவன் காதை வெட்டி எறிந்தது. அவன் அலறிக்கொண்டிருந்தபோதே இரண்டாவது வெட்டு விழுந்தது. இம்முறை இன்னும் வேகமாக. கோடாரி கழுத்தில் குறுக்கு வாட்டில் இறங்கியது. அடியற்ற மரம்போல் விழுமுன் அவளது ரவிக்கையைப் பிடித்தான். நைந்துபோன, பழையதான அந்த ரவிக்கை கிழிந்து அதன் ஒரு பகுதி அவன் கையோடு வந்தது. மகள் அலறினாள்.

தாயும் மகளும் வெளியே ஓடினர். கூச்சல் கேட்டு அக்கம் பக்கத்தினர் ஓடி வந்தனர். தரையெங்கும் ரத்தம். அவன் கழுத்து பாதி வெட்டப்பட்டு காலர் எலும்புகள் வெள்ளை வெளேரென்று தெரிந்தன. கால்கள் முறுக்கியபடி மடங்கியிருந்தன. அவனது

திறந்த கைகளில் ஒன்றில் அரிவாள் இருந்தது. கோடாரி கழுத்தில் ஆழமாகப் புதைந்திருந்தது. திறந்த கண்கள் கதவுகளின் வழியே நட்சத்திரங்கள் இல்லாத இருண்ட வானத்தைப் பார்த்திருந்தன.

அண்டை வீட்டாரிடம் அவள் தன் கணவனைக் கொன்று விட்டதாகச் சொன்னாள். அவர்கள் முரப்பநாடு காவல் நிலையத்தை அடைந்தபோது இரவு மணி 8.30 அல்லது 9.00 இருக்கும். அங்கு ஒரே ஒரு கான்ஸ்டபிள் மட்டுமே இருந்தார். அவர் வயர்லெஸ் மூலம் எஸ்.ஐ.க்குத் தகவல் சொன்னார். அவர் சிறிது நேரம் கழித்து வந்தார். இன்ஸ்பெக்டருக்கும் தகவல் தரப்பட்டது. முதல் தகவல் அறிக்கை தயாரிக்கப்பட்டது. கணவன் மனைவியிடையே நடந்த சண்டையில் மனைவி கணவனை வெட்டிவிட்டாள். அதை அவள் அக்கம்பக்கத்தாரிடம் ஒப்புக்கொண்டிருக்கிறாள். அவர்களும் சாட்சிகளாக சேர்க்கப்பட்டனர். போலீஸ் பதிவு செய்யும் குற்றவாளியின் வாக்குமூலம் நீதிமன்றத்தில் ஏற்கப்படுவதில்லை. எனவே போலீசார் முதல் தகவல் அறிக்கையிலேயே சாட்சிகளைக் கொண்டுவருவார்கள். வழக்கு நீதிமன்றத்திற்கு வரும்போது, குற்றத்தை நிரூபிக்க அது உதவும். அந்தப் பெண், பிரிவு 302இன் கீழ் கொலைக் குற்றம் சாட்டப்பட்டவளாகிவிட்டாள்.

காவல் கண்காணிப்பாளர் அனூப் அந்தப் பெண்ணுடன் சிறிது நேரம் பேசினார். தன்னைத் தூக்கில் போடுவார்கள் என்று அவளுக்குத் தெரியும். ஆனால் அதைப் பற்றி அவள் கவலைப்படவில்லை. “என் புருசன் என்ன அருவாளால வெட்டியிருந்தாலும் எனக்கு கவலையில்ல. நான் சாக கவலப்படல. ஆனா என் மக?” என் மகளின் விதி இதுதானா?” அவள் கண்களிலிருந்து கண்ணீர் பெருக்கெடுத்தது. “நா ஜெயிலுக்கு போயிட்டா, என் மகள யார் பாத்துக்குவாங்க? அவளுக்கு என்ன ஆகும்?” அவள் தன் மகளைப் பற்றியே கவலைப்பட்டாள்.

கண்காணிப்பாளர் அனூப் இன்ஸ்பெக்டரிடம் சொன்னார்– “நாம் இந்தச் சம்பவத்தைத் தவறான கண்ணோட்டத்தில் பார்க்கிறோம் என்று நினைக்கிறேன். சட்டத்தைவிட வாழ்க்கை மிகப் பெரியது. அவள் கொலைக் குற்றவாளியல்ல. நேரில் பார்த்த ஒரே சாட்சி அவளது மகள்தான். அவள் என்ன சொன்னாள்?” என்று கேட்டார். அவளது வாக்குமூலத்தைப் பெறவில்லை என்று அவர்கள் சொன்னார்கள். அந்தப் பெண் எங்கே என்று அனூப் கேட்டார். அவள் வராந்தாவில் இருந்தாள். கூப்பிட்டதும் அழுதுகொண்டே ஓடிவந்து தன் அம்மாவைக் கட்டிப் பிடித்துக்கொண்டாள். போலீஸ் தன்னையும் கூட்டிக்கொண்டு போகும் என்று அவள் நினைத்திருக்கலாம். இன்ஸ்பெக்டர் அவளை அமைதிப்படுத்தி, குடிக்கக் கொஞ்சம் தேநீர் கொடுத்தார். அவளிடம் கனிவாகப் பேசினார். அதன் பிறகு அவளால் என்ன

நடந்தது என்று சொல்ல முடிந்தது. அவள் தன் காலிலிருந்த காயத்தைக் காட்டினாள். அது இன்னும் ஆறாமல் சிவந்து இருந்தது. அவளது அப்பா அவளைக் கொல்ல வந்தார். அவள் பயந்து அம்மாவிடம் ஓடினாள். காவல் கண்காணிப்பாளர், இன்ஸ்பெக்டரிடம் அந்தப் பெண் விவரித்ததை அப்படியே பதிவு செய்யுமாறு சொன்னார்.

அவ்வாறே பதிவு செய்யப்பட்ட பின், அவர் கேட்டார்: "கொலை எங்கே நடந்திருக்கிறது? அது வெறும் தற்காப்பு. சட்டப்படி, ஒருவரைக் கொலை செய்ய முயற்சிக்கும்போது, அதைப் பார்த்துக்கொண்டிருப்பவர் தலையிட்டு, அந்த நபரைக் காப்பாற்றுவதற்காக, கொலைசெய்ய முயற்சிப்பவரைக் கொலை செய்ய நேரலாம். அதுவும் தற்காப்பாகவே கருதப்படும். சில மாதங்களுக்கு முன்பே அவளது கணவன் மகளுக்குப் பெருந்துன்பம் ஏற்படுத்தும் நோக்கத்துடன் காயப்படுத்தியிருக்கிறான். மகளைக் கொலைசெய்துவிடுவதாகத் தொடர்ந்து பயமுறுத்திவந்திருக்கிறான். அவன் மனைவியையும் மகளையும் கொடுமைப்படுத்திய விதம், பிரயோகித்த வன்முறை, அவள் மனதில் இவன் தன் மகளைக் கொன்றுவிடுவான், பின் தன்னையும் கொன்றுவிடுவான் என்ற எண்ணத்தை ஏற்படுத்தியிருக்கிறது. அவள் தன் மகளைக் காப்பாற்றத் தேவையானதைச் செய்திருக்கிறாள். அவள் அவனை எச்சரித்திருக்கிறாள். அவன் கேட்கவில்லை. அவன் அரிவாளை எடுத்துக்கொண்டு மகளைக் கொல்லும் நோக்கத்துடன் விரட்டியிருக்கிறான். அவன் கொன்றுவிட மாட்டான் என்று நம்ப இடமில்லை. அவன் ஏற்கெனவே அவளை வெட்டியிருக்கிறான். அது வெறும் அச்சுறுத்தல் இல்லை. அவளது மகளின் உயிருக்கு ஆபத்து நிச்சயமாக இருந்திருக்கிறது. முதல் தாக்குதலால் மகள் இன்னும் நொண்டிக்கொண்டிருக்கிறாள். அவளது செயல் தற்காப்புத்தான். கொலை அல்ல. முன்கூட்டியே திட்டமிடப்பட்டது அல்ல. தன் மகளின் பாதுகாவலர் என்ற வகையில் அவளது நியாயமான நோக்கத்தில் ஐயத்திற்கிடமில்லை. அவளது மகளைக் காப்பாற்றவோ, உதவிக்கு வரவோ வேறு யாரும் இல்லை. அவள் ஒரு கிரிமினல் அல்ல. அவளது செயல் தற்காப்புத்தான்."

இப்படிக் கூறிய அனூப், அவளைக் கைது செய்யக் கூடாது என்று உத்தரவிட்டார்.

மகள் தன் வாக்குமூலத்தைத் தந்துகொண்டிருக்கும்போது டி.எஸ்.பி. சொக்கலிங்கம் அங்கு வந்தார்.

"இல்லை சார். இதை நாம் முடிவு செய்யக் கூடாது. நீதிமன்றம்தான் முடிவு செய்ய வேண்டும். நாம் யார் முடிவு செய்ய?"

கண்காணிப்பாளர் அனூப் டி.எஸ்.பியைக் கேட்டார். "ஏன் நீதிமன்றம் முடிவு செய்ய வேண்டும்? ஒரு கும்பல் தாக்குகிறது. போலீஸ் சுடுகிறது. நீங்கள் விசாரணை நடத்துகிறீர்கள். அவர்கள் மீது வழக்கா போடுகிறீர்கள்? தற்காப்பு என்று முடிவு செய்த பின் வழக்கு எங்கிருந்து வருகிறது? வழக்குத் தொடுத்தால்தான் நீதிமன்றம் முடிவு செய்ய முடியும். நாம் பிரிவு 302இன் கீழ் பதிவு செய்வோம். இங்கு நடந்ததை அப்படியே பதிவு செய்வோம். நம்முடைய முடிவு இங்கு நடந்தது கொலையல்ல என்பதுதான். அதை அனுப்புவோம் அதற்கு மேல் செய்ய ஒன்றும் இல்லை. எப்.ஐ.ஆர். நீதிமன்றத்திற்குப் போக வேண்டும். வழக்கை முடிவு செய்ய நீதிமன்றத்திற்குப் போக வேண்டும் அவ்வளவுதான்" என்றார்.

டி.எஸ்.பி. அமைதியானார். இன்ஸ்பெக்டர், டி.ஐ.ஜி.யிடம் பேச வேண்டும் என்றார். டி.ஐ.ஜி. ஜாபர் அலி, கண்காணிப்பாளரை அழைத்து, நீதிமன்றம்தானே முடிவு செய்ய வேண்டும்? என்றார்.

"ஏன் சார்? ஏன் என்று சொல்லுங்கள். ஒரு விசாரணை அலுவலர் குற்றப் பத்திரிகை எழுத விரும்பாதபோது அதை ஏன் செய்ய வேண்டும்? ஒரே விஷயம், அவர் காரணங்கள் சொல்ல வேண்டும். நான் தற்செயலாக இங்கிருந்தேன். எனவே நான் காரணங்களைப் பதிவு செய்திருக்கிறேன்."

"சரி. ஆனால் அரசு வழக்கறிஞரிடம் கலந்தாலோசியுங்கள்" என்றார் டி.ஐ.ஜி.

கண்காணிப்பாளர் அனூப், காவல் நிலையத்தை விட்டுச் செல்லு முன் இந்த வழக்கில் யாரையும் கைது செய்யக் கூடாது என்று உத்தரவிட்டுச் சென்றார். இன்ஸ்பெக்டர், அந்தப் பெண்ணையும் மகளையும் வீட்டிற்குப் போகலாம் என்று சொல்லியனுப்பிவிட்டார். அனூப் காரை நோக்கிச் சென்றபோது, அந்தப் பெண் அங்கே உட்கார்ந்திருந்தாள். தன் மகளைக் கட்டித் தழுவியபடி. நிம்மதியாக அழுதபடி.

அரசு வழக்கறிஞரைக் கலந்தாலோசித்த பின் அந்த வழக்கு ஒரு வார காலத்திற்குள் முடிவு செய்யப்பட்டது. அங்கு குற்றம் ஏதும் நிகழவில்லை.

14

நரிக்கிணறு கிராமத்து மது விற்பனையாளர்கள்

எந்த வரைபடத்திலும் இடம் பெறாத இடங்கள் சில இருக்கின்றன. இத்தகு இடங்களில் நடக்கும் குற்றங்கள், அவை தீவிரக் குற்றங்களாக இருப்பினும் பதிவு செய்யப்படுவதில்லை என்பதில் வியப்பேதும் இல்லையல்லவா?

மது விற்பனையை – அது கள், சாராயம், அயல்நாட்டு மது, எதுவாக இருப்பினும் – தமிழ்நாடு அரசே கையிலெடுத்துக்கொண்ட பின் மதுவிலக்கு அமல் பிரிவு என்னும் ஒரு புதிய பிரிவை அரசு உருவாக்கியது. மதுவிலக்கு அமலில் இல்லாத ஒரு மாநிலத்தில், எல்லா மாவட்டங்களிலும் மதுவிலக்கு அமல் பிரிவு உருவாக்கப்பட்டது சற்று வினோதமானதுதான். அந்தப் பிரிவின் முக்கியப் பணி, சட்ட விரோத அல்லது தனியார் மது தயாரிப்பைத் தடுப்பதுதான். ஏனெனில் அது அரசின் மது விற்பனையை, அரசின் வருவாயைப் பாதிக்கும். காவல் துறை தனது பணியைச் சரியாகச் செய்கிறதா இல்லையா என்பதை, அவர்கள் எவ்வளவு சட்ட விரோத மதுத் தயாரிப்பை பிடிக்கிறார்கள் என்பதை வைத்து அல்ல; அரசு மது விற்பனையகங்களில் விற்பனை குறைகிறதா, அல்லது அதிகரிக்கிறதா என்பதை வைத்தே அரசு முடிவு செய்தது. ஒரு குறிப்பிட்ட மாவட்டத்தில், குறிப்பிட்ட பகுதியில் அரசு மது விற்பனை குறைந்தால் அந்தப் பகுதியில் சட்ட விரோத மது உற்பத்தி ஆகிறது;

மக்கள், அது மலிவு என்பதால் அதை வாங்குகிறார்கள் என்று அனுமானிக்கப்பட்டது. அரசு மது விற்பனை குறைந்த இடங்களில், கள்ள மது தயாரிப்புக்கும் விற்பனைக்கும் எதிரான போலீஸ் ரெய்டுகள் தீவிரமாகும்.

கிராம அளவில் மது தயாரிப்போரைப் போலீஸ் பிடிக்கும். கிராமங்களில் மது தயாரிப்பது மிக எளிமையானது. வெல்லத்தோடு நவாச்சாரம் என்னும் ஒரு வகை உப்பைக் கலந்து சாதாரண குழாய்த் தண்ணீரைக் கலந்து ஒரு டிரம்மில் ஊற்றி இரண்டு மூன்று நாட்களுக்குப் புளிக்கவிட வேண்டும். அவர்கள் இயற்கைப் பொருட்களைப் பயன்படுத்திப் புளிக்கவைப்பார்கள். ஈஸ்ட் பயன்படுத்துவதில்லை. மருத மரத்தின் பட்டை ஈஸ்டுக்கு நிகரானது. அம்மரம் உள்ளூரில் வளர்கிறது. அந்தக் கலவை இரண்டு அல்லது மூன்று நாட்களில் புளிக்கும். அதன்பின் அதை மண் பானை அல்லது அலுமினியப் பாத்திரங்களில் ஊற்றி மிதமான சூட்டில் கொதிக்க வைப்பார்கள். ஆவி வரத் தொடங்கும்போது அதை மற்றொரு பெரிய பானையால் மூடி, அதன் மேல் புனல் மூலம் குளிர்ந்த நீரை ஊற்றினால் 70 அல்லது 80 டிகிரி வெப்பத்தில் ஆவியான ஆல்கஹால், பானையின் மீது ஊற்றப்படும் குளிர்ந்த நீரால் குளிர்ந்து மூன்றாவது பானையில் வடியும். அந்த வடிசல் 40 அல்லது 60 விழுக்காடு ஆல்கஹால் கொண்டது. குறைந்த பட்சம் 40 விழுக்காடு ஆல்கஹால் இருக்கும். இப்படித் தயாராகும் மதுவை விற்பார்கள்.

வாடிக்கையாளர்கள், முதல் வடிசலா, இரண்டாவது வடிசலா என்று கேட்பார்கள். முதல் வடிசலின் மிச்சம் மீதி மீண்டும் பிராசஸ் செய்யப்பட்டால் அது இரண்டாம் வடிசல். இரண்டாம் வடிசல் வீரியம் குறைவானதாக இருக்கும்.

நரிக்கிணறு கிராமத்தில் பெரிய அளவில் சாராயம் காய்ச்சப்படுவதாக அனூப்பிற்குத் தகவல் வந்தது. ஆல்கஹால் வடிக்கப்படும்போது அதில் கொஞ்சம் வெளியேறிக் காற்றில் கலக்கும். அதன் மணம் சுற்றுப்புறத்தில் பல மைல்களுக்குப் பரவும். இதன் மூலம் அந்தப் பகுதியில் சாராயம் காய்ச்சப்படுவதை எல்லோரும் தெரிந்துகொள்ளலாம். போலீஸ் நரிக்கிணறு கிராமத்திற்கு ரெய்டுக்குப் போனது. 30 அல்லது 40 போலீஸ்காரர்கள் ஒரு பஸ்ஸிலும் சில ஜீப்களிலும் ரெய்டுக்குப் போனார்கள். சுமார் 100 வீடுகள் தள்ளித் தள்ளி இருந்தன. போலீஸ் ரெய்டுக்கு வருவது தெரிந்ததும் மொத்த கிராமமும் சட்டென்று காலியாகிவிட்டது. எல்லோரும் வயல்களுக்குள் ஓடிப்போய், சிறு சிறு குழுக்களாக தூரத்தில் நின்றுகொண்டு போலீஸ் என்ன செய்கிறது

என்பதைப் பார்த்துக்கொண்டிருந்தனர். பெரிய வீடுகளில் பல டிரம்களில் கரைசல் இருந்தது. எல்லாக் குடிசைகளிலும் இரண்டு அல்லது மூன்று பானைகளில் கரைசல் ஏதோ ஒரு மூலையில் வைக்கப்பட்டிருந்தது. விதிவிலக்கில்லாமல் எல்லா வீடுகளிலுமே கரைசல் பானைகள் இருந்தன. குடிசைகளில் அணைக்கப்படாத அடுப்புகள் போலீசாரை வரவேற்றன. கிராமத்தார் போலீஸைப் பார்த்து ஓடிவிட்டதால், அவர்கள் சாப்பிடாமல் விட்டுப்போன தட்டுக்களில் உணவு இருந்தது. அந்தத் தட்டுக்களில் எல்லாம் ஆகக் குறைந்த உணவே இருந்தது. எந்த வீட்டிலுமே காய்கறிகள் ஏதும் சமைக்கப்பட்டதைப் பார்க்க முடியவில்லை.

நரிக்கிணறு கிராமத்தில் ஆண்கள் எல்லோருமே வேலை தேடி வெளியே போய்விடுகிறார்கள். வயதானவர்களும் சிறுவர்களும் மட்டுமே இருக்கிறார்கள். வயல்களில் வேலை செய்வதற்குக்கூட ஆட்கள் இல்லை. பெண்களும் வயல் வேலைகள் செய்தனர். சமையல் வேலை முடிந்த பின் பெண்கள் அதே அடுப்பில் சாராயம் காய்ச்சி ஆல்கஹால் வடித்தெடுக்கிறார்கள். இரண்டு பாட்டில்கள் வடித்தெடுத்துவிட்டால் போதும். அன்றைய வேலை முடிந்தது. அதிகபட்சம் இரண்டு பாட்டில்கள். ஒவ்வொரு பெண்ணும் வாழைப்பழம், ஆரஞ்சு என ஒவ்வொரு விதமான வாசனைப் பொருளைச் சேர்க்கிறார்.

பெண்களே அந்தச் சாராயத்தை மடியில் அரையாடைக்குக் கீழே மறைத்துக் கட்டிக்கொண்டு பஸ் ஏறிச் சந்தைகளுக்குச் சென்று சிறிய கப் அல்லது தம்ளர்களில் ஊற்றிக் கொடுத்து விற்பனை செய்தார்கள். தங்களது சொந்தக் கிராமங்களில் அல்ல, அக்கம்பக்கத்துக் கிராமங்களில். புதன் சந்தை, வியாழன் சந்தை என்று வெவ்வேறு நாட்களில் கூடும் சந்தைகளில் விற்றனர். இந்த வகை விற்பனையில் ஒரு கவர்ச்சி அம்சமும் இருப்பதை ரெய்டிங் பார்ட்டியினர் அனூப்பிற்குத் தெரிவித்தனர். அந்தப் பெண்கள் பாவாடையைத் தூக்கி இடுப்பில் கட்டியிருக்கும் பாட்டில்களிலிருந்து சாராயத்தை ஊற்றுவார்கள். வாங்க வரும் ஆண்கள் அதை ரசிப்பார்கள். பலரும் தங்களுக்குப் பிடித்த பெண்ணிடம் சாராயம் வாங்குவதற்காக, அந்தக் குறிப்பிட்ட பெண்ணுக்காகக் காத்திருப்பார்கள்.

இவ்வாறு செய்யப்படும் சாராயக் கடத்தலைத் தடுப்பது போலீஸாருக்கு சிரமமான காரியமாக இருந்தது. போதுமான பெண் போலீஸார் இல்லையென்றால் பெண்களைச் சோதனை செய்வது சங்கடமான வேலை. இதனால் நரிக்கிணறு கிராமத்தினரின் இந்த வியாபாரம் தொடர்ந்து நடந்தது. வேலை செய்ய ஆட்களில்லாமல்

வயல்கள் காய்ந்து கிடந்தன. கிராமத்தினர் சொற்ப வருவாயே ஈட்டினர். எங்கும் வறுமை நிலவிய இந்தச் சூழலில் குடிசைத் தொழிலாக நடந்த சாராய வியாபாரத்தை ஒழிப்பது போலீஸின் திறமையைக் காட்டுவதாக இல்லை.

போலீஸார் தங்கள் கண்ணில் பட்ட கரைசல் பானைகளை உடைத்தெறிந்தனர். குறிப்பாகப் பெரிய வீடுகளில் இருந்தவற்றை. போலீஸார் விட்டுச் செல்லும் அழிவின் சுவடுகள் அனூப்பை மிகவும் வருத்தமுறச் செய்தன. எங்கும் நிலவிய வறுமையை மேலும் வளர்த்து நரிக்கிணறு மக்களைக் கொடுமைப்படுத்தும் செயலைவிடப் பெரிய குற்றம் வேறு என்னவாக இருக்க முடியும்? அனூப் போலீஸாரை அவர்களது வேலை அரைகுறையாக இருந்த நிலையில் அதை அப்படியே விட்டுவிட்டு வாகனங்களில் ஏறுமாறு உத்தரவிட்டார். நரிக்கிணறு கிராமம் தன் போக்கில் போகட்டும் என்று சீருடை தரித்த அவர்கள் மனிதர்களாகத் தங்கள் வாகனங்களுக்குத் திரும்பினார்கள்.

15

நான் சுத்தமானவள் . . .

கனியம்மாள் நடத்தை கெட்ட பெண் என்று காவல் நிலைய வட்டாரங்களில் அறியப் பட்டிருந்தாள். அவள் கவர்ச்சியானவள் என்று சொல்ல முடியாது. ஆனால் மன உறுதி கொண்டவள். துடிப்பானவள், தன்னம்பிக்கை கொண்டவள், கொஞ்சம் திமிர் பிடித்தவள் என்றுகூடச் சொல்லலாம். அதாவது அவளுக்குக் கொஞ்சம் கெட்ட நேரம் வரும்வரை. தூத்துக்குடி வெஸ்ட் கிரேட் காட்டன் சாலையில் சிவன் கோவில் அருகில் அவள் பூ விற்றாள். ஒரு சாதாரண ரவுடியைக் கல்யாணம் கட்டிக்கொண்டாள். ஒரு பெண் குழந்தை பிறந்தது. இப்போது மீண்டும் கருவுற்றிருக்கிறாள். விரைவில் குழந்தை பிறக்கவிருக்கிறது. இந்தச் சமயத்தில் அவள் நடத்தை கெட்டவள் என்று பெயரெடுக்கக் காரணமான தொழிலைச் செய்ய முடியாமல் இருந்தது.

அவள் மல்லிகைப் பூத்தொடுப்பதில் திறமைசாலி. அவளது கணவன், அவள் குடிசைக்குத் தன் விருப்பம்போல் வந்து போவான். ஒருநாள் மாலை அவள் தூங்கிக்கொண்டிருந்தபோது அவன் வந்து அரிசிப் பானையைத் துழாவி அவள் ஒளித்துவைத்திருந்த 500 ரூபாயை எடுத்துக்கொண்டு போய்விட்டான். அவளிடம் இருந்ததே அவ்வளவு தான். மறுநாள் பூ வாங்க வேண்டும். 350 ரூபாய் அளவுக்கு ஏற்கெனவே பூ வாங்கிய கடன் இருந்தது. அவளிடம் வேறு சேமிப்பு ஏதும் இல்லை. காலையில் பணமும் கணவனும் காணாததைக் கண்ட அவள்

ஓலமிட்டாள். பிறகு அவள் காவல் நிலையம் போனாள். அங்கிருந்து விரட்டப்பட்டு, கண்காணிப்பாளர் அனூப் ஜெய்ஸ்வாலின் முகாம் அலுவலகத்திற்கு வந்து சேர்ந்தாள். அங்கு ஏற்கெனவே சிலர் புகாரளிக்கக் காத்திருந்தனர். காவல் கண்காணிப்பாளர் இன்னும் முகாம் அலுவலகம் வரவில்லை.

கண்காணிப்பாளரைப் பார்க்க வந்த ஸ்பெஷல் பிராஞ்ச் இன்ஸ்பெக்டர், கேட்டிற்கு வெளியே அவள் யாருடனோ வாதிட்டுக்கொண்டிருப்பதைக் கேட்டார். வெளியே வந்து பார்த்தார். அதன்பின் ஸ்பெஷல் பிராஞ்ச் இன்ஸ்பெக்டர் அதட்டுவதும் வசைபாடி அவளை விரட்டுவதும் காவல் கண்காணிப்பாளருக்குக் கேட்டது. சாதாரணமாக யாரும், அதிலும் போலீஸ்காரர்கள், எஸ்.பி. வீட்டின் முன் சத்தமிட்டுப் பேசுவதில்லை. அனூப் பைஜாமா குர்தா அணிந்த நிலையில் வெளியே வந்தார். அவருடன் அவரது மகள் மினி என்ன நடக்கிறது என்று பார்க்க ஓடி வந்தாள். அவளது ஒரு கையில் அவளுக்குப் பிடித்தமான பொம்மை இருந்தது. மற்றொரு கை அவளது தந்தையைப் பிடித்திருந்தது. கண்காணிப்பாளரையும் அவரது மகளையும் பார்த்த ஸ்பெஷல் பிராஞ்ச் இன்ஸ்பெக்டர் சத்தம் போடுவதை நிறுத்திக்கொண்டார். தன் செயலுக்கு விளக்கம் சொன்னார்: "அவள் ரொம்பக் கெட்டவள். மோசமான வாயாடி. கர்ப்பமாக இருப்பதால் தன் வழக்க மான தொழிலுக்குப் போக முடியவில்லை என்கிறாள். போலீஸ்காரர்கள் பணம் தர வேண்டுமென்று கேட்கிறாள். குழந்தை பிறந்த பின் திருப்பித் தருகிறேன் என்று சொல்கிறாள்" என்றார்.

"எனக்கு யாரும் உதவி செய்யவில்லை என்றால், நான் விபச்சாரம் செய்வேன் என்று ஒருவர் சொன்னால், அதைவிட ஒரு எஸ்.பி.க்குப் பெரிய மிரட்டல் வேறு என்ன இருக்க முடியும்?" என்று அனூப் ஸ்பெஷல் பிராஞ்ச் இன்ஸ்பெக்டரைப் பார்த்துக் கேட்டார்.

அனூப் அவளை "இங்கே வா" என்று கையசைத்தார். அவள் முன்னால் வந்தாள். அவளது மகள் அவளை இறுகப் பற்றியிருந்தாள். அவள் தன் பெயரையும் தன் சேமிப்பு காணாமல் போன கதையையும் சொன்னாள். அவளது மகள் மினியின் பொம்மையையே பார்த்துக்கொண்டிருந்தாள். மினியும் அதைக் கவனித்திருக்க வேண்டும். மினி தன் பொம்மையை அந்தப் பெண்ணுக்குக் காட்ட விரும்பினாள். ஆனால் அப்பா அவளை, "உள்ளே போய் சாப்பிடு" என்றார். பிறகு வேண்டுமானால் பொம்மையைக் காட்டலாம். இப்போது அவருக்கு வேலை இருக்கிறது. மினி சிரித்தபடி "பை" என்று கையசைத்துவிட்டு உள்ளே போனாள்.

அனூப், அவள் கணவனின் மீது வழக்குப் பதியலாம் என்றார். அவள் அதற்கு சம்மதிக்கவில்லை.

"வழக்கு வாணாம். வழக்க வச்சிக்கிட்டு நா என்னத்த செய்ய? எனக்கு என் பணம் வேணும். எனக்கு உதவி செய்றதுன்னா போலீச அனுப்பி அவன புடிங்க. அந்த பன்னாட எங்க இருப்பான்னு எனக்கு தெரியும். என்னோட பணம் அவங்கிட்ட இருக்கு. அத எங்கிட்ட குடுத்துடுங்க. அவ்ளதா எனக்கு வேணும்."

எப்படியாவது அவளை அங்கிருந்து அனுப்பினால் போதும் என்று கருதிய அனூப் இரண்டு போலீஸ்காரர்களைக் கனியம்மாளுடன் ஜீப்பில் போய், அவள் சொல்லுமிடத்தில் அவள் கணவன் இருந்தால் அவனை முகாம் அலுவலகம் கொண்டுவருமாறு சொன்னார். அவர்கள் அங்கிருந்து நகர்ந்தபின் ஸ்பெஷல் பிராஞ்ச் இன்ஸ்பெக்டர், கனியம்மாளின் கதையைச் சொன்னார்.

ஒரு குறிப்பிட்ட அமைச்சர் வரும்போதெல்லாம் அவருக்கு இரவுக் கேளிக்கையாகக் கனியம்மாள் அனுப்பப்பட்டாள். ஒருநாள் கனியம்மாள் அமைச்சர் அணிந்திருந்த தங்கச் சங்கிலியுடன் ஓடிவிட்டாள். உடலுறவுக்கு இடையூறாக இருப்பதாகச் சொல்லி அவள் அவரை அதைக் கழற்றுமாறு சொன்னாள். அவரும் போதையில் கழற்றினார். அவர் தூங்கிய பின் அதை எடுத்துக்கொண்டு போய்விட்டாள். சங்கிலி கனியம்மாளுடன் போய்விட்டதைக் காலையில் அறிந்த அமைச்சர் ஆத்திரமடைந்தார். சுற்றியிருந்த எல்லோரையும் திட்டினார். அதைத் திரும்பப் பெற ஸ்பெஷல் பிராஞ்ச் இன்ஸ்பெக்டர் அனுப்பப்பட்டார். ஏற்கெனவே மூன்று முறை அமைச்சர் வந்தபோது அவருடன் இரவைக் கழித்ததற்கான தொகையைத் தரவில்லையென்றால் சங்கிலியைத் திருப்பித் தர முடியாது என்று கனியம்மாள் சொன்னாள். அமைச்சர் வரும்போதெல்லாம் கனியம்மாள்தான் வேண்டும் என்று வற்புறுத்தினார். கனியம்மாள், எப்படியெல்லாம் தான் அமைச்சரை மகிழ்வித்தேன் என்பதை விவரித்தாள். ஸ்பெஷல் பிராஞ்ச் இன்ஸ்பெக்டருக்கே அவள் சொல்வதைக் கேட்கச் சங்கடமாக இருந்தது. ரகசியச் செலவுகளுக்கான பணத்திலிருந்து அவர்கள் தரும் தொகையை ஏற்றுக்கொள்ள அவளைச் சம்மதிக்க வைக்க முயன்றார் ஸ்பெஷல் பிராஞ்ச் இன்ஸ்பெக்டர். அதற்குப் பின் அமைச்சர் அவளைக் கூப்பிட்டபோதும் அவள் மறுத்துவிட்டாள். அவனைவிட மிருகங்களே மேல் என்று சொல்லிக் கூப்பிடப்போன போலீஸாரைத் திருப்பி அனுப்பிவிட்டாள்.

சுமார் ஒரு மணிநேரத்திற்குப் பின் கனியம்மாள் தன் கணவருடன் திரும்பி வந்தாள். அப்போது மணி 8.30 அல்லது

9.00 இருக்கும். அப்போதே அவன் குடித்திருந்தான். அவன் சட்டைப்பையில் இரண்டு அல்லது மூன்று ரூபாய்தான் இருந்தது. அவன் எடுத்துப்போன பணத்திலிருந்து சேர்ந்திருந்த கடன்களை எல்லாம் அடைத்துவிட்டான். மீதியிருந்த பணத்தில் சாராயம் வாங்கிக் குடித்துவிட்டான். போலீஸார் அவனைக் கண்டுபிடித்தபோது அவன் பிதற்றிக்கொண்டு சாலையோரம் விழுந்து கிடந்தான். அனூப் அவனைக் காவல் நிலையம் கொண்டுபோய், தமிழ்நாடு நகரக் காவல் சட்டம் பிரிவு 75இன் கீழ் வழக்குப் போடுமாறு உத்தரவிட்டார். அப்பிரிவு பொது இடத்தில் அமைதிக்குப் பங்கம் விளைவிப்பது தொடர்பானது. பொதுவாகக் குடிகாரர்கள் மீது பயன்படுத்தப்படுவது. அவர்கள் அவனைக் காவல் நிலையம் கொண்டுபோய், ஒரு சங்கிலியால் பிணைத்து, தெளியட்டும் என்று விட்டுவிட்டார்கள்.

கனியம்மாள் மனம் உடைந்துபோனாள். உரத்து ஓலமிட்டாள். "நான் என்ன செய்ய? எனக்கு அந்தப் பணம் வேணும். நான் அந்த பணத்த பூ வித்து உழச்சு நேர்மயா சம்பாதிச்சேன். வேற வழியில இல்ல. என்னால வழக்கமான வழியில சம்பாதிக்க முடியாது. என் கொழந்தக்கி நா கஞ்சி ஊத்தணும். இப்ப என்ன செய்ய?"

"அம்மா. இப்ப சும்மா இரு. அங்க உக்காரு. என்ன செய்யறதுன்னு பாக்கலாம். இப்போதைக்கு சும்மா இரு. அங்க உக்காரு" என்றார் அனூப்.

முணுமுணுத்துக்கொண்டே அவள் அனூப் காட்டிய இடத்தில் உட்கார்ந்தாள். அனூப், வீட்டிற்குப் போய், குளித்து சீருடைக்கு மாறி, காலை உணவு முடித்து முகாம் அலுவலகத்திற்குத் திரும்பி வந்தார். தனது இருக்கையில் அவர் அமர்ந்தவுடன், கான்ஸ்டபிள் உள்ளே வந்து ஒரு வருகை அட்டையை மேசை மீது வைத்தார். கனரா வங்கி மேலாளர் உள்ளே வர அனுமதி கேட்டிருந்தார். வங்கியின் பாதுகாப்பு அலுவலருக்குத் துப்பாக்கி உரிமம் கேட்டு விண்ணப்பித்துள்ளதாகவும், அது மிகவும் தாமதமாகியுள்ளதாகவும் ஏதாவது செய்ய முடியுமா என்றும் கேட்டார்.

"நீங்கள் இப்போது அந்த சிவபெருமானின் அவதாரமாகவே இங்கு வந்துள்ளீர்கள்" என்றார் அனூப். "நானே நேரடியாக ஆட்சியரிடம் போய் உங்கள் துப்பாக்கி உரிமம் வழங்கப்படுவதை உறுதி செய்கிறேன். ஆனால் இப்போது நீங்கள் எனக்கு ஒரு பெரிய பிரச்சினையைத் தீர்க்க உதவ வேண்டும்."

"என்னங்க சார்?"

“வெளியே ஒரு பெண் அமர்ந்திருக்கிறார். அவருக்கு ஒரு 500 ரூபாய் கிடைக்கவில்லை என்றால், தவறான வழியில் போவேன் என்கிறாள். நீங்கள் ஏன் அவளுக்கு ஒரு சிறு கடன் தரக் கூடாது?”

“எனக்குப் புரியவில்லையே சார்.”

அனூப் நிலைமையை விளக்கி, அந்தப் பெண், சிவன் கோவிலில் பூ விற்பதாகவும் சொன்னார். வங்கிகள் வழக்கமாக மிக ஏழை மக்களுக்கும் பல்வேறு வட்டி விகிதங்களில் கடன் தருகின்றன. வங்கி மேலாளர் அங்கேயே அந்த விண்ணப்பதாரரை சந்திக்கலாம் என்றார். அவரும் சம்மதித்தார். கனியம்மாளைக் கூப்பிட்டார்கள். அவள் தன் மகளின் தோள்களைப் பிடித்துக்கொண்டே வந்தாள்.

மேலாளர், அவளைப் பார்த்த பின், அனூப்பைப் பார்த்துக் கேட்டார் – “அவள் திருப்பிக் கட்டுவாளா?”

அனூப் கனியம்மாளிடம் சொன்னார், “இந்த ஐயா கனரா பாங்க் அய்யா, 500 ரூபா கடன் கொடுப்பாரு. கொஞ்சம் கொஞ்சமா திருப்பி அடைக்கணும் சரியா?”

“கண்டிப்பா ஐயா, நான் திருப்பி தருவேன்.”

மேனேஜர் அவளை வங்கிக்கு வருமாறு சொன்னார். “கடனை அடைச்சிட்டா பெரிய தொகைகூடத் தருவோம்” என்றும் சொன்னார். அத்துடன் கனியம்மா – அனூப் தொடர்பின் ஒரு அங்கம் முடிந்தது.

ஆறு மாதங்களுக்குப் பிறகு ஒருநாள் மாலை அனூப், மனைவி நீலம் இருவரும் வீட்டிற்கு வெளியே போர்டிகோவில் நாற்காலிகள் போட்டு அமர்ந்திருந்தனர். அப்போது கனியம்மாள் மீண்டும் வந்தாள். மிகவும் வித்தியாசமான தோற்றத்தில் இருந்தாள். பளிச்சிடும் நீலப் புடவை, தலையில் பூ, நெற்றியில் பெரிய குங்குமப் போட்டு. கைகளில் ஒரு ஆண் குழந்தை. பெரிய பெண் அவள் பின்னால் மறைந்து நின்றாள். அனூப் அவள் எப்படி இருக்கிறாள் என்றும், அவள் கணவன் ஏதாவது தொந்தரவு செய்கிறானா என்றும் விசாரித்தார். அவள் “இல்ல” என்றாள். அவள் கணவன் இப்போது திருந்திவிட்டான். அவளோடு ஒழுங்காகக் குடித்தனம் நடத்துகிறான். இப்போது தான் ஒரு தகவலுடன் வந்திருப்பதாகவும், அது மிக அவசரம் என்றும் கூறினாள். அவள் வசிக்கும் குடிசைப் பகுதியில், அவள் வீட்டிற்குப் பின் தெருவில் கள்ளச் சாராயம் பதுக்கப்படுகிறது என்றாள்.

அன்று மாலை ஒரு வேன் வந்து நின்றது. அதில் கேன் கேனாகக் கள்ளச் சாராயம் ஏற்றப்பட்டது. அது எங்கிருந்து வந்தது

என்று அவளுக்குத் தெரியவில்லை. எங்கே போகிறது என்பதும் தெரியாது. ஆனால் கள்ளச் சாராய வாடை எங்கும் வீசுகிறது. உடனே போலீசை அனுப்புங்கள் என்றாள். தூத்துக்குடியில் கள்ளச் சாராயம் எங்கும் நிறைந்திருந்தது. மீனவர்கள் சுலபமாகத் தங்கள் படகுகளில் ஏற்றிக்கொண்டு கன்னியாகுமரிவரை கடற்கரையோரம் எங்கு வேண்டுமானாலும் இறக்க முடியும். கடலில் சோதனைச் சாவடிகளோ, வேறு தடையோ ஏதும் இல்லை. "நீ ஏன் தகவல் தருகிறாய்? அவர்களுக்குத் தெரிந்தால் உனக்கும் உன் பிள்ளைகளுக்கும் என்ன ஆகும்?"

"நீங்க எனக்குக் கடன் வாங்கி தந்தீங்க. பதிலுக்கு நா ஏதாவது செய்யணும்னு நெனச்சேன். ஐயா, நீங்க எனக்கு உதவி பண்ணிருக்கீங்கன்னு தெருவுல எல்லாருக்கும் தெரியும்."

"இதனால உனக்கு என்ன பிரயோஜனம்?"

"கள்ளச் சாராயத்த புடிக்க நீங்க அனுப்பற இன்ஸ்பெக்டர், லத்தியால எனக்கும் ரெண்டு அடி போடட்டும். அப்ப யாருக்கும் சந்தேகம் வராது" என்று அவள் சொன்னாள்.

அனூப், கனியம்மாளை அனுப்பு முன், ஒரு கான்ஸ்டபிளை விட்டுச் சாராயம் ஏற்றப்படும் இடத்தைச் சரியாகக் குறித்துக் கொள்ளச் செய்தார். தூத்துக்குடி வடக்கு காவல் நிலைய எல்லையில் கண்டிப்பானவர் எனப் பெயர் பெற்ற இன்ஸ்பெக்டர் பொன்னுசாமியை அழைத்தார். அவரிடம் இடத்தின் விவரங்களைத் தந்து கள்ளச் சாராயத்தைக் கைப்பற்றுமாறு உத்தரவிட்டார். அப்படியே கனியம்மாள் அக்கம்பக்கத்தாரோடு சண்டையிட்டுத் தொந்தரவு செய்வதாகவும், அவளை ஒழுங்காக நடந்துகொள்ளுமாறு எச்சரிக்குமாறும் உத்தரவிட்டார். பொன்னுசாமி சரக்கைக் கைப்பற்றினார். இரண்டு மூன்று நபர்களைக் கைது செய்தார். இது நடந்துகொண்டிருக்கும்போதே, அந்த வண்டி அங்கிருந்து நகருமுன் கனியம்மாள், தன் குடிசையிலிருந்து வெளியே வந்தாள். பொன்னுசாமியைப் பார்த்து கத்தினாள். "எல்லாம் சும்மா. லாரியைப் போலீஸ் டேஷன் கொண்டு போவாங்க, பணம் கைமாறும், அப்புறம் விட்டுடுவாங்க. கேசெல்லாம் போட மாட்டாங்க" என்று தாறுமாறாகக் கத்திக்கொண்டிருந்தாள்.

"ஏய், சும்மா இரு . . ." இன்ஸ்பெக்டர் பொன்னுசாமி கனியம்மாளை எச்சரித்தார்.

"போடாங்க பொறிக்கி. நீ என்ன புடுங்கபோற" என்று சொன்னவாறே பொன்னுசாமியைப் பார்த்துத் துப்பினாள். அவளுடைய எச்சில் துளிகள் அவரது ஷூவின் மீது விழுந்தன.

அவர் ஒரு கனமான லத்தியை எடுத்து அவளை அடித்தார். மேலும் கடுஞ்சொற்களால் அவள் எதிர்வினையாற்றினாள். பொன்னுசாமி பொறுமை இழந்தார். அவர் அவளை லத்தியால் விளாசினார். ஐந்து, ஆறு, பத்து அடிகள்கூட இருக்கலாம். அவள் அலறிக்கொண்டே ஓடினாள். பொன்னுசாமி நாற்பது சாராய கேன்களுடன் லாரியை எடுத்துக்கொண்டு போனார். எஸ்.பி.க்கு போன் செய்து ரெய்டு வெற்றிகரமாக முடிந்தது என்று சொன்னார். கனியம்மாளுடன் வாக்குவாதம் பற்றி எதுவும் சொல்லவில்லை. இரவு பதினோரு மணிக்கு மேல் இருக்கலாம், அனூப் வீட்டிற்குப் போய்விட்டார். பாதுகாவலர் அழைப்பு மணியை அடித்து, "மாலை வந்த அந்தப் பெண் திரும்ப வந்துள்ளார்" என்றார். "அவளுக்கு என்ன வேண்டும்?" என்று அனூப் கேட்டார்.

"ஐயா, யாரோ அவள அடிச்சிட்டாங்க. அவள் மேல நல்லா அடி பட்டிருக்கு." கள்ளச் சாராய வியாபாரிகள் அவளைப் பிடித்து அடித்திருப்பார்கள் என்று அனூப் ஊகித்தார். வெளியே வந்தார். கனியம்மாள் தன் பிள்ளைகள் இருவருடன் நின்றிருந்தாள்.

"என்ன ஆச்சு?" கனியம்மாளைக் கேட்டார். அவள் சிரித்த படியே சொன்னாள், "நா உங்கள ஒண்ணு ரெண்டு அடிதான குடுக்க சொன்னேன். எவ்வளோ அடி வாங்கினேன். இவ்வளோ அடி குடுத்தால் அது நாயமா சார்?"

அனூப், டிரைவர் கனகராஜைக் கூப்பிட்டார். கனியம்மாளை அருகிலுள்ள மருத்துவமனைக்கு அழைத்துப் போய் காயங்களுக்கு சிகிச்சை அளிக்குமாறு சொன்னார். அவளை அழைத்துப்போய், காயங்களைத் துடைத்து, மருந்திட்டு, ஓரிரு இடங்களில் பேண்டேஜ் போட்டு ஒரு மணிநேரத்தில் திரும்பி வந்தனர். அனூப் அவளை முகாம் அலுவலகத்திற்குள் அழைத்தார். மேசை அறையைத் திறந்து ரகசிய செலவுத் தொகையிலிருந்து கொஞ்சம் பணத்தை எடுத்து, 600 அல்லது 700 ரூபாய் இருக்கலாம், அவளிடம் கொடுக்க எத்தனித்தார். அவள் வாங்க மறுத்துத் தன் கைகளைக் கட்டிக்கொண்டாள். "ஐயா நா காசுக்காக செய்யல அய்யா. மன்னிக்கணும். உங்களுக்கு நல்ல பேர் வரணும்னுதான் பண்ணேன். எனக்கு இந்தக் காசு வேணாம். நீங்க பண்ண உதவியே போதும். நா அதுலயே பொழச்சுக்குவேன்."

அவள் தன் குழந்தைகளுடன் முகாம் அலுவலகத்தை விட்டு நடந்தாள்.

கனியம்மாளின் கணவனுக்கு ஒரு ஆட்டோ ரிக்ஷா வாங்க புதிய வங்கி திட்டத்தின் கீழ் நிதியுதவி செய்யுமாறு வங்கி அதிகாரிகளை அனூப் கேட்டுக்கொண்டார். மூன்று நான்கு மாதங்களுக்குப் பின் அவர்கள் ஆட்டோ ரிக்ஷா வாங்கக் கடன்

தந்தனர். கனியம்மாளின் பெயரில். அவள் கணவனின் பெயரில் அல்ல. அவளுக்கு வங்கியில் நல்ல பெயர் இருந்தது. ஏற்கெனவே வாங்கிய கடன்களை அவள் ஒழுங்காக கட்டிவந்தாள். உடல் நலம் சரியில்லாமல், பூ விற்க முடியாத சமயங்களில் பிரச்சினை இருந்தது. பொதுவாக அவளுக்கு நல்ல பெயரே. கனியம்மாளின் கணவர் ஆட்டோ ரிக்ஷா ஓட்டினார். ஆனால் அது கனியம்மாளுக்குச் சொந்தமானது.

கனியம்மாவை அனூப் சந்தித்தது அதுவே கடைசி. அவர் தூத்துக்குடியிலிருந்து இடம் மாறி டெல்லி இன்டெலிஜன்ஸ் பீரோவுக்குப் போனார். பதினான்கு ஆண்டுகளுக்குப் பிறகு தமிழ் நாட்டிற்குத் திரும்பினார். சென்னை சேப்பாக்கம் கிரிக்கெட் மைதானம் அருகில் வாலாஜா சாலையில் இருக்கும் ஐ.ஜி.க்கள் குடியிருப்பில் குடியிருந்தார். சென்னையில் மினி மிகவும் நோய்வாய்ப்பட்டிருந்தாள். புற்றுநோய் அவளைத் தின்றுகொண்டிருந்தது. இன்னும் சில மாதங்களுக்கு மேல் அவள் உயிரோடு இருக்க மாட்டாள் என்னும் நிலை.

ஒருநாள் காலை அழைப்பு மணி ஒலித்தது. அவரைச் சந்திக்க ஒரு பெண் வந்திருப்பதாகச் சொன்னார்கள். வந்தது கனியம்மாள். அவளது மகன் உடன் இருந்தான். இப்போது வளர்ந்திருந்தான். அவள் நல்ல உடை அணிந்திருந்தாள். மல்லிகை சூடியிருந்தாள். அதன் மணம் வீடெங்கும் பரவியது. அனூப்பிற்கு மகிழ்ச்சி கலந்த வியப்பு. அனூப் சென்னையிலிருப்பது அவளுக்கு எப்படித் தெரியும்? தூத்துக்குடி உள்ளூர் செய்தித்தாள்களில் அனூப்பின் படம் வெளியாகி இருந்தது. சீருடை அணிந்து எங்கோ ஒரு அணிவகுப்பைப் பார்வையிடும் படம். விசாரித்துக்கொண்டு, ரெயிலைப் பிடித்து வந்துவிட்டாள். கீழே பாதுகாவலர்களிடமிருந்து மினியின் நோய் பற்றித் தெரிந்துகொண்டாள். தன்னை வீட்டு வேலைக்கு வைத்துக்கொள்ளுமாறு அவள் அனூப்பைக் கேட்டாள். "நா சமையலும் செய்வேன். இப்போ நா சுத்தமா இருக்கேன்."

அவள் சொல்லிக்கொண்டே இருந்தாள்... "நா சுத்தமானவ. நா சுத்தமானவ."

16

மரணத்திற்குப் பின் வாழ்க்கை

மத்தியக் கடற்புற மற்றும் மீன்வள ஆராய்ச்சி நிறுவனத்திற்குச் *(CMFRI)* சொந்தமான சிறிய கப்பல் ஒன்றுக்குச் 'சிப்பி' என்று பெயரிடப்பட்டிருந்தது. மன்னார் வளைகுடாவில், தூத்துக்குடி கடற் பகுதியில் கடலில் மூழ்கி முத்தெடுக்கும் தொழிலில் பெரும்பாலும் பெண்கள் ஈடுபட்டனர். ஆண்கள் மூழ்கி சிப்பிக்கள் எடுத்தனர். சிறிய கப்பல் 'சிப்பி', அதன் மோட்டார்கள் இரைச்சலிடக் கனிம வளமிக்க தூத்துக்குடி கடல் பகுதியில் மெல்லச் சுற்றிவந்து ஆய்வுக்காகக் கடல்வாழ் உயிரினங்களின் மாதிரிகளைச் சேகரித்தது. *CMFRI*, உணவுக்கான சிப்பிகள், முத்தெடுக்கும் சிப்பிகள் ஆகியவை குறித்த ஆராய்ச்சியில் ஈடுபட்டிருந்தது. அந்நிறுவனத்தின் ஆழ்கடல் மூழ்காளர்கள் மாதிரிகளைச் சேகரித்தனர். ஆழ்கடல் மூழ்குதலுக்கான கருவிகள் அந்நிறுவனத்திடம் இருந்தன. சுவாசக் கருவிகள் பொருத்தி நீருக்கடியில் நீந்தவும் ஆழ்கடல் மூழ்கவும் *(snorkel and scuba)* அந்தக் கடற்பகுதி ஏற்றதாக இருந்தது. *CMFRI* மூலமாக, அனூப் அவ்விரு கலைகளிலும் பரிச்சயம் பெற்றார்.

ஒருமுறை, சின்னக் கப்பல் 'சிப்பி', ஒரு பொருத்தமான இடத்தைத் தேர்ந்தெடுத்து நங்கூர மிட்டது. ஒரு பெரிய கல்லைக் கட்டி கயிறு நீருக்குள் இறக்கப்பட்டது. ஆழ்கடலில் மூழ்குவதற்கான ஸ்கூபா கருவிகள் பொருத்திக்கொண்டு, கயிற்றைப் பிடித்தபடி கருவிகள் மூலம் சுவாசித்தபடி, அவர்கள்

நீருக்குள் மூழ்கினார்கள். இப்படித்தான் அனூப் மூழ்கப் பயின்றார். அது கிழவியின் விளையாட்டு எனப்படுகிறது. நீச்சல் தெரிய வேண்டியதில்லை. வாய் வழியே சுவாசிக்கத் தெரிந்தால் போதும். அதற்கொரு கருவி இருக்கிறது. வாய் வழியே சுவாசித்தபடி, நீங்கள் கடலுக்குள் செல்கிறீர்கள். சிலர் ஸனோர்கெல் என்னும் கருவியைப் பயன்படுத்துகிறார்கள். வாய்க்குள் வைக்கப்படும் குழாய் காதின் பக்கமாக மேலே சென்று நீருக்கு மேலே நிற்க, அதன் வழியே வரும் காற்றை நீங்கள் வாய் வழியே சுவாசிக்கிறீர்கள். அந்த முகக் கவசத்தை அணிந்தவுடன், நீங்கள் நீருக்குள் வாழத் தொடங்கிவிடுகிறீர்கள். முகம் தண்ணீருக்குள் கவிந்திருக்க மிதந்தபடி, தண்ணீருக்கு மேலிருந்து வரும் குழாய் வழியாக காற்று வருகிறது.

அவர்கள் 'முத்துநகர் வீர விளையாட்டு மன்றம்' துவக்கினார்கள். மாணவர்களுக்கு ஆண்டுக்கு 10 ரூபாய் கட்டணம். மற்றவர்களுக்கு ரூ. 100. குறிப்பிட்ட அளவு புரவலர் கட்டணம் உண்டு. செலவுகளுக்கு நன்கொடைகள் கிடைத்ததால் கட்டணம் மிகவும் குறைவாகவே இருந்தது. படகுகளுக்கான மண்ணெண்ணெய்ச் செலவை ஸ்பிக் நிறுவனமும், காலை உணவுக்கான செலவை மதுரா கோட்ஸ் நிறுவனமும் ஏற்றன. மன்றத்திற்குக் கட்டடம் இருந்தது. அனூப் கொஞ்ச நாட்கள் மன்றத்தின் தலைவராக இருந்தார். மன்றம், சிறுவர்களுக்கும் பெரியவர்களுக்கும் ஸனோர்கெல், ஸ்கூபா டைவிங் பயிற்சிகள் தந்தது. மதுரா கோட்ஸ் நிறுவனம் கருவிகள் வாங்க உதவியது. ஸ்பிக் நிறுவனம் ஃபைபர் கிளாஸ் படகுகள் வாங்கித் தந்தது. இலங்கையிலிருந்து வந்த அந்தப் படகுகள் சுங்கத் துறை பறிமுதல் செய்தவை. கடத்தலுக்குப் பயன்படுத்தப்படும் படகுகளைச் சுங்கத் துறை பறிமுதல் செய்து பின் அவற்றை ஏலத்தில் விற்பனை செய்தது. மன்றம், ஏலத்தில் பங்கேற்றுப் படகுகளை மலிவான விலைக்கு வாங்கியது.

சனி, ஞாயிற்றுக் கிழமைகளில் அவர்கள் கடலுக்குள் இறங்கினார்கள். மன்னார் வளைகுடாவில், தூத்துக்குடி கடற்பகுதியில் தொடர்ச்சியான பவழத் தீவுகள் உண்டு. வடக்கே, தீபகற்பத்தின் வளைவில், ராமேஸ்வரம்வரை அவை நீண்டன. அவற்றில் சுமார் 21 அல்லது 22 தீவுகள் கடற்கரைச் சாலையில் ஏறத்தாழ 200 கி.மீ. தொலைவில் இருந்தன. தூத்துக்குடி அருகில் மிகப் பிரபலமான முயல் தீவு. அது ஒரு தீவு அல்ல எனினும் அங்கு ஒரு விமான ஓடுதளம் உண்டு. அதன் பின் வானத் தீவு, கஸ்வார், சல்லித் தீவு, உப்புத் தண்ணித் தீவு, நல்ல தண்ணித் தீவு ஆகியவை சிதறிய முத்துக்கள் போல ராமேஸ்வரத்தில் குவர்சடைத் தீவுவரை நீண்டன. குவர்சடை மிகப் பெரிய பவழப் பாறைத் தீவு.

மன்னார் வளைகுடாவில் மத்தியக் கடற்புற மற்றும் மீன்வள ஆராய்ச்சி நிறுவனத் தலைமையகம் சுவர்சடைத் தீவில் இருக்கிறது.

வானத்தீவு பகுதியிலேயே அவர்கள் நீருக்கடியில் நீச்சல் பழகப் போனார்கள். அந்தத் தீவின் ஒரு பக்கம் கடல் கொந்தளிப்பாக இருந்தாலும் மறுபுறம் கண்ணாடிபோல அமைதி. அந்த பவழச் சொர்க்கம் பார்ப்பவரை மெய்மறக்கச்செய்யும்.

1987 – 88இல் அனூப்பிடம் பயிற்சி ஏ.எஸ்.பி. ஒருவர் வந்து சேர்ந்தார். பெயர் பிலிப். போலீஸ் உயர் பயிற்சியகத்தில் அவர் கற்றுக்கொண்ட அடிப்படை நீச்சல் மட்டுமே அவருக்குத் தெரியும். அவர் ஸ்னோர்கெலிங் பழக விரும்பினார். வாரக்கடைசி நாட்களில் அவர்கள் இருபது பேர் பத்துப் பத்துப் பேராக இரண்டு ஃபைபர் படகுகளில் ஏறி வானத் தீவை அடைந்தார்கள். CMFRIயில் டைவராக இருந்து ஓய்வுபெற்ற அந்தோணி பிச்சை அவர்களுடன் இருந்தார். அவர்தான் பயிற்சியாளர். அவரோடு டைவிங் பழகப் போகையில், நீங்கள் எல்லாவற்றையும் சரியாகச் செய்தால், மேலே வந்தபின் உங்களைப் பார்த்துப் புன்னகைப்பார். ஏதாவது தவறு செய்தால், மேலே வரும்போது, அப்போதும் புன்னகைப்பார். ஆனால் அது வித்தியாசமான பரந்த புன்னகையாக இருக்கும். ஒரு முறைகூட நீங்கள் ஏதோ தவறு செய்தீர்கள் என்று அந்தோணி பிச்சை சொன்னதில்லை.

அன்று பிலிப் முதல்முறையாக வருகிறார். ஏ.எஸ்.பி.யுடன் இருங்கள் என்று அனூப் அந்தோணியிடம் சொன்னார். அந்தோணி பிலிப்பை அலைகளில்லாத அந்தக் கடலில் வெகு தூரம் அழைத்துச் சென்றார். முகக் கவசம் அணிவது, அணியுமுன் அதைக் கடல் நீரில் கழுவுவது, மூச்சு விடுதல் போன்றவற்றைப் பலமுறை சொல்லித்தந்தார். ஒரு சுற்று முடிந்த பின் கரைக்குக் கூட்டிவந்தார். யாரும் கூட வராமல் தனியே போக வேண்டாம் என்றும் சொன்னார்.

கரைக்கு வந்த பின் அந்தோணி பிச்சை இரண்டாவது சுற்றுக்குத் தயாராகத் தொடங்கினார். அப்போது ஒரு பள்ளி மாணவன் அந்தோணியிடம் ஏதோ உதவி கேட்டான். அந்தோணியும் அவனுக்கு உதவப் போனார். இரண்டடி ஆழத்தில் ஒரு பூ மலர்வதை அந்தப் பையன் பார்த்தான். அவன் அதைத் தொடப் போனபோதெல்லாம் அது மறைந்துபோனது. அது ஒரு வகைக் கடற் பஞ்சு. அந்தப் பையனின் கை தொட வருவதை உணர்ந்து அது தன் இழைகளை உள்ளிழுத்துக்கொள்ளும்.

இதற்கிடையில், பிலிப், தான் கற்க வேண்டியதைக் கற்று விட்டதாகவும் எல்லாம் தன் கட்டுப்பாட்டில் இருப்பதாகவும் நினைத்துக்கொண்டு, இரண்டாவது சுற்று ஸ்னோர்கெலிங் பழகக்

கடலில் இறங்கினார். கடல் ஆழமாக இல்லை. மிக அமைதியாக இருந்தது. மிக எளிதாக இருந்தது. யாரிடமும் சொல்லாமல் அவர் கடலில் இறங்கினார்.

வானத் தீவு பெரிய தீவு அல்ல. இருபது தீவுகளும் சுமார் 50 மீட்டர் சுற்றளவுக்குகள் இருந்தன. பிலிப்பை எங்கும் காணவில்லை. அனூப் அவரைத் தேடினார். "பிலிப் எங்கே? பிலிப் எங்கே?" என்று சத்தமாகக் கேட்டார். அந்தோணி பிச்சை தான் அவரை விட்டு வந்த இடத்தைக் காட்டினார். ஆனால் பிலிப் அங்கு இல்லை. திடீரென்று மற்றொரு சிறுவன் பிரதீப், "சார், சார்," என்று கூச்சலிட்டான். தண்ணீரில் எதையோ காட்டினான். அது பிலிப் அணிந்திருந்த சிகப்பு நீச்சல் உடை. அவரது புட்டப் பகுதி மட்டுமே மேலே தெரிந்தது. தலையும் கால்களும் V போல வளைந்து தண்ணீருக்குள் இருந்தன. அவர் மூழ்குவது தெரிந்தது. "குதியுங்கள்... குதியுங்கள்... அவரை வெளியே எடுங்கள்" என்று அனூப் கத்தினார். மிதக்கும் உருவத்திற்கு நேராக ஒரு தலைமைக் காவலர் இருந்தார். அவரே பிலிப்பை முதலில் நெருங்கினார். "தலையைத் தூக்குங்கள், தலையைத் தூக்குங்கள்" என்று அனூப் கத்திக்கொண்டிருக்கும்போதே தலைமைக் காவலர் பிலிப்பை இழுத்தார். தலைமைக் காவலர் அவரைக் கரைக்கு இழுத்துக் கரையில் கிடத்தினார். "இந்த கத முடிஞ்சிரிச்சி, இந்த கத முடிஞ்சிரிச்சி" என்று திரும்பத் திரும்பச் சொல்லிக்கொண்டிருந்தார். அனூப் பிலிப்பை நெருங்கியபோது அவரது முகத்தில் இருந்த நுரையைப் பார்த்தார். வாயிலிருந்தும் மூக்கிலிருந்தும் ரத்தம் வடிவதைப் பார்த்தார். உடல் துவண்டு, வயிறு உப்பி இருந்தது. முகத்தில் ஸ்னோர்கெலிங் கவசம் இல்லை.

அனூப்பின் கால்கள் நடுங்கின. என்ன செய்வது என்று தெரியவில்லை. ஒரு வாரம் முன்பு, அனூப்பின் மகளுக்குத் தூக்கம் வரவில்லை. அவள் விழித்திருந்தபோது அனூப் அவளருகில் அமர்ந்து ஸ்னோர்கெலிங் பற்றிய ஒரு புத்தகத்தைப் படித்துக்கொண்டிருந்தார். பின் அதை வைத்துவிட்டு மூழ்குதல் பற்றிய வேறொரு புத்தகத்தைப் படிக்கத் துவங்கினார். அதில், ஆறுகள், நன்னீர் நிலைகள் ஆகியவற்றைக் காட்டிலும் கடல், மூழ்குவோரிடம் அதிகக் கருணையுள்ளது என்றிருந்தது. ஆறு, குளம், கிணறு, ஏரி என நல்ல தண்ணீர் உள்ள எதில் மூழ்கினாலும், தண்ணீர் நுரையீரல்களில் நிரம்பிவிடும். ரத்தத்தைவிட அடர்த்தி குறைவானதாக இருப்பதால் எளிதில் கலந்து ரத்தத்தை நீர்த்துப்போகச் செய்துவிடும். அதனால் நிகழும் வேதியல் எதிர்வினையால் இதயம் உடனடியாக நின்று மரணம் நேரும். கடல் நீர் ரத்தத்தைக் காட்டிலும் அடர்த்தியானது. அது நுரையீரலில் நுழையும்போது, ரத்தம் அடர்த்தியாகிறது. எனவே

ரத்தத்தை பம்ப் செய்ய இதயம் வேகமாக இயங்க வேண்டும். எனவே இதயம் செயலிழப்பது தாமதமாகிறது. இது அனூப்பின் மனதில் பளிச்சிட்டது.

அவர் கீழே குதித்து, பிலிப்பின் மார்பை அழுத்தத்துவங்கினார். ஒன்றும் நடக்கவில்லை. அங்கு இருந்த கான்ஸ்டபிள்கள் இருவரை அழைத்து, பிலிப்பின் கால்களைப் பிடித்துத் தூக்கி தலைகீழாகத் தொங்கவிடச் சொன்னார். இருவர் தூக்க, மூன்றாமாவர் பிலிப்பின் முழங்கால்களைப் பிடித்துக்கொண்டார். அனூப் மண்டியிட்டு பிலிப்பின் மார்பை தன் முழு பலத்தோடு அழுத்தத் துவங்கினார். பிலிப்பின் வாயிலிருந்தும் மூக்கின் வழியாகவும் கடல் நீர் வெளிவரத் தொடங்கியது. ரத்தமும் நுரையும் கலந்து. அது நின்றுவிட்டபோது அவரைக் கீழே கிடத்தி, அனூப் அவரது மார்பைக் காலால் பலமாக அழுத்தத் தலைப்பட்டார். ஒவ்வொரு முறை அழுத்தியபோதும், நுரையீரலிலிருந்து காற்று வெளியானது. நுரையீரல் பாதிக்கப்பட்டிருப்பதைக் காட்டும் வகையில் கொறகொறவென்னும் சத்தத்துடன் காற்று வெளிவந்தது. அழுத்தத்தை நிறுத்தினால், காற்று உள்ளே போனது. பிறகு அது நின்றுவிடும். நாடித் துடிப்பு இல்லை. அனூப் தொடர்ந்து மார்பை அழுத்திக்கொண்டே இருந்தார். முயற்சியைக் கைவிட்டுவிடலாம் என்று நினைத்துக்கொண்டே தந்த ஒரு பலமான அழுத்தத்தில் பிலிப்பின் வாயிலிருந்து ஒரு பலமான சத்தம் வந்தது. உள்ளே ஏதோ ஒரு அழுத்தம் விடுபட்டதைப்போல்.

அனூப் அழுத்துவதை நிறுத்தினார். பிலிப் தானாகவே ஒருமுறை மூச்சை இழுப்பதை அனூப் பார்த்தார். மேலும் முப்பது அல்லது நாற்பது வினாடிகளுக்கு மார்பைத் தொடர்ந்து அழுத்தினார். பிலிப் தானாகவே ஐந்தாறு முறை மூச்சு விட்டார். அவர்கள் அவரைத் திருப்பிப் பக்கவாட்டில் படுக்க வைத்தனர். வாய் வழியாக மேலும் திரவம் வெளிப்பட்டது. பிலிப் முனகத் தொடங்கினார். முதலில் அது அழுகை போலிருந்தது. ஓலமும் அழுகையுமாய் அவரது பெருந்துன்பம் வெளிப்பட்டது. மூச்சு ஒழுங்கற்று இருந்தது. அனூப்பிற்கு வியர்த்துக் கொட்டியது. "உயிர் இருக்கு" என்றார் அனூப். என்ன பாதிப்பு என்று அவருக்குத் தெரியாது. சொல்லவும் முடியாது. பிலிப்பைப் படகில் ஏற்றி மருத்துவமனை கொண்டு போக வேண்டும் என்று யாரோ சொன்னார்கள். அனூப் அதை மறுத்தார். மீண்டும் மூச்சுத் திணறல் ஏற்படுமானால் ஒன்றும் செய்ய முடியாமல் போய்விடும். பிலிப்பின் உடல் நிலை இன்னும் திடமாகும் வரை பொறுத்திருக்க வேண்டும் என்றார். அனூப்பிற்காக யாரோ ஒரு சிகரெட் பற்றவைத்தார். ஆனால் அவர் பதற்றமாக இருந்ததனால் புகை பிடிக்கவில்லை. கொஞ்ச நேரம் கடந்த பின் பிலிப்பின் மூச்சு சீரானது. அனூப்

வயர்லெஸ்ஸில் ஒரு ஆம்புலன்ஸைக் கடற்கரையோரம் கொண்டுவந்து நிறுத்தி வைக்குமாறு உத்தரவிட்டார். அவர்கள் பிலிப்பை ஏற்றிச் செல்ல ஒரு படகைத் தயார் செய்தனர்.

கால் மணிநேரத்திற்குப் பின், பிலிப் கண்களைத் திறந்தார். சுற்றிலும் பார்த்தார். உடனே வாந்தியெடுக்கத் தொடங்கினார். பிறகு அவர் எழுந்து உட்கார முயன்றார். கைகளையே பார்த்துக்கொண்டிருந்தார். அனூப்பைப் பார்த்துக் கேட்டார். "மோதிரம் எங்கே? மோதிரம் எங்கே? எஸ்.பி. எங்கே?" மீண்டும் எழுந்து உட்கார முயன்றார். அவர்கள் படகில் ஒரு சிறிய படுக்கையை விரித்து, பிலிப்பை அதில் படுக்க வைத்து, தூத்துக்குடி திரும்பினர். பிலிப் அரசு மருத்துவ மனையில் சேர்க்கவில்லை. டாக்டர் ரவீந்திரனின் ராஜம் கிளினிக்கில் சேர்க்கப்பட்டார். அதே நேரத்தில் அவரது ஸ்னோர்கெலிங் முகக் கவசம் கண்டெடுக்கப்பட்டது. பிலிப் அவரது மரணப் போராட்டத்தின்போது மிகுந்த வேகத்துடன் அதைப் பிய்த்தெறிந்திருக்கிறார். "என்ன நடந்தது?" என்று அனூப் பிலிப்பைக் கேட்டார். பிலிப் மெலிந்த குரலில் நடந்ததை விளக்கினார்.

பிலிப் மிகுந்த தன்னம்பிக்கையோடு இருந்தார். தனியாகவே கொஞ்சம் நீந்தி வரலாம் என்று முடிவு செய்தார். அவரது தலை கடற்பரப்பில் இருந்தது. எந்தத் திசையில் செல்கிறோம் என்று தெரியவில்லை. தண்ணீர் ஆழமின்றி இருந்தது. காலில் பொருத்தியிருந்த துடுப்புக்களை அவர் வேகமாக உதைத்திருக்க வேண்டும், ஆழத்தை நோக்கிச் சென்றார். கடலின் தரை கிட்டத் தெரிந்தது. அவர் கொஞ்ச நேரம் நிற்கலாம் என்று நினைத்தார். கால்களைத் தரையில் ஊன்ற முயன்றார். ஆனால் கால்கள் தரையில் படவில்லை. ஸ்னோர்கெலிங் நிலைக்குத் திரும்பிவர நினைத்தார். அதுவும் முடியவில்லை. மூச்சுக் குழாயில் தண்ணீர் நிறைந்துவிட்டது. மூச்சு விட முயன்றார். வாயில் உப்புத் தண்ணீர் நிறைந்துவிட்டது. மூச்சு விட முடியவில்லை. அவருக்குத் தன் பெற்றோரின் நினைவு வந்தது. "நான் உங்களைக் (அனூப்) கூப்பிட்டேன். என்னைக் காப்பாற்றுங்கள் என்று கத்தினேன். அதன் பிறகு என்ன நடந்தது என்று தெரியவில்லை. பலர் சேர்ந்து என்னை மூழ்கடிக்க முயல்வதைக் கண்டேன். அவர்கள் என்னைத் தண்ணீருக்குள் இழுத்தனர். கீழே இழுத்தனர், கீழே இழுத்தனர், கீழே, கீழே, கீழே. நான் மூழ்காமலிருக்கத் திணறினேன். ஆனால் பத்துப் பதினைந்து பேர் தண்ணீருக்குள் என்னை அழுத்திப் பிடித்துக்கொண்டு மூழ்கடித்தார்கள்" என்றார் பிலிப்.

இன்னும் இருபதே நாட்களில் பிலிப்புக்குத் திருமணம் நடக்க இருந்தது.

இரவு சுற்றுக் காவலுக்குப் போவது காவல் கண்காணிப்பாளரின் பணிகளில் ஒன்று. இதற்கு அனூப் ஏதாவது ஒரு சப்–டிவிஷனைத் தேர்ந்தெடுப்பார். ஒரு மணிநேரப் பயணத்தில் கோவில்பட்டி போய், இரவு 12 அல்லது ஒரு மணிவரை அங்கே இருந்துவிட்டு திரும்பி வந்து விடலாம். எஸ்.பி. ஒரே ஒரு விஷயத்தைத்தான் கவனத்தில் வைத்திருக்க வேண்டும். எதிர்பாராததைச் செய்வது. எப்போதும் அது தான் முக்கியம். சுற்றுக்காவல் முறையாகச் செய்யப்படுகிறதா? பட்டா புத்தகங்கள் கையொப்பமிடப்படுகின்றனவா என்பதைச் சரிபார்க்க வேண்டும். காவல் நிலைய எல்லையில் முக்கிய இடங்களில், ஒரு சிறிய புத்தகம் தொங்கிக்கொண்டிருக்கும். இரவு சுற்றுக் காவலில் இருக்கும் போலீஸ்காரர்கள் அந்த இடத்திற்கு அவர்கள் வரும் நேரத்தைக் குறித்துக் கையொப்பமிட வேண்டும். இன்ஸ்பெக்டர்களும் உயர் அதிகாரிகளும் அவ்வப்போது இந்தப் புத்தகத்தைச் சரிபார்க்க வேண்டும். எஸ்.பி.யும் சுற்றி வருவார். சாலையில் போலீஸ்காரர்களைப் பார்த்தால், அவர்களை அழைத்து, அவர்கள் எந்தக் காவல் நிலையத்தைச் சேர்ந்தவர்கள், என்ன வேலை பார்த்துக்கொண்டிருக்கிறார்கள் என்று அவர்களின் கையேட்டை வாங்கிப் பார்க்க வேண்டும். அதில் அவர்கள் என்ன பார்த்தார்கள் என்பதையும், தேவையில்லாமல் யாராவது சுற்றிக்கொண்டிருக்கிறார்களா என்பதையும் பதிவு செய்திருப்பார்கள். யாரும் வெளியே வரக் கூடாது என்பதல்ல. ஆனால் நள்ளிரவில், பின்னிரவில் ஒருவர் வெளியே சுற்றிக்கொண்டிருப்பதற்கான காரணம் இருக்க வேண்டும். அவர்கள் பை ஏதேனும் வைத்திருந்தால் என்ன வைத்திருக்கிறார்கள் என்று பார்க்க வேண்டும்.

அது போன்றதொரு இரவு சுற்றுக் காவலுக்குப் பின் அனூப் வீடு திரும்பிக்கொண்டிருந்தார். நள்ளிரவு கடந்துவிட்டது. எட்டயபுரம் சாலையில் ஒரு முச்சந்தி. வலதுபுறம் திரும்பினால், அனூப்பின் முகாம் அலுவலகம் இருக்கும் ஸ்டேட் பாங்க் காலனி இருக்கிறது. அந்தச் சந்திப்பில் ஒரு பெட்ரோல் பங்க். இரவு முழுவதும் திறந்திருக்கும். அதன் எதிரில் சில ரிப்பேர் கடைகள், உணவு விடுதிகள், பின்னிரவுவரை திறந்திருக்கும். அங்கு சாலையில் சிறு கூட்டம். அனூப் வண்டியை நிறுத்தி, டிரைவரைப் போய் என்ன நடக்கிறது என்று பார்க்கச் சொன்னார். டிரைவர் காரை நிறுத்திவிட்டு ஓடினார். உடனே திரும்பி வந்தார். அங்கு ஒரு விபத்து நடந்துள்ளது, யாரோ இறந்துவிட்டார்கள் என்றார்.

அனூப் காரிலிருந்து இறங்கி அந்த இடத்திற்குச் சென்றார். ஒரு ஆள் ரத்த வெள்ளத்தில் விழுந்து கிடப்பது தெரு விளக்கு வெளிச்சத்தில் தெரிந்தது. அவரது மோட்டார் சைக்கிள் அவர் மீது விழுந்து கிடந்தது. அவர் அதிக வேகமாக வந்தார் என்றும்,

சாலையில் நீட்டிக்கொண்டிருந்த ஒரு பைப்பின் மீது மோதித் தூக்கி எறியப்பட்டார் என்றும் மோட்டார் சைக்கிளும் அவர் மீது விழுந்தது என்றும், சொன்னார்கள். அவர் இறந்துவிட்டார் என்றார்கள். அனூப் உடனடியாகக் கட்டுப்பாட்டறைக்குச் சொல்கிறேன் என்றார். வயர்லெஸ்ஸில் கட்டுப்பாட்டறையை அழைக்க மைக் பட்டனை அழுத்து முன் அவருக்குச் சட்டென்று ஒரு எண்ணம் தோன்றியது. அவர் இறந்துவிட்டார் என்று தெரியுமா? மீண்டும் அந்த இடத்திற்கு ஓடினார். அவரது ஒரு கை மோட்டார் சைக்கிளின் கீழும் மற்றொரு கை அவர் உடலின் கீழும் அழுந்தியிருந்தது. உடலின் கீழே இருந்த கையை இழுத்தார். நாடித் துடிப்பு பலமாக இருந்தது. அவர் இன்னும் சாகவில்லை.

அங்கு ஒரு டிரக் நின்றுகொண்டிருந்தது. அங்கிருந்தவர்களின் உதவியுடன் அவரை டிரக்கில் ஏற்றினார்கள். தெற்கு காவல் நிலையத்திற்குப் பின்னால் இருந்த மருத்துவமனைக்கு எடுத்துச் சென்றார்கள். அனூப் வயர்லெஸ்ஸுக்கு ஓடினார். தெற்கு காவல் நிலையத்தை அழைத்தார். "தீவிர காயமடைந்த ஒரு நபரை காவல் நிலையத்திற்குப் பின்னால் இருக்கும் மருத்துவமனைக்கு டிரக் மூலம் அனுப்புகிறேன். இரவுப் பணி போலீஸார் உடனடியாக மருத்துவமனைக்குப் போய், மருத்துவமனை புறக் காவல் நிலையத்தில் சொல்லி, அவசர சிகிச்சை டாக்டரை உடனே வரவழைக்க வேண்டும். அவசர சிகிச்சை அறையைத் தயாராக வைக்க வேண்டும். காயம் பட்டவர் நிறைய ரத்தம் இழந்து விட்டார். ஒரு கான்ஸ்டபிள் மருத்துவமனையிலேயே இருந்து என்ன ரத்தம் தேவை என்று பார்க்க வேண்டும்" என்றார்.

இது போன்ற சூழ்நிலைகளுக்காகவே காவல் நிலையத்தில் ரத்த தானம் செய்வோர் விவரங்கள், அவர்களது ரத்த வகை ஆகியவை பற்றிய பதிவுகள் பராமரிக்கப்படுகின்றன. டிரக் மருத்துவமனையை அடைந்தபோது அங்கு மருத்துவர்கள் தயாராக இருந்தனர்.

மூன்று நாட்களுக்குப் பிறகு அந்த நபர் தீவிர சிகிச்சைப் பிரிவிலிருந்து மாற்றப்பட்டுவிட்டார். ஆபத்து நீங்கியது என்று செய்தி வந்தது. ஒரு மாதத்திற்குப் பிறகு அவர் இனிப்புகளுடன் முகாம் அலுவலகத்திற்கு வந்தார்.

○

அதே காலகட்டத்தில், தேசிய நெடுஞ்சாலையில் ஒரு வினோதமான சம்பவம் நடந்தது. அனூப்பிற்கு கண்ணில் ஒரு பிரச்சினை. இடது கண்ணில் தோன்றிய ஒரு கட்டி மிகவும் உறுத்தியது. அது தானாகச் சரியாகிவிடும் என்று சில நாட்கள் பொறுத்திருந்தார். பிறகு ஒரு நண்பர், மதுரை அரவிந்த் கண் மருத்துவமனையில் ஒரு நபரைத் தெரியும் என்று சொல்லி

அப்பாயிண்ட்மெண்ட் வாங்கி அங்கு போய் பார்க்குமாறு சொன்னார். அனூப் மதுரைக்குப் பேருந்தில் சென்றார். அப்போது மதுரை எஸ்.பி.யாகப் பின்னாளில் டி.ஜி.பி.யான சேகர் இருந்தார். அனூப் அவருக்கு போன் செய்து தான் அங்கு வருவதாகத் தெரிவிக்கவும், அனூப்பை வரவேற்று மருத்துவமனைக்கு அழைத்துச் செல்ல ஒரு வாகனத்தை அனுப்பியிருந்தார். அனூப் பிற்பகலில் புறப்பட்டு மருத்துவமனைக்குச் சுமார் நாலரை மணிக்குப் போய்ச் சேர்ந்தார். டாக்டர் அந்தப் பகுதியை மட்டும் மரத்துப்போகச் செய்து கட்டியைப் பத்து நிமிடங்களில் அகற்றிவிட்டார். கண்ணுக்குக் கட்டுப் போட்டு, ஒரு மணிநேரத்திற்குப் பிறகு கட்டை அவிழ்த்துவிடலாம் என்றும் சொன்னார். மதுரை எஸ்.பி. அந்த வாகனத்திலேயே தூத்துக்குடி செல்லுமாறு அனுப்பிவிட்டார்.

நெடுஞ்சாலையில் வரும்போது ஒரு இடத்தில் போக்குவரத்து நின்றுவிட்டது. சாலையின் இடது பக்கத்தில் வாகனங்கள் நீண்ட வரிசையில் நின்றன. இருள் சூழ்ந்துகொண்டிருந்தது. அனூப் சிறிது நேரம் காத்திருந்த பின் டிரைவரிடம் சொன்னார். "இது போலீஸ் வாகனம். சாலை நடுவே தடுப்பு இல்லை. வண்டியை வலது புறம் ஓட்டுங்கள். எவ்வளவு தூரம் போக முடிகிறது என்று பார்க்கலாம்." அவர்கள் பிரச்சினை நடந்த இடத்திற்கு வந்தார்கள். அது நெடுஞ்சாலையோடு உள்ளூர்ச் சாலை சந்திக்கும் இடம். அங்கு இரண்டு போலீஸ்காரர்கள் இருந்தார்கள். அனூப் வண்டியிலிருந்து இறங்கி என்ன பிரச்சினை என்று கேட்டார். இடித்துவிட்டு ஓடிய கேஸ் என்று சொன்னார்கள். சாலையில் நடந்து சென்ற ஒருவரை ஏதோ ஒரு வாகனம் இடித்துவிட்டு ஓடிவிட்டது. அந்த ஆள் இறந்துவிட்டார். பலியானவர் கிடந்த இடத்தைக் காட்டினார்கள். அவர் சாலையின் நடுவில் கிடந்தார். அவரைச் சுற்றி வெள்ளை சாக்கில் கோடு போடப்பட்டிருந்தது. அதாவது, சப் இன்ஸ்பெக்டர் வந்து பிரேத விசாரணையை முடித்துவிட்டார். உடல் விழுந்து கிடக்கும் நிலையைக் குறித்துவிட்டார். உடலில் இருந்தவற்றைக் குறித்துவிட்டார். அது வழக்கு புலனாய்வுக்கு உதவும். உடலைப் பிரேதப் பரிசோதனைக்கு அனுப்புவது மட்டுமே பாக்கி. அதற்காக வண்டியெடுத்துவர சப்–இன்ஸ்பெக்டர் போயிருக்கிறார்.

தன் காருக்குத் திரும்பி வர இருந்த அனூப், தன் எண்ணத்தை மாற்றிக்கொண்டு விபத்தில் பலியானவரின் உடலை நெருங்கிப் பார்க்கச் சென்றார். அந்த இடத்திற்குப் போய், கீழே புழுதியில் இருந்த உடலைப் பார்த்தார். அவரது தலை மெல்ல அசைவதாகத் தோன்றியது. அனூப், தனது ஒற்றைக் கண் தன்னை ஏமாற்றுகிறதோ என்று நினைத்தார். ஒரே கண்ணால் சாலையில் கிடந்த உடலை உற்றுப் பார்த்தார். மீண்டும் அந்தத் தலை அசைவதாக உணர்ந்தார். அனூப் தரையில் மண்டியிட்டு அந்த உடலின் நெற்றியில்

கைவைத்தார். நாடித் துடிப்பு தெரிந்தது. அவர் துள்ளிக் குதித்துக் கத்தினார். "இந்த ஆள் உயிரோடிருக்கிறார். உயிரோடிருக்கிறார்."

அவர் தன் காரைத் திருப்ப விரும்பினார். ஆனால் திருப்ப முடியவில்லை. பின்னால் ஒரு கார் நின்றுகொண்டிருந்தது. அதில் 'லக்ஷ்மி மில்ஸ்' என்ற வாசகம் இருந்தது. அந்தக் காரில் இருந்தவர்களிடம் தன்னை அறிமுகப்படுத்திக்கொண்டார். காயம் பட்டவரை அவர்களது வாகனத்தில் மருத்துவமனை எடுத்துச் செல்லும்படி கேட்டுக்கொண்டார். அந்த வாகனத்தில் இருந்தவர் லக்ஷ்மி மில்ஸ் பொது மேலாளர். அவர் தயங்கினார். அனூப் அவருக்கு உறுதி அளித்தார். போகும் வழியில் அந்த நபர் இறந்துவிட்டாலும் உங்களுக்கு எந்த சிரமமும் வராது என்றார். அவரது வண்டி அந்தப் பக்கம்தான் போகிறது. வீணாக்க நேரமில்லை என்று விளக்கினார்.

லக்ஷ்மி மில்ஸ் மேலாளர் தன் வாகனத்தைக் காலி செய்துதர முன்வந்தார். அனூப் அங்கிருந்த கான்ஸ்டபிள்களை, உடலை வண்டியின் பின் இருக்கையில் ஏற்றுமாறு சொன்னார். அவர்கள் சப்-இன்ஸ்பெக்டர் வந்துவிடுவார் என்றார்கள். அதற்கெல்லாம் நேரமில்லை என்றார் அனூப். அங்கு ஒரு ஆரம்ப சுகாதார நிலையம் இருப்பதாகச் சொன்னார் கான்ஸ்டபிள். அனூப் அதைப் புறக்கணித்தார். காயம் பட்டவரை மருத்துவமனைக்குக் கொண்டுபோகச் சொன்னார். மருத்துவமனை அங்கிருந்து 15 கி.மீ. தூரத்தில் இருந்தது.

அந்தச் சமயத்தில் சப் இன்ஸ்பெக்டர் வேனுடன் வந்தார். அனூப், சப் இன்ஸ்பெக்டரிடம், அந்த வேனிலேயே லக்ஷ்மி மில்ஸ் வாகனத்தைப் பின்தொடர்ந்து சென்று மருத்துவமனையில் எல்லாம் சரியாக நடப்பதை உறுதி செய்யுமாறு சொன்னார். போக்குவரத்து இலகுவானது. அனூப், லக்ஷ்மி மில்ஸ் மேலாளரைத் தன்னுடைய காரில் ஏற்றிச் சென்று அவரது இடத்தில் இறக்கிவிட்டார். தன்னுடைய தொலைபேசி எண்ணைக் கொடுத்து, என்ன பிரச்சினை என்றாலும் பேசுமாறு சொன்னார். அவருடைய காரைக் கழுவித் தருவதாகச் சொன்னார். அவர் மறுத்துவிட்டார். அனூப் வீடு திரும்பித் தன் கண் கட்டை அவிழ்த்தார்.

இரண்டு நாட்களுக்குப் பிறகு அந்த நபர் பிழைத்துவிட்டார் என்று தகவல் வந்தது. அந்த ஆள் சாவின் விளிம்பிற்குச் சென்று திரும்பியுள்ளார். அனூப் அதன் பின் அந்த நபரைப் பார்க்கவும் இல்லை, அவரைப் பற்றிக் கேள்விப்படவும் இல்லை.

17

விதியின் பாதுகாப்பான கரங்கள்

ஸ்ரீவைகுண்டம் சப் டிவிஷனைச் சேர்ந்த ஒரு இன்ஸ்பெக்டர், ஒரு பெண் குற்றவாளியை அரசுப் பொது மருத்துவமனையில் சேர்ப்பதற் காகத் தூத்துக்குடி அழைத்துவந்தார். உள்ளூரி லிருந்த ஆரம்ப சுகாதார நிலையத்தில் சிகிச்சை அளிக்க முடியாத அளவுக்குத் தீவிரக் காயங்கள். அவள் ஒரு துப்புரவுத் தொழிலாளி. இரண்டு குழந்தைகள். பெரிய குழந்தைக்கு இன்னும் மூன்று வயதுகூட நிறைவடையவில்லை அவள் மூன்றாவதாக கருவுற்ற போது, கணவன் அவளைக் கைவிட்டுவிட்டான். மகப்பேறு தொடர்பான உடல் நலப் பிரச்சினைகளால் அவள் வேலைக்குப் போக முடியவில்லை. கொஞ்ச நாட்களுக்கு அக்கம் பக்கத்தார் உதவிகள் செய்தனர். குழந்தைகளுக்கு உணவளிக்க முடியாமல், அவர்கள் பட்டினியைப் பார்க்க முடியாமல், தன் வாழ்வையும் குழந்தைகளின் வாழ்வையும் முடித்துக்கொள்வது என்று முடிவு செய்தாள்.

குழந்தைகளை ஒரு கிணற்றுக்கு அழைத்துப் போனாள். பத்துப் பதினைந்து அடி ஆழத்தில் தண்ணீர் இருந்தது. இறங்கப் பாதை இருந்தது. குழந்தைகளின் அழுகையையும் எதிர்ப்பையும் மீறி, அவர்களை ஒவ்வொருவராகக் கிணற்றில் தள்ளினாள். அவர்கள் மூழ்குவதைப் பார்த்து அழுதபடி தானும் தண்ணீரில் குதித்தாள். அவள் மூழ்கவில்லை. அவளுக்குக் கொஞ்சம் நீச்சல்

தெரியும். தன்னையறியாமல் நீந்தி வெளிவந்தாள். குழந்தைகளின் உடல்கள் மிதந்தன. அலைகள் மெல்ல அடங்கின. இறந்துவிட்ட குழந்தைகளைப் பார்த்தவுடன், இனியும் தான் வாழக் கூடாது என்ற வெறி வந்தது. மீண்டும் மேலே ஏறினாள். இம்முறை, இன்னும் உயரமான, பாறைகள் நிறைந்த மறு பகுதிக்குச் சென்று, அங்கிருந்து குதித்தாள். தண்ணீரில் விழு முன், பாறைகள் மீதும் முள் புதர்கள் மீதும் மோதியதால், பலத்த காயமடைந்தாள். ஆனால் இப்போதும் அவள் நீரில் மூழ்கவில்லை. அவளது மிதக்கும் திறன் அவளை மூழ்க விடவில்லை. மீண்டும் மேலேறி மூன்றாவது முறையாக குதித்தாள். மேலும் காயங்கள் பட்டதே தவிர மூழ்க முடியவில்லை.

இன்ஸ்பெக்டரின் கூற்றுப்படி, அவளது இடுப்பெலும்புகள் இரண்டும் உடைந்துவிட்டன. அவளது கரு கலைந்துவிட்டது. ரத்தப் போக்குடன் உணர்வின்றிக் கிடந்த அவளை முதலில் ஆரம்ப சுகாதார நிலையத்திற்கு அழைத்துச் சென்றனர். பிறகு அரசுப் பொது மருத்துவமனைக்குக் கொண்டுவரப்பட்டாள். இரண்டு குழந்தைகளின் உடல்களும் பிரேதப் பரிசோதனை செய்யப்பட்டன. அவர்கள் நீரில் மூழ்கியதால் உயிரிழந்ததாகப் பதிவு செய்யப்பட்டது.

அனூப் பொது மருத்துவமனைக்குச் சென்றார். அவள் பிழைத்துக்கொள்வாள் என்றார் டாக்டர். அவளால் பேச முடிந்த போது, நடந்தவற்றுக்காக அவள் தன்னையே நொந்துகொண்டாள். அவள் தன் குழந்தைகளைக் கொன்றுவிட்டாள். ஏனென்றால், அவளுக்கோ, அவளது குழந்தைகளுக்கோ, கருவிலிருந்த பிறக்காத குழந்தைக்கோ எந்த ஆதரவும் நம்பிக்கையும் இல்லை.

அவள் மீது தற்கொலை முயற்சி என்பதைத் தவிர வேறு எந்த வழக்கும் பதிவு செய்ய முடியவில்லை என்று இன்ஸ்பெக்டர் சொன்னார். பிரிவு 309. அது இப்போது ஒரு குற்றமல்ல. அதைச் செய்வதும் பரிதாபகரமானதாக இருக்கும். அவரால் செய்ய முடியவில்லை.

"பரவாயில்லை விட்டுவிடுங்கள். நமக்கு கவனிக்க வேண்டிய வேறு வழக்குகள் இருக்கின்றன" என்றார் அனூப். "இதில் விசாரிக்க ஒன்றுமில்லை. அதிலிருந்து என்ன கிடைக்கும்? குழந்தைகளைக் கொன்றதற்காகவும் தற்கொலை செய்துகொள்ள முயன்றதற்காகவும் நாம் வறுமையின் மீது வழக்குப் போட முடியாது அல்லவா?"

அவர்கள் அவளை அங்கேயே விட்டுவிட்டனர், பலத்த கட்டுக்களோடு, தூத்துக்குடி பொது மருத்துவமனையின் பொது வார்டில். விதியின் பாதுகாப்பான கரங்களில்.

18

அன்னியன்

அனூப் ஜெய்ஸ்வால் காவல் துறையில் சேர ஒருபோதும் விரும்பியதில்லை. சேர்ந்த பிறகு, ஆரம்ப நாட்களில் அதற்குப் பொருத்தமில்லாதவராகவே கருதப்பட்டார். அவர் கவனிக்காத சமயத்தில் அந்த முத்திரை அவர்மீது விழுந்துவிட்டது. ராணுவப் பள்ளியிலிருந்து வெளிவந்து கடக்வாஸ்லாவிலுள்ள தேசியப் பாதுகாப்பு உயர் பயிற்சியகத்தில் போர் விமானியாவதற்கான பயிற்சியாளராகச் சேர்ந்தார். ஆனால் அவரது மனதை ராணுவப் பள்ளியின் இயற்பியல் ஆசிரியர் ஆக்கிரமித்திருந்தார். கோரக்வாலிலிருந்த ராணுவப் பள்ளி ஆண்களுக்கான உறைவிடப் பள்ளி. அவர்கள் ராணுவச் சேவையில் சேருமுன் அவர்களை அடைகாத்து உருவாக்கும் கருவியாக இருந்தது.

அதற்கும் முன், அனூப்பின் தந்தை அவரை உத்தரப் பிரதேசத்திலுள்ள கோரக்பூர் அரசு ஜூபிலி இடைநிலைப் பள்ளியில் ஆறாம் வகுப்பில் சேர்த்திருந்தார். பள்ளிக்கூடத்துக்குப் பக்கத்தில் இருந்த காலனியில் 40 x 60 சதுர அடி மனை ஒன்றில் வீடு கட்டியிருந்தார். அந்த வீட்டிற்குக் குடிபோன பின்னும் சுமார் இரண்டாண்டுகள்வரை மின்சாரம் இல்லை. ஏதோ காரணத்தால் மிகத் தாமதமாகவே மின்சாரம் வந்தது. அது முழுதாகக் கட்டி முடிக்கப்படாத வீடாகவே இருந்தது. வாயில், சுற்றுச் சுவர், வராந்தா, வரவேற்பறை ஆகியவற்றை அவர் கட்டாமலே விட்டிருந்தார். கேட்டால், அலட்சியமாகச் சிரித்தார். நல்ல முகப்புடன்

வீட்டைக் கட்ட வேண்டும்; அதற்கு இன்னும் கொஞ்சம் பணம் சேர்க்க வேண்டும் என்றார். முடிக்கப்படாத அந்த வீட்டில் நான்கு அறைகள் இருந்தன. ஒன்றில் அனூப்பின் பாட்டி உறங்கினார். மற்ற அறைகள் பெரிதும் ஸ்டோர் ரூம்களாகவே பயன்பட்டன. படுக்கை அறைகள், சாப்பிடும் இடம் என்பதெல்லாம் அவர்கள் கருத்தில் இல்லை.

கோரைப் பாயில் படுத்துறங்கினார்கள். எங்கே கோரைப் பாய் விரிக்கப்படுகிறதோ அதுவே படுக்கை அறையானது. காலையில் எழுந்தவுடன் கோரைப் பாய்கள் சுருட்டி சுவரில் ஓரமாகச் சாய்த்து வைக்கப்பட்டன. குளியலறையும் கழிவறையும் வெளியே பின்பக்கம் இருந்தன. குழந்தைப் பருவம் மிக மகிழ்ச்சியானதாக இருந்தது. அக்கம்பக்கத்தில் அவரது வயதுப் பிள்ளைகள் நிறையவே இருந்தனர். விளையாடி முடித்துவிட்டு விருப்பமின்றியே வீடு திரும்பினார்கள்.

அரசு ஜூபிலி இடைநிலைப் பள்ளி வரிசையான ஓரடுக்குக் கட்டிடங்களில் இயங்கியது. சதுரமான சன்னல்கள். ஒரு காலத்தில் சிவப்பு நிறமாக இருந்த அதன் கூரை மங்கிப் பழுப்பு நிறமாக ஆகிவிட்டது. பிரதானக் கட்டிடத்தில் அலங்கார வளைவுகள் நிறைந்த பெரிய வராந்தா இருந்தது. பெரிய மைதானத்தில் வரிசையாக நின்ற மரங்கள் பள்ளிக் கட்டடங்களைக் காட்டிலும் உயர்ந்து நின்றன. வகுப்பறையில் 80 அல்லது 90 மாணவர்கள் இருந்தனர். வகுப்பறையின் பின்பகுதியில் மூன்று, நான்கு வரிசை பெஞ்சுகள் இருந்தன. பெரும்பாலான மாணவர்கள் தரையில் அமர்ந்தனர். நீல நிற அரைக்கால் சட்டையும் வெள்ளை நிறச் சட்டையும் சீருடை. பேனா மைக்கறை பட்டுப் பரவி வெள்ளைச் சட்டை நீலச் சட்டையாக மாறியிருந்தது. தினமும் காலையில் ஒரு பியூன் கெட்டிலுடன் வந்து, வகுப்பறையில் இருக்கும் குடுவையில் இங்க்கை ஊற்றிவிட்டுப் போவார். கொஞ்ச நேரத்தில் அது பேனாக்களில் இடப்பட்டதைக் காட்டிலும் அதிகமாகத் தரையிலும் மாணவர்களின் கைகளிலும் சட்டைகளிலும் கொட்டியிருக்கும்.

ஆசிரியரைக் காட்டிலும் அவர் கையிலிருந்த பிரம்பு அதிகம் பேசியது. அது தெளிவாகவும் இருந்தது. பிரம்பின் ஒரு விளாசல் வகுப்பறையில் குறைந்தது ஐந்து நிமிடங்களுக்கு ஊசி விழுந்தாலும் கேட்கும் நிசப்தத்தை உருவாக்கப் போதுமானதாக இருந்தது. பிறகு மெல்லக் கிசுகிசுப்பு துவங்கி, சத்தமாகி, பிரம்பு மீண்டும் விளாசப்படும்வரை தொடர்ந்தது. அவர்களை மிகவும் பயமுறுத்திய ஆசிரியர் மஹாத்தம் சிங். அந்தப் பள்ளியிலேயே அவரிடமே மிக வேகமான, அதிக வலியேற்படுத்தும் பிரம்பு

இருந்தது. அவர்களை அடிக்கும் நேரம்போக மற்ற சமயங்களில் அவர் கணக்கு போதித்தார். தனது இருப்பைக் காட்டிக்கொள்ள அவருக்கு ஒரு தனி வழி இருந்தது. பிரம்பின் கூர்மையான வீச்சொலியும், அது யாரோ ஒருவருடைய முதுகில் பட்டென்று தாக்கும் ஓசையும் கேட்டால் அவர் வகுப்பிலிருக்கிறார் என்று அவர்கள் தெரிந்துகொண்டார்கள். அந்தக் கணத்தில் வகுப்பின் சலசலப்பு மடியும்.

ஒருநாள் இப்படியாக அமைதியை ஏற்படுத்தியபின் அவர் கேட்டார், "உங்களில் யாராவது இந்திய ராணுவத்தின் தரைப் படையில் சேர்ந்து நாட்டுக்குச் சேவையாற்ற விரும்புகிறீர்களா?" அந்தக் கேள்வி அனூப்பின் வாழ்க்கையையே மாற்றப்போகிறது என்பது அவருக்கு அப்போது தெரியாது. தொளதொள உடைகளை அணிந்துகொண்டு மாணவர்கள் சிலர் நடத்தும் என்.சி.சி. அணிவகுப்பைத் தாண்டி அவர்களுக்கு ராணுவம் என்றால் என்னவென்று தெரியாது. அவர்கள் அமைதியாக இருந்தனர். மஹாத்தம் சிங் அவர்களை வெறுப்பேற்றினார். "ஓ, இந்த வகுப்பறை முழுவதும் கோழைகளா? இந்திய ராணுவத்தில் சேர்ந்து சேவையாற்ற இங்கு ஒருவருக்கும் தைரியமோ, துணிவோ இல்லையா?"

அவர் "கோழைகள்" என்றதும் அனூப் யோசிக்காமலே கையை உயர்த்தினார். மஹாத்தம் சிங் ஒரு பேப்பரில் அவரது பெயர், தந்தை பெயர், பிறந்த தேதி ஆகியவற்றைக் குறித்துக்கொண்டார். பிறகு கேட்டார் – "வேறு யாராவது இருக்கிறீர்களா?" மேலும் இரண்டு கைகள் உயர்ந்தன. அவர்களது பெயர்களையும் குறித்துக்கொண்டார். "தேர்வுகள் வருகின்றன, நாம் தயாராக வேண்டும்" என்று சொல்லி அவர் வகுப்பைத் தொடர்ந்தார்.

அனூப் தன் பெற்றோரிடம் தான் ராணுவத்தில் சேர விருப்பம் தெரிவித்திருப்பதாகக் கூறியபோது அவர்கள் அதைப் பொருட்படுத்தவே இல்லை. சுமார் ஒரு மாதத்திற்குப் பின் அனூப் வகுப்பறையில் சக மாணவனோடு பேசிக்கொண்டிருந்தார். முதுகில் பழுக்கக் காய்ச்சிய இரும்பால் சுட்டது போலிருந்தது. மஹாத்தம் சிங்கின் பிரம்புதான் அது. வகுப்பில் மயான அமைதி. அனூப் நிமிர்ந்து பார்த்தார். மஹாத்தம் சிங் அவரை முறைத்துக்கொண்டிருந்தார்.

"நீதான் அனூப் ஜெய்ஸ்வாலா?"

"ஆமாம் சார்."

"நான் உன்னைக் கூப்பிட்டுக்கொண்டிருக்கிறேன். நீ ஏன் பதில் சொல்லவில்லை?"

அனூப் அமைதியாயிருந்தார்.

“எழுந்திரு.”

எழுந்தார்.

“வகுப்பை விட்டு வெளியே போ. வெளியே நில்.”

அனூப் வகுப்பறையை விட்டு வெளியேறினார். அந்தக் கணக்கு ஆசிரியர் மேலும் இரு மாணவர்களை வெளியேற்றினார். சாலையில் மைதானத்தையொட்டி ஒரு ராணுவ வாகனம் நின்றுகொண்டிருந்தது. மஹாத்தம் சிங் அந்த மாணவர்களின் பின்னால் வந்து அவர்களை அந்த வாகனத்தில் ஏறச் சொன்னார். அதில் ஏற்கெனவே நிறைய மாணவர்கள் இருந்தனர். அது மற்றொரு பள்ளி வளாகத்திற்குள் நுழைந்தது. அவர்கள் வண்டியிலிருந்து குதித்தனர். அந்தப் பெரிய கால்பந்து மைதானத்தில் சுமார் 50 மாணவர்கள் இருந்தனர். மைதானத்தின் நடுவில் ஒரு கரும்பலகை, சில நாற்காலிகள், ஒரு மேசை ஆகியவை இருந்தன. சீருடை அணிந்த இருவர் நாற்காலிகளில் அமர்ந்திருந்தனர். மாணவர்கள் வரிசையாக அந்த மேசையை நோக்கிச் சென்றனர் அனூப் மேசையை நெருங்கியபோது ராணுவத்தினர், பென்சில்களை இரு துண்டுகளாக்கி, மாணவர்கள் ஒவ்வொருவருக்கும் ஒரு துண்டு பென்சிலையும் ஒரு துண்டு அழிப்பானையும் தந்தனர்.

கரும்பலகையில் இருபது இருபத்தைந்து கேள்விகள் இருந்தன. மாணவர்கள் வரிசையில் நின்று தங்களுக்குத் தரப்பட்ட தாள்களில் கேள்விகளை எழுதிக்கொண்டனர். ஒருவருக்கொருவர் பேச முடியாமல் தேர்வை எழுத மைதானத் தில் பரவலாக உட்கார வைக்கப்பட்டனர். எழுதி முடித்ததும் விடைத்தாளைத் தந்துவிட வேண்டும். பென்சில், அழிப்பானை எடுத்துக்கொள்ளலாம். அனூப் மகிழ்ச்சியாக வீடு திரும்பினார். தேர்வில் தேறுகிறோமோ இல்லையோ ஒரு பென்சிலும் அழிப்பானும் கிடைத்தது. தேர்வு பற்றிப் பெற்றோரிடம் சொன்னார். பென்சில் அழிப்பானைக் காட்டினார். அவர்கள் புன்னகைத்தனர். வேறு எந்த எதிர்வினையும் இல்லை.

ஒரு மாதத்திற்குப் பிறகு மஹாத்தம் சிங் வகுப்பில் அனூப்பின் பெயரைச் சொல்லிக் கூப்பிட்டு, எழுந்து நிற்குமாறு சொன்னார். அனூப் எழுந்து நின்றார். அருகே வருமாறு அழைத்தார். அனூப் அவர் முன்னால் போய் நின்றார். அனூப்பின் சட்டை இங்க் கறைகளால் நீல நிறமாகியிருந்தது. அம்மா எவ்வளவு தோய்த்தாலும் அது போகாது. கால்சட்டை கசங்கியிருந்தது. காலில் ரப்பர் ஸ்லிப்பர்கள். “இது போதாது”. ஆசிரியர் முகம் சுளித்தார். “நீ இன்டர்வியூவிற்குத் தேர்வாகி இருக்கிறாய். திங்கள்கிழமை இன்டர்வியூ. ராணுவ அதிகாரிகள் வருவார்கள். உன் அம்மாவிடம்

சொல்லி, சட்டை, கால்சட்டையை நன்றாகத் தோய்த்து, இஸ்திரி போட்டு அணிந்து வர வேண்டும். இந்த ஸ்லிப்பரோடு இன்டர்வியூவிற்கு வரக் கூடாது. வெள்ளை கேன்வாஸ் ஷூ, வெள்ளை சாக்ஸ் அல்லது கருப்பு நிற ஷூ, வெள்ளை சாக்ஸ் அணிந்து வர வேண்டும். புரிந்ததா? திங்கள் காலை."

"புரிந்தது சார்."

அனூப் பெற்றோரிடம் தான் இன்டர்வியூவிற்குத் தேர்வாகி இருப்பதைச் சொன்னார். அவரது தந்தைக்கு வேலைகள் அதிகம். அவர் கடையிலிருந்து தாமதமாக வீட்டிற்கு வருவார். அதனாலேயே அவர் அனூப் சொன்னதைக் கவனிக்காமலிருந்திருக்க வேண்டும். ஆனால் அம்மா கவனித்துக் கேட்டுக்கொண்டார். பள்ளிச் சீருடையை ஒன்றுக்கு இரண்டு முறையாகத் துவைத்தார். வீட்டில் இஸ்திரிப் பெட்டி இல்லை. சுருக்கங்கள் போக அவற்றை மடித்துத் தலையணையின் கீழ் வைத்தார். அந்த வீட்டில் ஒருபோதும் ஷூ வாங்கப்பட்டதில்லை. ஷூ இல்லாமல் போனால் கணித ஆசிரியர் மறக்க முடியாத அடியைக் கொடுப்பாரே என்று பயந்தார். அன்று இரவு கணித ஆசிரியர் பலமான பிரம்படி கொடுப்பதாகக் கனவு கண்டார். தூக்கத்தில் அலறியிருக்க வேண்டும். அம்மா ஓடி வந்து எழுப்பி, என்ன ஆச்சு என்று கேட்டார்.

திங்கள்கிழமை வந்தது. அனூப்பிடம் ஆசிரியர் அணியச் சொன்ன ஷூ அவரிடம் இல்லை. இன்டர்வியூவிற்குப் போகலாமா, வேண்டாமா என்று யோசித்தார். உடல்நிலை சரியில்லை என்று சொல்லிவிடலாமா? ஷூ இல்லை என்பதற்காக அல்ல, மஹாத்தம் சிங்கின் கோபத்திற்கு ஆளாக நேரிடுமே என்பதற்காக. இன்டர்வியூவிற்குப் போகவில்லை என்றால் விளைவு அதைவிட மோசமாக இருக்கலாம் என்றும் யோசித்து, சீருடை அணிந்துகொண்டு ஸ்லிப்பருடனேயே பள்ளிக்குப் போனார். பள்ளி வளாகத்தில் ஒரு சிறிய கட்டிடத்தில் லைப்ரரி இருந்தது. அது மூத்த மாணவர்களுக்கானது. அங்குதான் இன்டர்வியூ நடக்கும். அங்கு மேலும் சில மாணவர்கள் இருந்தனர். மஹாத்தம் சிங் அங்கேயே காத்திருந்தார். அனூப்பைப் பார்த்தார். கூப்பிட்டார். பொறுமை இழந்தார். பிரம்பை ஆட்டியபடி கத்தினார். "ஏன் ஷூ போடவில்லை?" அனூப் அழ ஆரம்பித்தார். அழுதுகொண்டே சொன்னார். "குருஜி. என் பெற்றோரிடம் சொன்னேன். ஆனால் ஷூ வாங்க முடியவில்லை."

அனூப் அழுவதைப் பார்த்த கணித ஆசிரியரின் மனம் உருகியது. "பரவாயில்லை, அழாதே. ஒன்று செய், இந்த ஸ்லிப்பர்கள் ரொம்ப பழசா தெரியுது. இன்டர்வியூவுக்கு உன் முறை வரும்போது, ஸ்லிப்பர் இல்லாமல் வெறும் காலுடன் போ. உன் கால்கள்

குற்றமும் கருணையும்

சுத்தமாகவே இருக்கின்றன. ஏன் வெறும் காலுடன் வந்திருக்கிறாய் என்று யாராவது கேட்டால் ராணுவத்திற்கும் பெரியவர்களுக்கும் மரியாதை காரணமாக ஷூவை வெளியே விட்டு வந்தேன் என்று சொல்" என்றார்.

அனூப்பின் முறை வந்தபோது ராணுவப் பள்ளியின் முதல்வர் விங் கமாண்டர் முகர்ஜியும் மற்றுமிரு அதிகாரிகளும் இருந்தனர். எல்லோரும் சீருடை அணிந்து மனம் கவரும் விதத்தில் இருந்தனர். அனூப் வணக்கம் சொல்லி முன்னே நடந்தார். அவர்கள் உடனே அனூப் ஷூ அணியாமல் உள்ளே வந்திருப்பதைக் கண்டனர். ஏன் என்று கேட்டனர். அனூப் ஆசிரியர் சொல்லித் தந்தபடியே பதில் சொன்னார். அவர்கள் மனம் விட்டுச் சிரித்தனர்.

ஒரு மாதத்திற்குப் பிறகு அனூப் ராணுவப் பள்ளிக்குத் தேர்வானார். அனுமதிக் கடிதத்தைப் பார்த்ததும் அப்பா, கட்டணம் அதிகம் என்றும் தன்னால் செலுத்த இயலாது என்றும் சொன்னார். தங்குமிடம், சாப்பாடு எல்லாம் சேர்த்து மாதம் ரூ. 200. அப்பா கடிதத்தைத் தன்னுடன் எடுத்துப் போனார். மாலை திரும்பி வந்து, பெற்றோரின் மாத வருமானம் ரூ. 250க்குக் குறைவு என்றால் ஸகாலர்ஷிப் கிடைக்கும் என்றார். அதற்கான விண்ணப்பத்தை அனுப்பினார். 15 நாட்களுக்குப் பிறகு அனூப்பின் கட்டணம் ரத்து செய்யப்பட்டது. அனூப் ராணுவப் பள்ளிக்கு என்னென்ன உடைகள் எடுத்துப் போக வேண்டுமென்னும் விவரத்துடன் கடிதம் வந்தது.

ராணுவப் பள்ளி 6000 அடி உயரத்தில் குமோன் மலைகளின் மீது இருந்தது. பள்ளியின் பரேட் மைதானத்திலிருந்து பார்த்தால் தொலை தூரத்தில் பீம்தால் நகரின் வீடுகள் சிறியதாகத் தெரிந்தன. சரிவுகள், பள்ளத்தாக்குகளிடையே சிறு பறவைக் குஞ்சுகளாய், சிறிது சிறிதாய்த் தெரியும் மரங்களிடையே வீடுகள் சிதறிக் கிடந்தன. சாலைகள் மலைகளில் இறங்கின. தூரத்தில் பீம்தால் ஏரி நீல வானத்தைப் பிரதிபலித்துக்கொண்டிருந்தது. குளிர் காலத்தில், பரேட் மைதானத்தில், பனிக் குவியல்கள் சிறு சிறு ராணுவ வீரர்களாய் நின்றிருந்தன.

இங்கிலாந்தின் காவென்ட்ரி நகரிலிருந்து டேவிட் கிர்க்லன்ட் என்பவர் தன்னார்வ ஆசிரியராகத் தன்னார்வச் சேவை அமைப்பின் திட்டத்தின் கீழ் வந்திருந்தார். அவர் இயற்பியலும் கணிதமும் போதித்தார். அனூப் எட்டாம், ஒன்பதாம் வகுப்புக்களில் இருந்தபோது அவை அவருக்கு விருப்பமான பாடங்கள். கிர்க்லன்ட் அங்கு இருந்ததால் அவை அனூப்பை ஆக்கிரமித்தன.

கிர்க்லன்ட்டின் வயது இருபதுகளின் பிற்பகுதியில் அல்லது முப்பதுகளின் துவக்கத்தில் இருக்கலாம். எளிமையாகவும் அதே நேரத்தில் சுறுசுறுப்பாகவும் இருந்தார். அவர் எப்போதும் கசங்கிய காட்டன் கால்சட்டையும் டீ ஷர்ட்டும் அவ்வப்போது வெள்ளைச் சட்டையும் அணிந்தார். விசேஷ நாட்களில் எல்லாப் பணியாளர்களும் ஆசிரியர்களும் கோட்டும் டையும் அணிந்து வரும்போது மட்டும் கிர்க்லன்ட் ட்வீட் கோட்டு அணிந்தார். டை, காலருக்குக் கீழே சாய்வாக, தளர்வாகத் தொங்கியது. கழுத்தை இறுக்கிப் பிடிக்கும் எதுவும் அவருக்குப் பிடிக்காது என்பதைப் போலிருந்தது. அவருக்குத் திருமணமாகவில்லை. மாணவர் விடுதியின் அருகில் ஒரு அறையில் வசித்தார். மாணவர்கள் தங்கள் சந்தேகங்களைத் தீர்த்துக்கொள்ள விரும்பினால் எப்போது வேண்டுமானாலும் அவரை அணுகலாம். அவருடைய வகுப்புக்களில் அவர் கேட்கும் தந்திரமான கேள்விகளுக்கு அனூப்பிற்கு விடை தெரிந்திருந்தது. அவருடைய கையே விடை சொல்ல முதலில் உயர்ந்தது.

கிர்க்லன்ட் ஒருநாள் வகுப்பில் சொன்னார். “நான் இங்கிலாந்தில் பாடம் கற்பித்துள்ளேன். பிரான்ஸில் கற்பித்துள்ளேன். ஆனால் அனூப் ஜெய்ஸ்வாலைப் போல ஒரு புத்திசாலியை நான் பார்க்கவில்லை.” அனூப் நின்றுகொண்டிருந்தார். கிர்க்லன்ட்டின் வார்த்தைகள் அவருக்குப் பெருமையாக இருந்தன. கிர்க்லன்ட் அனூப்பிற்கு வெகுமதியாக மிட்டாய் ஒன்றைக் கொடுத்தார். அது அழகான தாளில் சுற்றப்பட்டிருந்தது. அது ஒரு மிகச் சிறிய மிட்டாய்தான். ஆனால் அனூப்பிற்கு அது முக்கியமானதாகவும் விலையுயர்ந்த பரிசாகவும் இருந்தது. அனூப் அதைச் சாப்பிடாமல் பாதுகாத்து வைத்திருந்தார். ஆனால் எறும்புகள் அதைக் கண்டுபிடித்துவிட்டன. அவற்றுக்குச் சுற்றுத்தாளைப் பிரிக்க வேண்டிய தேவையில்லை. தாளைத் துளையிட்டு மிட்டாயைத் தின்றுவிட்டன. பல நாட்களுக்குப் பிறகு அனூப் துளைகள் விழுந்த தாளைப் பார்த்தார். மிட்டாய் ஏதும் அதில் மிச்சமில்லை. மிட்டாய் இருந்த அடையாளமே இல்லை. வாசனையும் இல்லை.

அனூப்பிடம் கிர்க்லன்ட் சொன்னார். “நீ ஏன் ஒரு விஞ்ஞானியாகக் கூடாது? அது ஒரு தந்திரக் கேள்வியா? அனூப் இப்போதும் அப்படித்தான் நினைக்கிறார். அனூப், விஞ்ஞானியாக வேண்டுமென்று விரும்பினார். விஞ்ஞானியாகப் போகிறார். அறிவியலில் அவருக்குத் திறமை இருந்தது. அவர் 9ஆம் வகுப்பு படிக்கும்போதே அறிவியல் கண்காட்சிக்குப் பொறுப்பேற்றார். 10, 11ஆம் வகுப்பு மாணவர்களுக்கு அந்தப் பொறுப்பு வழங்கப்படவில்லை. கிர்க்லன்ட், அனூப்பை ஆதரித்தார். அனூப் அதை ஒரு சவாலாக எடுத்துக்கொண்டார்.

அனூப் ராணுவப் பள்ளியில் சேர்க்கப்பட்டதற்கான நிபந்தனைகளில் ஒன்று அவர் தேசியப் பாதுகாப்பு உயர் பயிற்சியகத் தேர்வில் கலந்துகொள்ள வேண்டும் என்பதாகும். அவருக்கு அரசு ஸ்காலர்ஷிப் தந்துள்ளது. தங்குமிடம், உணவு, கல்வி இலவசம். அவரது தந்தை அனூப்பின் படிப்பிற்காக ஆண்டுக்கு 100 ரூபாய் செலுத்துகிறார். அனூப்பிற்குப் பாக்கெட் மணி மாதம் 10 ரூபாய். அனூப்பின் தந்தை அவரது மகன் தேசியப் பாதுகாப்பு உயர் பயிற்சியகத்தில் சேரவில்லையென்றால் ஸ்காலர்ஷிப் தொகையைத் திருப்பிச் செலுத்துவதாக உறுதி எழுதித் தந்துள்ளார். விஞ்ஞானியாவதற்காக அனூப் தேர்வுகளில் தோல்வியடைய விரும்பினார். ஆனால், அவர் கணிதத்தில் திறமையானவராக இருந்ததால் தேர்ச்சி பெற்றார். நேர்முகத் தேர்வில் தோல்வியடையலாம் என்று நினைத்தார். ஆனால் அதிலும் தேர்ச்சி பெற்றார். அவரது தந்தை மகிழ்ச்சியடைந்தார்.

மேற்கு உத்தரப் பிரதேசம் தியோரியா மாவட்டத்தில் உள்ள மோஹ்ரா சமோகர் கிராமம் அனூப்பின் சொந்த ஊர். அங்கு ராஜபுத்திரர்களும் க்ஷத்திரியர்களும் அதிகம். அனூப்பின் தந்தையிடம் அவரது மூதாதையர்கள் வைத்திருந்த இரட்டைக் குழல் துப்பாக்கி ஒன்று இருந்தது. அது இப்போது அனூப்பிற்குச் சொந்தம். க்ஷத்திரியர் நிறைந்த ஒரு சமூகத்தில், ஒரு வைசியர் இரட்டைக் குழல் துப்பாக்கி வைத்திருப்பது அபூர்வம். தன் தந்தையின் ஊருக்குச் செல்லும்போதெல்லாம் அனூப் அந்தத் துப்பாக்கியை வைத்திருக்க வேண்டும். அவர்கள் மாலை நேரங்களில் ஆற்றங்கரைக்குப் போய் அங்கு கூட்டம் கூட்டமாக வரும் பறவைகளைச் சுடுவார்கள். ஒரே சூட்டில் தந்தை மூன்று நான்கு பறவைகளை வீழ்த்துவதைப் பார்த்து அனூப் ஆச்சரியப்படுவார். ஒவ்வொரு முறை சுடும்போதும் முப்பது அல்லது நாற்பது ரவைகள் வளைவாகப் பாய்ந்து பறவைகளைத் தாக்கும். அந்த வளைவின் நடுவில் சிக்கிக்கொள்ளும் பறவைகள் தப்பிப்பது அரிது.

வணிகச் சமூகத்திலிருந்து ராணுவத்திற்குப் போனவர்கள் மிகச் சிலரே. அனூப்பின் கிராமத்தில் ஒருவர் எட்டிய மிக உயர்ந்த பதவி சுபேதார் மேஜர். அதுவே ஒரு பெரிய சாதனையாகக் கருதப்பட்டது. அதனால் அவர் விடுமுறையில் வீட்டிற்கு வரும்போதெல்லாம் சீருடை, அணிகலன்கள், ஷூ, கேப், தோள்பட்டை அடையாளங்கள், அவர் பணிக்காலத்தில் சேர்த்துவைத்த மொத்த ஓல்ட் மாங்க்ரம் ஆகியவற்றோடு வருவார். ராணுவம் தரும் ரம்மைப் பருகியபடி அவர் சொல்லும் கதைகளை ஊர் மக்கள் கூடிக் கேட்பார்கள்.

அனூப் விமானப் படையில் பயிற்சியாளராகச் சேர்ந்தபோது முதல்நிலை கெஜட்டெட் அதிகாரியாக ஆகிவிட்டார். அவர் பச்சை மையில் கையொப்பமிடலாம். மோஹ்ரா சமோகர் கிராமத்தினர் வியப்பால் திகைத்துப்போனார்கள். அனூப்பின் தந்தை ஊர் மக்களை அழைத்து பிரியாணி விருந்து கொடுத்தார். க்ஷத்திரியக் குடும்பத்தினரும் வந்திருந்தனர். அவர்களது பிள்ளைகள் சிலர் போலீஸில் சேர்ந்திருந்தனர். பெரும்பாலும் கான்ஸ்டபிள்களாக. மோஹ்ரா சமோகர் கிராமத்தினர் யாரும் இன்னும் ஒரு சப் இன்ஸ்பெக்டர் நிலையை அடையவில்லை. கான்ஸ்டபிள் ஆவதுகூடப் பெரிய விஷயம்தான். சீருடை அணிந்து, துப்பாக்கி ஏந்தி, புல்லட் மோட்டார் சைக்கிளில் வலம் வரலாம். விருந்தின்போது க்ஷத்திரியர் ஒருவர் சொன்னார்: "ஒரு வைசியர் பைலட் ஆகிப் போர் விமானத்தில் பறக்கப்போகிறார். க்ஷத்திரியர்களின் பிள்ளைகள் வேலை தேடிக்கொண்டிருக்கிறார்கள். இது கலியுகத்தின் அறிகுறி." அவர் விமானி என்ற சொல்லைவிடப் போர் என்ற சொல்லை அழுத்தமாகச் சொன்னார்.

அனூப்பின் தந்தை அதற்கு இப்படிப் பதிலளித்தார்: "இன்றைய போர்களைக் கல்வியறிவில்லாதவர்கள் நடத்த முடியாது."

கடக்வாஸ்லாவில் அனூப்திணறினார். தான் நசுக்கப்படுவதாக உணர்ந்தார். அது மிகக் கடுமையான ராணுவப் பள்ளி வாழ்க்கை. தேசியப் பாதுகாப்பு உயர் பயிற்சியகத்தில் 15 நாட்கள் முடியுமுன் ஒரு மோசமான அனுபவம் நேர்ந்தது. அறிவியல் வகுப்பில், ராணுவக் கல்விப் பிரிவின் அதிகாரியொருவர் இயற்பியல் பாடம் எடுத்துக்கொண்டிருந்தார். அவர் கரும் பலகையில் ஒரு கணக்கை எழுதி அதற்கு விடை காணுமாறு சொன்னார். அவர் அதை ஒரு சிரமமான கணக்கு என்று நினைத்தார். அது conservation of momentum தொடர்பான ஒரு கணக்கு. நீளமான கணக்கு ஆனால் விடை எளிமையானது. ஒற்றை வரி விடை. ஆசிரியர் கணக்கை எழுதிக்கொண்டிருக்கும்போதே அனூப் விடையைத்தன் நோட்டுப் புத்தகத்தில் எழுதிவிட்டார். ஆசிரியரிடம் கொண்டுபோய்க் காட்டினார். நோட்டுப் புத்தகத்தை வாங்கி விடையையும் அது எவ்வாறு கணக்கிடப்பட்டிருக்கிறது என்பதையும் பார்த்த ஆசிரியர் முகம் சுளித்தார். "நீங்கள் போட்டிருக்கும் வழி தவறு. இந்த மாதிரியாகப் போடுங்கள். அதுவே சரியான வழி என்றார்."

அனூப் "சார், இதுவே சரியான வழி. விடையும் சரியே" என்றார்.

"இல்லை. எனக்கு விடை முக்கியமல்ல."

அதன் பின் அங்கு நடந்தது வெறும் வாக்குவாதமல்ல. அனூப் தான் போட்ட கணக்கு சரியே என்றார். ஆசிரியர் அது தவறு என்றார்.

"பயிற்சியாளர் அனூப், உங்கள் இழிவான நடத்தையை நிறுத்துங்கள். அந்த நாற்காலியின் மீது ஏறுங்கள்."

"நான் இழிவாக நடக்கவில்லை."

"மீண்டும் அதையே செய்கிறீர்கள். எதிர்த்துப் பேசுகிறீர்கள். எனக்கு உங்கள் பதில் தேவையில்லை. அந்த நாற்காலியின் மீது ஏறுங்கள்."

"ஆனால் சார்... நான் செய்தது சரியே. நான் ஏன் நாற்காலியின் மீது ஏற வேண்டும்?"

ஆசிரியரின் கருத்துப்படி அனூப் இருமுறை எதிர்த்துப் பேசியுள்ளார்; அதற்காக அவர் நாற்காலியின் மீது நிற்க வேண்டும். அவருக்கு 10 நாட்களுக்குக் கட்டுப்பாடு விதிக்கப்படுகிறது. அதாவது மற்றவர்கள் கால்பந்து அல்லது ஹாக்கி விளையாடும்போது அனூப் பரேடு செய்ய வேண்டும், ஓட வேண்டும். இரண்டு மணி நேரத்திற்கு. இயற்பியலில் ஒரு கருத்தைப் பகிர்ந்ததற்குத் தண்டனையா? அனூப் அதிர்ச்சியடைந்தார். அன்று இரவு அவரால் உறங்க முடியவில்லை, அமைதியிழந்தார். மறுநாள், உயர் பயிற்சியகத்தின் அதிகாரிகளிடம், தன்னால் பயிற்சியைத் தொடர முடியாது என்றும் தான் விலக விரும்புவதாகவும் சொன்னார்,

அனூப் ஒரு மைனர் என்றும், அவரது தந்தை எழுதிக் கொடுக்காமல் அவர் போக முடியாது என்றும் அதிகாரிகள் சொன்னார்கள். அனூப் அப்பாவுக்குப் பதற்றமாகக் கடிதமெழுதினார். "தயவுசெய்து, தயவுசெய்து என்னை வீட்டிற்கு அழைத்துச் செல்லுங்கள். என்னால் இங்கு இருக்க முடியாது." மதியம் மீண்டும் ஒரு கடிதம் எழுதினார். மாலை மேலும் ஒரு கடிதம் எழுதினார். "தயவுசெய்து என்னைத் திரும்ப அழைத்துச் செல்லுங்கள்."

இரண்டு நாள் அதிகாரிகள் அனூப்பைத் தொடந்து பயமுறுத்திக்கொண்டே இருந்தார்கள். "மொத்தக் கட்டணத்தையும் திருப்பிச் செலுத்தினால்தான் இங்கிருந்து போக முடியும்." அந்த இரண்டு நாட்கள் அனூப்பிற்கு வாழ்வின் மிக நீண்ட நாட்களாக இருந்தன. அனூப்பின் தந்தை மூன்று கடிதங்களையும் பார்த்தார். வந்து அனூப்பை அழைத்துப்போய்விட்டார். அவர் ஒரு வார்த்தையும் பேசவில்லை. அனூப்பின் தோள் மீது வைத்த தன் கையை எடுக்கவும் இல்லை. அனூப்பின் படிப்பிற்காக அரசாங்கம் செலவு செய்த தொகையைத் திரும்பச் செலுத்துமாறு அகாடமி

வற்புறுத்தியது. ஆனால் அனூப்பின் தந்தையிடம் பணம் இல்லை. அவர் ஒரு வழக்கறிஞரைக் கலந்தாலோசித்தார். வழக்கறிஞர், "அகாடமிக்கு பதில் எழுதுங்கள். 'என் மகன் NDA தேர்விலும், இன்டர்வியூவிலும் தேர்ச்சி பெற்று அகாடமியில் சேர்ந்தபோதே நான் எழுதித்தந்த பாண்ட் நிபந்தனை பூர்த்தியாகிவிட்டது. நான் எழுதித் தந்தது அவ்வளவே,' என்று பதில் கொடுங்கள்". பத்திரத்தின் நகல் ஒன்றையும் இணைத்து இந்தப் பதிலை அனுப்பினார் அனூப்பின் தந்தை. அதன் பின் அகாடமியிலிருந்து பதில் ஏதும் வரவில்லை. அனூப், டெல்லி பல்கலைக்கழகத்தில் இயற்பியலில் ஹானர்ஸ் பட்டப் படிப்பில் சேர்ந்தார்.

அனூப்பின் தந்தை மகனிடம் மிகுந்த பாசம் கொண்டிருந்தார். அனூப்பின் குழந்தைப் பருவத்திலும் அதன் பின்னும் அப்பா காட்டிய அளவற்ற அன்பால் குடும்பத்தின் பற்றாக்குறையும் வறுமையும் பெரிதாகத் தெரியவில்லை. அப்போதைய அவர்களின் வாழ்க்கையைப் பின்னாளில் நினைத்துப் பார்க்கும்போது அப்பா, மாதாமாதம் செலவுகளைச் சமாளிக்க எவ்வளவு சிரமப்பட்டார் என்பது அனூப்பிற்குப் புரிந்தது. ஆனால், அப்போது அது புரியவில்லை. கோரக்கால் ராணுவப் பள்ளியில் சேருவதற்கு முன்னரே அனூப் டேராடூனில் இருந்த ராஷ்ட்ரீய இந்திய ராணுவக் கல்லூரியில் சேரத் தேர்வு பெற்றிருந்தார். அப்பா அதை ஒப்புக்கொள்ளவில்லை. அவரால் அதற்கான கட்டணத்தைச் செலுத்த முடியாததுதான் காரணம் என்பதை அனூப் பின்னர் புரிந்துகொண்டார்.

அனூப் பள்ளியில் படித்துக்கொண்டிருந்த 1960களின் பிற்பகுதியில் அவர் தந்தையின் மாத வருமானம் ரூ. 250தான். அனூப்பின் தந்தைக்கு 5 வயது இருக்கும்போது அவரது தந்தை இறந்துவிட்டார். மாமாவின் கூட்டுக் குடும்பத்தில் அவர் வளர்ந்தார். குடும்பத்தின் பிரச்சினைகளில் யாவரும் பங்கேற்க வேண்டியிருந்தது. தாமதமாகவே திருமணம் செய்துகொண்டார். அனூப் கல்லூரியில் எம்.எஸ்.சி. படித்துக்கொண்டிருந்தபோது அவரது தந்தை 65 வயதைக் கடந்துவிட்டார். கோரக்பூரில் அப்பாவின் வன்பொருள் வியாபாரம் லாபகரமாக இல்லை என்பது புரிந்தது. அனூப்பின் அண்ணனுக்குத் திருமணமாகி அவரது குடும்பமும் அப்பாவின் வியாபாரத்தையே நம்பியிருந்தது. அப்பா தன் பொருளாதார நிலை பற்றி அனூப்பிடம் எப்போதும் பேசியதில்லை. அனூப்பின் பி.எச்.டி.யும் ஆராய்ச்சியும் எப்போது முடியும் என்று அப்பா சில நேரங்களில் கேட்பார். அனூப்பால் ஒருபோதும் பதில் சொல்ல முடிந்ததில்லை. அவருக்கே அது தெரியாது. ஆனால் தான் சம்பாதித்தாக வேண்டும் என்பதை உணர்ந்தார்.

குற்றமும் கருணையும்

எம்.எஸ்.சி. முடித்தபோது அனூப் அறிவியலில் ஆர்வமில்லாதிருந்தார். டேவிட் கிர்க்லன்ட் பற்ற வைத்த பேரார்வத் தீ, தில்லிப் பல்கலைக்கழகப் பேராசிரியர்களால் முற்றாக அணைக்கப்பட்டுவிட்டது. தில்லி பல்கலைக்கழகப் பேராசிரியர்களின் ஓய்வறை வராந்தாக்களில் என்ன சம்பளம் கிடைக்கும், என்ன சலுகைகள் கிடைக்கும், எந்த வெளிநாட்டுக்குப் போனால் விஞ்ஞானியாகும் வாய்ப்புக் கிடைக்கும், எப்படிப் போவது என்பன போன்ற விஷயங்களே பேசப்பட்டன. பல பேராசிரியர்கள் மாணவர்களுக்கு வழங்கிய அறிவுரை இதுதான்: "அறிவியலையும் கல்வியையும் தொழிலாக மேற்கொள்ள விரும்பினால் ரிலேடிவிடி தியரி, குவாண்டம் மெகானிக்ஸ் ஆகியவற்றை ஒதுக்கிவிட வேண்டும். மிகச் சில கல்லூரிகள், பல்கலைக்கழகங்களே இவற்றை ஊக்குவிக்கின்றன. தொழில்நுட்பத்திற்கும் நடைமுறைத் தேவைகளுக்கும் நேரடியாகப் பொருந்துகிற பொறியியலே பயனுள்ளது."

கசப்பான இந்த யதார்த்தம் அனூப்பையும் பற்றிக்கொண்டு அவரது விஞ்ஞானியாகும் கனவை நசுக்கியது. வேலையே தேவை என்பதை அவர் அழுத்தமாக உணர்ந்தார்.

மற்றொரு காரணத்திற்காகவும் வேலை தேவையானது. அவர் நீலத்தைச் சந்தித்திருந்தார். தில்லி பல்கலைக்கழக இந்துக் கல்லூரியில் ஹானர்ஸ் படிக்கும்போது அவர் வகுப்புத் தோழி. நிரந்தரமாக இணையுமுன் நான்கைந்து ஆண்டுகளாகப் பழக்கம். விழிப்போடும் அக்கறையோடும் பாடத் திட்டத்தையும் வகுப்பில் சொல்லப்படுவதையும் கவனிப்பதில் நீலம், அனூப்பிற்கு நேரெதிர். நீங்கள் வாழ்க்கையின் யதார்த்தத்தைப் பார்ப்பவரல்ல, கனவு காண்பவர் என்று நீலம் அடிக்கடி சொல்வார். அனூப் பாடத் திட்டத்தைக் கவனிப்பதில்லை; எதை விரும்புகிறாரோ அதைப் படிப்பார். அவர் வந்ததைவிட வராத வகுப்புக்களே அதிகம். நீலத்தை மணந்துகொள்ள அவருக்கு ஒரு வேலை வேண்டும். அவரைக் கால வரையறையின்றிக் காக்கவைக்க முடியாது. அவர்கள் சமூகத்தின் வெவ்வேறு படித்தரங்களைச் சேர்ந்தவர்கள். சாதி, இனம் எல்லாம் வேறுவேறு. நீலத்தின் பெற்றோர் தேராவால் என்னும் இறுக்கமான இனத்தைச் சேர்ந்தவர்கள். தேசப் பிரிவினையின்போது பாகிஸ்தான்–ஆப்கானிஸ்தான் எல்லைப் பகுதியிலிருந்து வந்தவர்கள். அவரது தந்தை இந்தியன் ஆயில் நிறுவனத்தில் அதிகாரி. அவரது உறவினர்கள் பெரும்பாலோர் வேலையிலிருந்தனர்.

அனூப் பல்வேறு தேர்வுகள் எழுதினார். வங்கித் தேர்வுகள் எழுதினார். அனூப், நீலம் இருவருமே வங்கி அதிகாரிகளாயினர். அனூப், அசம்கரில் உள்ள பாரத ஸ்டேட் வங்கியில், நீலம்,

டெல்லி ஆந்திரா வங்கியில். நீலத்திற்கு அவரது பெற்றோர் வசித்த இடத்திற்கு அருகில் கரோல் பாக் கிளையில் போஸ்டிங் கிடைத்தது. அவர்களது வேலை திருமணத்திற்கு வழி வகுத்தது. அனூப் தொடர்ந்து பல தேர்வுகள் எழுதினார். சிவில் சர்வீஸ் தேர்வைக் கணிதத்தை முக்கியப் பாடமாகக் கொண்டு எழுதினார். ஐ.பி.எஸ். தேர்வில் தேர்ச்சி பெற்றார்.

அவர் மனதில் ஒரு எண்ணம் தோன்றியது. சீருடை அணிந்தாக வேண்டுமென்றால் விமானப் படை சீருடையே அணிந்திருக்கலாம். அவர் ஒரு போலீஸ்காரராக விரும்பவில்லை. சிறு வயதில் ஏற்பட்ட ஒரு அனுபவம் காரணமாக இருக்கலாம்.

1971இல் அவர் பத்தாம் வகுப்பு படித்துக்கொண்டிருந்தபோது அவரது பள்ளியிலிருந்து 65 மாணவர்கள், ஆறு அல்லது ஏழு ஆசிரியர்கள் உதகமண்டலத்திற்குச் சென்றனர். ராணுவப் பள்ளி மாணவர்களின் அகில இந்திய முகாம் நடத்தப்பட்டது. நைனிடாலிலிருந்து பேருந்தில் மதுராவிற்கு வந்தார்கள். அங்கு அவர்களுக்கென்று இரு சிறப்பு ரெயில் பெட்டிகள் அவர்களைத் தெற்கே அழைத்துச் செல்லக் காத்திருந்தன. ஒன்று மூன்றடுக்குப் பெட்டி, மற்றொன்று முதல் வகுப்புப் பெட்டி. முதல் வகுப்புப் பெட்டி ஆசிரியர்கள், அதிகாரிகளுக்கானது. மூன்றடுக்குப் பெட்டியில் 65 மாணவர்களுக்கு 72 படுக்கைகள் இருந்தன. முழுப் பெட்டியும் அவர்களுக்கே. அந்தப் பெட்டிகள் வெவ்வேறு ரயில்களில் இணைக்கப்பட்டு தெற்கு நோக்கிப் பயணித்தன. 48 மணிநேரத்திற்குப் பிறகு அவை சென்னையை வந்தடைந்தன. சென்னை அப்போது மெட்ராஸ் என்று அழைக்கப்பட்டது. அங்கிருந்து கோவை செல்லும் ரயில் மாலையில் புறப்படவிருந்தது. கோவையில் ரயில் மாறி நீலகிரி செல்ல வேண்டும். ஒரு நாள் முழுக்கக் காத்திருக்க வேண்டும். அவர்கள் தங்கள் மூட்டை முடிச்சுக்களை இறக்கி, பிளாட்பாரத்தில் ஓரிடத்தில் மொத்தமாக வைத்துவிட்டு, தங்களது பெட்டிகள் அடுத்த ரயிலில் இணைக்கப்படும்வரை காத்திருக்க வேண்டும். மூட்டை முடிச்சுக்களை முறைவைத்துக் காவலிருக்க வேண்டும். காவல் பணி மூன்று மணிநேரத்திற்கு ஒரு முறை மாற்றப்படும்.

மூட்டை முடிச்சுகளை இறக்கி பிளாட்பாரத்தில் வைத்து விட்டு அனூப்பும் அவரது நண்பர்கள் சுபாஷ் சந்திர ராய், ஆர். பி. ஸஹீ உள்ளிட்ட சில நண்பர்களும் கடற்கரைக்குப் போக முடிவு செய்தனர். அவர்கள் இதுவரை கடலைப் பார்த்ததில்லை. சென்னையில் கடல் இருப்பது தெரியும். ரயில் நிலையத்தில் கடற்கரை எங்கிருக்கிறது என்று கேட்டபோது பக்கத்தில் நடந்து செல்லும் தூரம்தான் என்றார்கள். ரயில் நிலையத்திலேயே முகம் கழுவி காலை உணவை முடித்து, கடலை நோக்கி நடக்கத்

தொடங்கினார்கள். எப்படிப் போக வேண்டுமென்று ஆங்காங்கே கேட்டுக்கொள்வார்கள். பக்கத்தில்தான் என்று அவர்களுக்குச் சொன்னார்கள். அண்ணா சமாதியை அடைந்தார்கள். கடற்கரையைப் பார்த்தார்கள். குறுக்கும் நெடுக்குமாய்க் கடற்கரை மணலில் அளைந்தார்கள். அனூப் தன் காலடிகளால் அளந்தார். சாலையிலிருந்து கடல்வரை அரை கிலோ மீட்டர் அகன்ற மணல் வெளி. அனூப் தன் காலணியைக் கழற்றிவிட்டு வெறும் காலில் நடந்தார். இதமான சுடுமணலில் பாதம் புதைந்தது. கண்ணுக்கெட்டிய தூரம்வரை கடல்நீர் மின்னியது. அலைகள் முகப்பில் நுரையாடை அணிந்து ஒன்றன் பின் ஒன்றாய்க் கரையை நோக்கிக் கர்ஜித்தன. மேகத்தின் சாயலில்லாத தெளிந்த வானம். அனூப் இதுவரை இதுபோல் கண்டது மில்லை, கேட்டதுமில்லை. ஜூன் மாதக் காலை 9.30 மணி. கடலில் பிரதிபலித்த சூரிய ஒளி கண்களைச் சுட்டது.

தண்ணீரில் இறங்க விரும்பினார்கள். உள்ளாடையுடன் இறங்கினார்கள். கரையில் இழுத்துவிடப்பட்டிருந்த பெரிய கட்டுமரங்கள், மீன்பிடிப் படகுகளின் நிழலில் துணிகளை வைத்து, அவை பறந்து விடாமலிருக்க அவற்றின் மீது காலணிகளை வைத்தனர். கடல் நீரில் பாய்ந்தனர். உப்புத் தண்ணீரில் குளிப்பது மகிழ்ச்சியாக இல்லை. அலைகள் அவர்கள் மீது திரும்பத் திரும்ப மோதின. வெயில் சுட்டது. உப்புத் தண்ணீர் கரித்தது, அலைகளின் தாக்கத்தை எதிர்கொள்வது கடினமாக இருந்தது. சுமார் 15 நிமிடங்கள் விளையாடிவிட்டுக் கரையேறினார்கள். கட்டுமரங்களின் நிழலில் கொஞ்சநேரம் உட்கார்ந்தார்கள். அண்ணா சமாதியின் அருகில் மரங்கள் இருந்தன. மரங்களின் நிழலில் கொஞ்ச நேரம் இளைப்பாறினார்கள். சில நிமிடங்களுக்குப் பின் அவர்களில் ஒருவர் தன் பாக்கெட்டிலிருந்து ஒரு சீட்டுக் கட்டை எடுத்தார். வாங்க விளையாடலாம் என்றார். திடீரென்று ஒன்றிரண்டு போலீஸ்காரர்கள் அவர்கள் முன் நின்றார்கள். மூன்றாவதாக ஒருவர் சேர்ந்துகொண்டார். அவர்கள் காக்கி அரை நிஜார் அணிந்திருந்தனர்.

அவர்களில் ஒருவர் சீட்டுக் கட்டைக் காட்டி தமிழில் ஏதோ சொன்னார். மாணவர்கள் எழுந்து நின்றார்கள். போலீஸ்காரர்களில் ஒருவர் சீட்டுக் கட்டைப் பறித்தார். தாங்கள் சூதாடவில்லையென்று மாணவர்கள் சொல்ல முயன்றார்கள். ஆனால் போலீஸ்காரர்கள் அதைச் சட்டை செய்யவில்லை. "நடங்க ஸ்டேஷனுக்கு" என்றே திரும்பத் திரும்பச் சொல்லிக்கொண்டிருந்தார்கள். மாணவர்களுக்கு அதைக் கேட்பதைத் தவிர வேறு வழியில்லை.

காவல் நிலையத்திற்குப் போவதை நினைத்தாலே அவர்களுக்கு பயமாக இருந்தது. சீட்டு விளையாடுவது குற்றமாக இருக்கலாம். காவல் நிலையத்திலிருந்து ஜெயிலுக்கு அனுப்பிவிடுவார்களோ? அவர்கள் தனிமை விடுதியில் வளர்ந்தவர்கள். விடுமுறையில் சில நாட்கள் மட்டுமே வீட்டிற்குப் போவார்கள். போலீஸ்காரர்கள் பற்றி அவர்களுக்கு எதுவும் தெரியாது. தங்கள் ஆசிரியர்களிடம் அவர்கள் கடற்கரைக்குப் போவதாகச் சொல்லவும் இல்லை. அவர்களின் தலைமை ஆசிரியர் மிகக் கண்டிப்பானவர். ராணுவத்தில் ஸ்குவாட்ரன் லீடர் அந்தஸ்தில் இருப்பவர். அவர்தான் மாணவர்களுடன் ரெயிலில் வந்திருந்தார். இந்தச் சம்பவம் பற்றி அவர்களின் பெற்றோர்களுக்குத் தெரிவிக்கப்படும். அவர்கள் பதற்றமடைந்தார்கள். போலீஸ்காரர்களை கெஞ்சுவதும் பின் நிறுத்துவதுமாக இருந்தனர். போலீஸ்காரர் ஒருவர் அவர்களது பாக்கெட்களைச் சோதனை செய்தார். பணம் இருக்கிறதா என்று தேடினார்.

பயணத்தின்போது மாணவர்களுக்கு நாளொன்றுக்கு ஐந்து ரூபாய் படியாகக் கிடைத்தது. தினமும் காலையில் ஆசிரியர் ஒருவர் தலா ஐந்து ரூபாய் கொடுத்துவிட்டு அவர் கையோடு எடுத்துவரும் பதிவேட்டில் கையொப்பம் வாங்கிக்கொண்டு போவார். மாணவன் உணவு முதலான எந்தச் செலவாக இருந்தாலும் அந்தப் பணத்தில்தான் செலவு செய்ய வேண்டும். ஐந்து ரூபாய், மூன்று வேளை உணவுக்குச் சரியாக இருந்தது. அது போதுமானதுதான். போலீஸ்காரர்கள் அவர்கள் பாக்கெட்களை காலி செய்தபோது வெளிவந்த மொத்தத் தொகை ஐந்து ரூபாய்தான். பெரும்பாலோரிடம் ஒரு ரூபாய், இரண்டு ரூபாய் கொஞ்சம் சில்லறைதான் இருந்தது. போலீஸ்காரர்களில் ஒருவர் அதை எடுத்துக்கொண்டார்.

மீண்டும் அவர்கள் போலீஸ்காரர்களுடன் காவல் நிலையத்திற்கு நடந்தனர். மெரினா கடற்கரையை ஒட்டிய அகன்ற சாலையை நெருங்கினர். பையன்கள் தங்களுக்குள் இந்தியில் பேசிக்கொண்டனர். ராய் சொன்னான் – "நான் மூன்று சொல்லும் போது எல்லோரும் ஓடிவிடலாம்." சொல்லிவிட்டு, "ஒன்று, இரண்டு, மூன்று" என்று இந்தியில் சொன்னான் – எல்லோரும் வேகமாக ஓடினார்கள். போலீஸ்காரர்கள் இருவர் அதே வேகத்தில் பின்னால் ஓடி வந்தார்கள். நெருங்கியும் வந்தார்கள். ஸ்லிப்பர் அணிந்து ஓடுவது சிரமமாக இருந்தது. "செருப்பை வீசிவிட்டு வேகமாக ஓடுங்கள்," என்றான் ராய். செருப்பை வீசிவிட்டு இன்னும் வேகமாக ஓடினார்கள். உயிரைக் காப்பாற்றிக்கொள்ள ஓடினார்கள்.

குற்றமும் கருணையும்

நேப்பியர் பாலத்தின் மீது, அதன் அகன்ற நடைபாதையில், ஒளிரும் வெள்ளை நிறத்தூண்கள், கீழே கூவம் நதி அசைவற்றுக் கறுத்துக் கிடக்க, மேலே வெயில் சுட்டெரிக்க ஓடினார்கள். நேப்பியர் பாலத்தினைக் கடந்த பிறகே நின்று போலீஸ்காரர்கள் வருகிறார்களா என்று திரும்பிப் பார்த்தார்கள். கனமான பூட்ஸுகள் போலீஸ்காரர்களை வேகமாக ஓடவிடவில்லை. ஆனால் மாணவர்கள் வியர்க்க வியர்க்க ஓடிக்கொண்டே இருந்தார்கள். சென்ட்ரல் ரயில் நிலையத்தை அடையும்வரை. அவர்களுக்குத் தேவை கூட்டத்தில் கலந்துவிட வேண்டும். தண்ணீர் குடிக்க வேண்டும். நிறைய, நிறைய, நிறையத் தண்ணீர்.

அவசர நிலையின்போது அனூப் தில்லி பல்கலைக்கழகத்தில் இருந்தார். சட்ட விரோதக் கைதுகள், போலீஸ் அத்துமீறல்கள் பற்றிய கதைகள் வலம் வந்தன. பேராசிரியர்கள் பலர் கைது செய்யப்பட்டுவிட்டனர். விடுதி வார்டன் மாணவர்களைத் தொடர்ந்து எச்சரித்தார். உங்களுக்குள் வாதிட்டுக்கொள்ளாதீர்கள், சத்தமாகப் பேசாதீர்கள். போலீஸ் வளாகத்திற்குள் வந்து மாணவர்களைக் கூட்டிப் போவதை அவர் விரும்பவில்லை. அனூப் ஜெய்ஸ்வாலுக்கு சிவில் சர்வீஸ் பற்றிய எதிர்மறைக் கருத்தே இருந்தது. அவசர நிலையின்போது அவர்கள் நாட்டை விற்றுவிட்டார்கள். விடுதலைக்கு முன்னால் அரசு அதிகாரிகள் ஏகாதிபத்திய உணர்வுகளால் தூண்டப்பட்டு, தங்களை இரண்டாம் நிலை வெள்ளையர்களாகக் கருதிக்கொண்டு நாட்டை விடவும் முடியாட்சிக்கே சேவைசெய்தார்கள். அரசின் கொடுமைக் கரமாகப் போலீஸ் இருந்தது என்று அனூப் கருதினார்.

இருந்தபோதிலும் அனூப் 1980ஆம் ஆண்டு ஐ.பி.எஸ். பயிற்சியில் சேர்ந்தார். அங்கு உடற்பயிற்சி, அணிவகுப்பு எனத் திறந்தவெளிப் பயிற்சிகளே அதிகமிருந்தன. ராணுவப் பள்ளியில் படித்த அனூப்பிற்கு அதில் சிரமம் ஏதும் இல்லை அவற்றை அவர் சிறப்பாகவே செய்தார். மூத்த அதிகாரிகள் வந்து உரையாற்றிய வகுப்பறைகள் வேறுவிதமாக இருந்தன. ஏதேனும் கேள்விகள் கேட்டாலோ, மாற்றுக் கருத்துக்கள் சொன்னாலோ அதிகாரிகள் முகம் சுளித்தனர். மாற்றுக் கருத்து என்பது விரோதமாகக் கருதப்பட்டது. பதவியில் உயர்ந்தவரே அறிவாளியாகக் கருதப்பட்டார். அகாடமியின் இயக்குநரே சிறந்த அறிவாளி. அவரே எல்லாம் தெரிந்தவர். (அப்போது பி.கே. ராய் என்பவர் இயக்குநராக இருந்தார்.) அவர் எது சொன்னாலும் மாணவர்கள் வாயை மூடிக்கொண்டு கேட்க வேண்டும் என்று எதிர்பார்க்கப்பட்டது. ஹைதராபாத் தேசியக் காவல் உயர் பயிற்சியகச் சிந்தனையில் எந்த மாற்றுக் கருத்தும் நுழைந்துவிடாமல் பார்த்துக்கொள்ளும் அளவுக்கு அவர்கள் பக்குவப்படுத்தப்பட்டிருந்தார்கள்.

வகுப்புக்கள் எடுப்பதில் இயக்குநருக்கே விருப்பம் இருந்தது. ஆர்வமிகுதியால் அவர் சில நேரங்களில் சட்டம் போதித்தார். ஆனால் அதற்கென வேறொரு ஆசிரியரும் இருந்தார். பயிற்சியாளர்கள் எல்லோருக்கும் சட்டம் ஒரு புதிய பாடம். வகுப்பில் அவர்கள் ஆடுகளைப் போல விழித்துக்கொண்டு அமர்ந்திருந்தனர். இந்திய தண்டனைச் சட்டத்தின் இரு பிரிவுகள் குறித்து ராய் பாடம் நடத்திக்கொண்டிருந்தார். பிரிவு 379, சாதாரண திருட்டு. கைக்கடிகாரம், கார், சைக்கிள் போன்ற ஏதோ ஒரு பொருளை ஒரு நபரிடமிருந்து நீங்கள் திருடிக்கொண்டால் அது சாதாரணத் திருட்டு. மூன்றாண்டுகள் வரை சிறைத்தண்டனை கிடைக்கும். அடுத்தது பிரிவு 380. ஒரு இடத்திலிருந்து, அதாவது ஒரு கூடாரம், கட்டிடம் அல்லது கப்பலிலிருந்து ஒரு பொருளைத் திருடினால் ஏழாண்டுகள்வரை தண்டனை.

இது பற்றி யோசித்த அனூப் கையை உயர்த்தினார். இயக்குநர் ராய் "என்ன கேட்கப்போகிறாய்?" என்பதுபோலப் பார்த்தார். ஆனாலும், "சரி, கேட்கவந்ததைக் கேள்" என்று அனுமதித்தார்.

"சார், இந்தப் பிரிவுகளில் ஒரு முரண்பாடு இருப்பதாகத் தெரிகிறது."

"முரண்பாடா? என்ன முரண்பாடு?" தனது கனமான மூக்குக் கண்ணாடி வழியே உற்றுப் பார்த்த அவர் திடுக்கிட்டவராகக் கேட்டார்.

"சார், துறைமுகத்தில் ஒரு படகு நிற்கிறது என்று வைத்துக்கொள்வோம்."

"மேலே சொல்."

"சார், நான் அந்தப் படகில் நுழைந்து, அங்கிருந்த ஒரு வானொலிப் பெட்டியை எடுத்துப் போனால், பிரிவு 380இன்படி எனக்கு ஏழாண்டு தண்டனை கிடைக்கும், சரிதானே?"

"நீ என்ன சொல்ல வருகிறாய்?"

"நான் அந்தப் படகில் நுழைந்து அதில் இருக்கும் வானொலிப் பெட்டியோடு படகையே எடுத்துப் போனால், அது ஒரு பொருள் திருட்டாகக் கருதப்படும், படகிலுள்ள ஒரு பொருளை அல்ல. எனவே பிரிவு 379இன்படி மூன்றாண்டுகள் மட்டுமே சிறை. அப்படித்தானே?"

இயக்குநர் சற்று நேரம் அமைதியாக இருந்தார். பிறகு அமைதியாகக் கேட்டார். "இது என்ன நகைச்சுவையா? நீ விளையாடுகிறாயா?"

குற்றமும் கருணையும்

“இல்லீங்க சார். உண்மையான சந்தேகம்,”

“நீ எல்லாவற்றையும் கேலி செய்ய விரும்புகிறாயா? மற்றவர்களைவிட உனக்குச் சட்டம் தெரியும் என்று நினைக்கிறாயா?”

“இல்லீங்க சார். எனக்குச் சட்டம் பற்றி எதுவுமே தெரியாது. அதனால்தான் கேட்டேன்.”

“நீ வம்பிழுக்கிறாயா?”

“இல்லவே இல்லீங்க சார், நீங்கள் பாடம் நடத்திக் கொண்டிருக்கும்போது என் மனதில் தோன்றிய சந்தேகத்தைக் கேட்டேன். அவ்வளவுதான்.”

“உனக்கு மட்டும் ஏன் இப்படித் தோன்ற வேண்டும்? இங்கு மற்ற பயிற்சியாளர்களும் உட்கார்ந்து நான் சொல்வதைக் கேட்டுக்கொண்டிருக்கிறார்கள். அவர்கள் மனங்களில் ஒன்றும் தோன்றவில்லையே?”

வகுப்பறையைச் சுற்றிப் பார்த்தார். பின் கேட்டார்: “உங்களுடைய பெருமைமிகு மனங்களில் யாருக்காவது இது தோன்றியதா?”

வகுப்பில் முழு அமைதி. பின் அனூப்பைப் பார்த்தார்.

“இந்த வகுப்பிலேயே நீதான் அதிபுத்திசாலியா? நான் உன்னைப் பற்றி நிறையக் கேள்விப்படுகிறேன். எதுவும் நல்லதாக இல்லை. எல்லாம் எதிர்மறைதான். நீ எல்லாவற்றையும் எல்லோரையும் கேலி செய்ய விரும்புகிறாய்? இல்லையா?”

‘இது எனக்கு முதலிலேயே தெரிந்திருக்க வேண்டும். எனது ஆர்வம் காரணமாகவே நான் மூத்த அலுவலர்களிடம் கெட்ட பெயர் வாங்கியிருக்கிறேன். இந்த அகாடமி ஆசிரியர்கள் யாரும் டேவிட் கிர்க்லன்ட் அல்ல’ என்று அனூப் நினைத்தார்.

அது ஜூன் மாதம். காலை 6.30 மணிக்கு அவர்கள் உடற்பயிற்சி வகுப்புக்குச் சென்றார்கள். வழக்கமாகவே காலை 5.00 மணிக்கு எழுந்து தயாராகி, நடுக்கூடத்திற்கு வந்து விடுவார்கள். 50 பயிற்சியாளர்கள் குழுக்களாகப் பிரிக்கப்படுவார்கள். 4 குழுக்கள், தலா 12 நபர்கள் வீதம். பின்னர் அவர்கள் பயிற்சி மைதானத்திற்கு நடந்து செல்வார்கள். அன்று அவர்கள் நடுக்கூடத்தில் கூடிய பொழுது மழை பெய்துகொண்டிருந்தது. அணிவகுப்புப் பயிற்சியை எங்கே நடத்துவது என்று பேசப்பட்டது. கூட்ட அரங்கிலா அல்லது திறந்தவெளியிலா? விவாதம் நடந்துகொண்டிருந்தபோதே பயிற்சி தருபவர் ஒருவர் கையில் குடையோடு ஓடிச்சென்று விசில் ஊதி, “ஓடுங்கள், திறந்தவெளிக்கு, உடற்பயிற்சி வகுப்பு. ஓடுங்கள்,

திறந்தவெளிக்கு அணிவகுப்பு" என்று கத்தினார். பயிற்சியாளர் ஒருவர் பதிலுக்குக் கத்தினார். "ஒரு பஸ்ஸை அனுப்புங்கள். மழை பெய்கிறது."

அவர்கள் கூடத்திலேயே நின்றிருந்தார்கள். மழை குறைந்து தூறலாகியது. தொடர்ந்து விசில் சத்தம் கேட்டுக்கொண்டே இருந்தது. அவர்கள் மைதானத்தை நோக்கி ஓடினார்கள். முதலில் ஓடிச் சென்று அணிவகுப்பில் நின்ற சிலரில் அனூப்பும் ஒருவர்.

அவர்கள் எல்லோருக்கும் "ஏன் அணிவகுப்பிற்குத் தாமதமாக வந்தீர்கள்?" என்று மெமோ தரப்பட்டது. "உத்தரவு வழங்கப்பட்டது ஆனால் நீங்கள் கீழ்ப்படியவில்லை. இது கீழ்ப்படியாமையாகக் கருதப்படுகிறது" என்றது அந்த மெமோ. இதிலும் அனூப் தனிமைப்படுத்தப்பட்டார். "நீங்கள் அணிவகுப்பிற்கு வராதது மட்டுமின்றி, மற்றவர்களையும் வாராமலிருக்கத்தூண்டியுள்ளீர்கள்" என்று குற்றம் சுமத்தப்பட்டது. அனூப் பதிலெழுதினார். "அன்பார்ந்த ஐயா, உடற்பயிற்சி வகுப்பிற்கு 10 நிமிடங்கள் தாமதமாக வந்தேன். அதற்காக நான் உண்மையிலேயே வருந்துகிறேன். ஆனால் நான் மற்றவர்களைத் தூண்டினேன் என்பதில் ஒரு சிறிதும் உண்மையில்லை. நான் அத்தகைய மனப்பான்மை கொண்டவனல்ல. எனவே இது குறித்து அதிகாரிகள் ஒரு முழுமையான விசாரணை நடத்த வேண்டுமென்று கேட்டுக்கொள்கிறேன்."

இயக்குநர் ஒவ்வொரு பயிற்சியாளரையும் தனித்தனியே தன் அறைக்கு வரவழைத்தார். ஒவ்வொருவரையும் "நான் தாமதமாக வந்ததற்காக மன்னிப்புக் கோருகிறேன்," என்று சொல்லவைத்தனர். அனூப் கடைசியாக அழைக்கப்பட்டார். சுட்டெரிக்கும் பார்வையோடு சுடு சொற்களும் வெடித்தன. "நீ, நீ ரொம்பப் பேசுகிறாய். மன்னிப்புக் கேட்க மாட்டாயா?"

"சார்... நான் எழுத்து மூலமான பதிலிலேயே மன்னிப்புக் கேட்டுள்ளேன்."

"இல்லை, நீ வருந்துவதாக மட்டுமே கூறியுள்ளாய். அது மன்னிப்பல்ல. அதிலும் நீ எல்லோரையும் தூண்டிய பிறகும் ..."

"இல்லை ஐயா, அது தவறு. அதை நான் ஒருபோதும் ஒப்புக்கொள்ளமாட்டேன். அதற்காக நான் ஒருபோதும் மன்னிப்புக் கேட்க மாட்டேன்."

"நீ எதிர்த்துப் பேசுகிறாய்."

"இல்லை சார். நாங்கள் ஐந்து மணிக்கு எழுந்தோம். அதன் பின் அணிவகுப்பு மைதானத்திற்குப் போய்விட்டோம். தூண்டுவதற்கு ஏது நேரம்? மற்றவர்களை ஏன் தூண்ட வேண்டும்?"

குற்றமும் கருணையும்

"இதற்காகத்தான் நாங்கள் உன்னை வெறுக்கிறோம். நீ எதிர்த்துப் பேசுகிறாய். நீ திமிர்பிடித்தவன்."

"சார் நீங்கள் என்ன கேட்கிறீர்கள் என்று நினைத்துப் பாருங்கள். நான் செய்யாத ஒன்றுக்காக என்னை மன்னிப்புக் கேட்கச் சொல்கிறீர்கள்."

அவர் வெகு நேரம் அனூப்பை முறைத்துப் பார்த்தார். பிறகு சட்டென்று "போ" என்றார்.

அனூப் சல்யூட் செய்துவிட்டு வெளியே வந்தார். அதோடு முடிந்தது என்று நினைத்தார். பயிற்சி தொடர்ந்தது. எல்லோரும் மகிழ்ச்சியோடு இருந்தார்கள். ஆகஸ்டில் ஒதுக்கீடுகள் கிடைத்தன. அனூப் தமிழ்நாட்டுக்கு ஒதுக்கப்பட்டிருந்தார். அனூப் வெளிப்புறப் பயிற்சிகளில் சிறந்தவராகத் தேர்வு பெறுவார் என்று பேசப்பட்டது. நவம்பர் இறுதியில் அகாடமியை விட்டு வெளியேறும் நேரம் வந்தது. இறுதி அணிவகுப்புக்கு 15 நாட்களுக்கு முன்னால், அவர்கள் அதற்கான பயிற்சியில் இறங்கினார்கள். வழக்கமாக அணிவகுப்புப் பயிற்சிக்குப் பின் கொஞ்சம் இடைவெளி இருக்கும். அனூப் தன் அறையில் ஓய்வில் இருந்தபோது கதவைத் தட்டும் சத்தம் கேட்டது. "யாரது?"

"போஸ்ட்மேன். உங்களுக்கு ஒரு கடிதம் வந்துள்ளது. பதிவுத் தபால்."

அனூப் கையொப்பமிட்டு அதைப் பெற்றுக்கொண்டார். பிரித்துப் பார்த்தார் – "இந்திய அரசு உங்களைப் பணி நீக்கம் செய்வதில் மகிழ்கிறது.–இந்தியக் குடியரசுத் தலைவர்" என்றிருந்தது.

அனூப்பிற்கு அதன் பொருள் என்னவென்று புரியவில்லை. பயிற்சி முடித்தால் எல்லோருக்கும் வழங்கப்படும் பொதுவான ஆணையா? அவர் அடுத்த அறையிலிருக்கும் பயிற்சியாளரைக் கேட்டார். இதுபோல் அவருக்கும் கடிதம் வந்துள்ளதா? "இல்லை." அடுத்த அறை, அடுத்த அறை, அடுத்த அறை. யாருக்கும் இதுபோன்ற கடிதம் வரவில்லை. ஒருவருக்கும் இல்லை. அலுவலகம் சென்று கண்காணிப்பாளரைக் கேட்டார். அவர் அந்தக் கடிதத்தைப் பார்த்துவிட்டு அனூப்பைப் பார்த்தார். "ஒரு நல்ல வழக்கறிஞரைப் பார்த்து வழக்குப் போடுங்கள். அவர்கள் உங்களை வேலையிலிருந்து நீக்கிவிட்டார்கள்" என்றார்.

லூத்ரா என்று ஒரு துணை இயக்குநர் இருந்தார். அனூப் அவரது அறைக்குப் போனார். தலை சுற்றியது. "என்ன நடக்கிறது சார்? இது என்ன தண்டனை? எதற்காக?"

"இல்லை அனூப், இது தண்டனையல்ல." சற்று யோசித்து வார்த்தைகளைத் தேர்ந்து பேசினார். "இதை நான் எப்படிச்

சொல்ல? நீ இந்த போலீஸ் வேலைக்குப் பொருத்தமானவன் அல்ல அவ்வளவுதான். பொருத்தமில்லாத இந்த வேலையில் நீடிப்பது உனக்கு நல்லதல்ல. உனக்கும் அதற்கும் பொருத்தமில்லை."

அவர் அனூப்பின் தோளைத் தட்டியபடி சொன்னார். "நீ இளைஞன். உனக்கு வேறு வேலை கிடைக்கும். நிச்சயமாக."

"ஆனால் சார். என்ன காரணம்?"

"சில நேரங்களில் இப்படி ஆகிவிடுகிறது."

"ஆனால் இப்படி ஒருபோதும் நடந்ததில்லை என்று சொல்கிறார்களே?"

அவருக்குப் பின்னால் ஒரு பெரிய பலகையில் 'சத்யமேவ ஜெயதே' (உண்மையே வெல்லும்) என்று எழுதப்பட்டிருந்தது. அனூப் அதைக் காட்டினார். அவர் திரும்பிப் பார்த்தார். "இந்தப் பலகை இங்கிருப்பதில் ஏதேனும் அர்த்தம் இருக்கிறதா?"

அவர் பதிலேதும் பேசவில்லை. அனூப் அறையை விட்டு வெளியேறினார்.

அனூப் இயக்குநர் அலுவலகத்திற்குப் போனார். இயக்குநரைப் பார்க்க வேண்டும் என்றார். அவரது உதவியாளர் தான் இயக்குநரிடம் தெரிவிப்பதாகவும் அவரது முடிவை அனூப்பிற்குத் தெரிவிப்பதாகவும் சொன்னார். அனூப் தன் அறைக்குத் திரும்பி, தன் உடைமைகளைத் தயார் செய்தார். இந்தி ஆசிரியர் பாண்டேஜி அனூப்பின் அறைக்கு வந்து, இயக்குநர் மாலை 6.30 மணிக்குத் தன் வீட்டில் தேநீர் அருந்த அழைப்பதாகவும், அலுவலகத்தில் அல்ல என்றும் சொன்னார். அனூப் 6.20க்கு இயக்குநரின் வீட்டில் இருந்தார். காவலாளியிடம், இயக்குநர் வீட்டில் இருக்கிறாரா என்று கேட்டார். இல்லை என்று பதில் வந்தது. ஆனால் வீட்டில் ஏதோ ஒரு கொண்டாட்டம் தொடங்கவிருப்பதைப் போல விளக்குகள் பிரகாசித்தன. அனூப் அங்கேயே சுமார் ஒரு மணிநேரம் காத்திருந்தார். அனூப் 7.30 மணிக்கு காவலாளியிடம் கேட்டார், இயக்குநர் இன்னும் வீடு திரும்பவில்லை. அனூப் அங்கிருந்து திரும்பினார். வழியில் அனூப் பாண்டேஜியைப் பார்த்தார். "இயக்குநர் வரவில்லையே" என்றார் அனூப்.

"இல்லை. நான் அவருடன்தான் இருந்தேன். பொறுங்கள், பொறுங்கள். அவர் வருகிறார். அவர் மிகவும் வருத்தத்தில் இருக்கிறார். அந்தப் பையனின் முகத்தில் எப்படி விழிப்பது என்று அவர் என்னிடம் கேட்டார்" என்று சொன்ன பாண்டேஜி நடந்தவற்றை விளக்கிச் சொன்னார்.

பயிற்சி தரும் ஆசிரியர்கள் சிலர் இயக்குநரிடம் இது பற்றி விவாதித்திருக்கிறார்கள். அவர்கள் யாரும் அனூப்பிடம் எந்தக் குறையும் காணவில்லை. அங்கு வழிகாட்டி அலுவலர்கள் கூட்டங்கள் நடந்தன. ஒவ்வொரு மூத்த அதிகாரியின் மேற்பார்வை யிலும் ஐந்து பயிற்சி மாணவர்கள் இருந்தனர். 15 நாட்களுக்கு ஒருமுறை வழிகாட்டி அலுவலர் தன் மாணவர்களைச் சந்தித்து அவர்களது பயிற்சி நிலை பற்றிய மதிப்பீட்டையும் அறிவுரைகளையும் தருவார். இந்த விஷயத்தில் அதிகக் கவனம் தேவை, இதில் இன்னும் முன்னேற்றம் வேண்டும் என்பதுபோன்ற அறிவுரைகள் தரப்படும். மாவட்ட நீதிபதி பானர்ஜி என்பவர் அனூப்பின் வழிகாட்டி அலுவலராக இருந்தார். அவருடனான எந்தக் கலந்துரையாடலிலும் அனூப்பின் மீது எந்தக் குறையும் காணப்படவில்லை.

பாண்டேஜியின் கூற்றை ஏற்று, அனூப் திரும்பவும் இயக்குநரின் வீட்டிற்குச் சென்று காத்திருந்தார்.

சற்று நேரத்திற்குப் பின் இயக்குநர் வந்தார். அனூப்பை உட்கார வைத்து, ஒரு தம்ளரில் எலுமிச்சைச் சாறு பருகத் தந்தார். பின் கேட்டார் – "அனூப் இந்த அகாடமியில் உனக்கு எதிராக இருந்தவர் யார்?"

"எனக்குத் தெரியவில்லை சார் ... நீங்கள் எல்லோருமே என் ஆசிரியர்கள். எல்லோருமே என் தந்தையைப் போன்றவர்கள். எனக்கு எதிரானவர்கள் என்று யாரையும் நினைக்க முடியவில்லை."

"இதோ பார், நான் இந்திய அரசுக்கு எழுதுகிறேன். கண நேரக் கோபத்தில் இவ்வாறு நேர்ந்துவிட்டது. நாங்கள் உன்னை மிகக் கடுமையாக மதிப்பிட்டுவிட்டோம் என்பதை உணர்கிறோம். இந்த உத்தரவை ரத்து செய்யும்படி நான் இந்திய அரசைக் கேட்டுக்கொள்கிறேன். நீ விரைவாக டெல்லி உள்துறை அமைச்சகத்திற்குப் போய், அவர்கள் என் கடிதத்தின் மீது நடவடிக்கை எடுத்து இந்த உத்தரவை ரத்து செய்வதை உறுதிசெய்."

"நான் கடிதத்தை நேரடியாக அனுப்பிவிட்டு அதன் நகலை உனக்குத் தருகிறேன். நீ அதை உள்துறை அமைச்சகத்திற்கு எடுத்துப் போ" என்றார்.

அப்போது அங்கு துணை இயக்குநரும் இருந்தார். அவர் குறுக்கிட்டு, "கடிதத்தின் நகலை அவருக்குத் தர வேண்டியதில்லை சார். நேரடியாக அனுப்பலாம்," என்றார்.

"சரி, ஆனால் கடிதத்தை அவருக்குப் படித்துக் காட்டுங்கள்" என்றார் இயக்குநர்.

மறுநாள் அனூப் டெல்லி சென்றார். அவரது மாமனாரின் சகோதரர் பி.கே. கத்பாலியா என்பவர் உள்துறையில் கூடுதல் செயலராக இருந்தார். அனூப் அவரைச் சந்தித்தார். அனூப்பின் மாமனாரும் அவரிடம் பேசியிருந்தார். ஆனாலும் ஒன்றும் நடக்கவில்லை. அனூப் உள்துறைச் செயலாளர் டி. என். சதுர்வேதி அவர்களைப் பார்க்க விரும்பினார். ஆனால் அதற்கும் அதிர்ஷ்டமில்லை. அனூப் உள்துறைச் செயலாளரின் அறையையே சுற்றி வந்தார். அப்போதெல்லாம் இன்றிருப்பதைப் போல் பாதுகாப்பெல்லாம் கிடையாது. உள்துறைச் செயலாளர் தன் அறைக்கு வந்துவிட்டார் என்று தெரிந்தவுடனேயே அனூப் யாரையும் கேட்காமல் அவரது அறைக்குள் நுழைந்தார். தன்னை அறிமுகப்படுத்திக்கொண்டார். நிலைமையை விளக்கினார். நடந்த தவற்றை விளக்கி இயக்குநர் கடிதம் எழுதியுள்ளதையும் கூறினார். உள்துறைச் செயலாளர் அனூப்பை வெறுமனே உணர்ச்சியின்றிப் பார்த்தார். சட்டென்று சொன்னார்.

"தவறு நடந்திருந்தால் யாராவது ஒருவர் போக வேண்டும். உங்கள் இருவரில் ஒருவர். நீங்கள் அல்லது இயக்குநர். தவறு செய்தவர் போக வேண்டும்."

அனூப் பேச முயன்றார். உள்துறைச் செயலாளர் அவரைத் தடுத்துவிட்டு, தன் உதவியாளரை அழைக்கும் மணிப் பொத்தானை அழுத்தினார்.

"எனக்குப் புரிகிறது. நீங்கள் ஒரு அதிகாரியாகத் தகுதியற்றவர். அனுமதியில்லாமல் நீங்கள் எப்படி இங்கே வந்தீர்கள்? அது ஒரு அதிகாரிக்கு அழகா?"

"சார், நான் இரண்டு மூன்று நாட்களாக உங்களைச் சந்திக்கக் காத்திருக்கிறேன்."

"இல்லையில்லை நீங்கள் லாயக்கற்றவர்."

"அப்படியென்றால் சார், நான் நீதிமன்றத்திற்குத்தான் போக வேண்டும்". யோசிக்காமலேயே உளறிவிட்டார் அனூப்.

உள்துறைச் செயலாளர் ஆக்ரோஷமாக எழுந்து நின்றார். "தம்பி, உலகத்தில் எந்த சக்தியாலும் இந்த வேலையை உனக்கு வாங்கித்தர முடியாது. புரிந்ததா?"

அவரது உதவியாளர் அறைக்குள் ஓடிவந்து நடுங்கியபடி நின்றார்.

"ஐயா, நீதி என்று ஒன்றிருந்தால் நான் திரும்ப வருவேன். இல்லையென்றால் நானே திரும்பிவருவதை விரும்ப மாட்டேன். இந்தத் துறையில் நீங்கள்தான் மிக உயர்நிலை அதிகாரி

என்பதாலேயே நான் உங்களிடம் வந்தேன். இன்று இதுதான் நிலை என்றால், அது அப்படித்தான் இருக்கும். நீதி இல்லையென்றால் நான் திரும்பி வர விரும்பவில்லை. எதுவும் என்னை வரச் செய்யாது. இப்படி ஒரு கண்மூடித்தனமான ஒரு இடத்தில் நான் வேலை செய்ய விரும்ப மாட்டேன்."

அனூப் வெளியேறும் போது உள்துறைச் செயலாளர் தன் உதவியாளரை வசைபாடுவதைக் கேட்க முடிந்தது. "இது என்ன பொதுக் கழிப்பிடமா? யார் வேண்டுமானாலும் விருப்பம் போல உள்ளே வந்து போவதற்கு?"

நவம்பர் 25, 26 தேதிகளில் அனூப் கோரக்பூரிலுள்ள தன் தந்தையின் வீட்டிற்குத் திரும்பினார். என்ன செய்வது என்று யோசிக்க வேண்டும். முதலில் அப்பாவிடம் சொல்ல வேண்டும். ஒரு சிக்கல் இருந்தது. நவம்பர் 29 அன்று அவரது தங்கையின் திருமணம் நடக்கவிருந்தது. விடுப்பு கேட்டு விண்ணப்பித்திருந்தார். விடுப்பு மறுக்கப்பட்டுவிட்டது. அதைப் பெற்றோருக்குத் தெரிவிக்கவில்லை. ஆனால் இப்போது வேலை நீக்கம் செய்யப்பட்டுவிட்டதால் தெரிவிக்க வேண்டிய அவசியமில்லை. அவர் விடுப்பில் தங்கையின் திருமணத்திற்கு வந்திருப்பதாகவே பெற்றோர் நினைத்தார்கள். அவரும் அவர்களின் மகிழ்ச்சியைக் கெடுக்க விரும்பவில்லை.

திருமணம் முடிந்து, தங்கை தன் கணவருடன் சென்ற பின், தந்தை ஆசுவாசமாகத் திருமணச் செலவுகளைக் கணக்குப் பார்த்துக்கொண்டிருந்தபோது அனூப் அவர் பக்கத்தில் அமர்ந்து நடந்ததைக் கூறினார். அப்பா அதிகம் பேசவில்லையென்றாலும் அவர் அதிர்ச்சியடைந்ததை அனூப்பால் உணர முடிந்தது. தந்தைக்கு மகன் மீது நம்பிக்கை இருந்தது. கணக்குப் புத்தகங்கள் திறந்து கிடக்க, இருவரும் அமைதியாக இருந்தனர். பிறகு அவர் எழுந்தார். கொடியில் தொங்கிய சட்டையை எடுத்து அணிந்து கொண்டார். அறையின் ஒரு மூலையில் இருந்த பீரோவைத் திறந்து ஒரு கட்டுத் தாள்களை எடுத்துக்கொண்டு அனூப்பை அழைத்துக்கொண்டு புறப்பட்டார்.

ஒரு ரிக்ஷாவில் ஏறிக்கொண்டனர். "நாம எங்கே போறோம்?" அனூப் கேட்டார். "சமஸ்கிருதப் பள்ளியின் முதல்வர் பண்டிட்ஜியைப் பார்க்கப் போகிறோம்." அவர் ஒரு புகழ்பெற்ற சோதிடரும்கூட. அவருக்கு அனூப்பின் தந்தையை நன்கு தெரியும். அப்பா அவர் முன்னே சென்று அமர்ந்ததும் அவர் அனூப்பைப் பார்த்துப் புன்னகைத்தவாறு, "எப்படி இருக்கிறாய்?" என்று கேட்டார். "நன்றாக இருக்கிறேன்" என்றார் அனூப். அப்பா தான் கொண்டு வந்த தாள்களை அவரிடம் கொடுத்தார். அது அனூப்பின் ஜாதகம். பண்டிட்ஜி அதைத் திறந்து சற்று நேரம்

உற்றுப் பார்த்தார். "ஓ, இப்போது மிக இருண்ட மேகங்கள் உன் மகனைச் சூழ்ந்துள்ளன."

"ஏதாவது பரிகாரம் இருக்கிறதா?"

ஏதும் பேசாமல் பண்டிட்ஜி ஜாதகத்தை ஆய்வு செய்தார். பின் சொன்னார்: "இந்த மேகங்கள் இன்னும் இரண்டு ஆண்டுகளுக்கு இங்குதான் இருக்கும். அதுபற்றி நீங்கள் ஒன்றும் செய்ய முடியாது. அதன் பின் சூரியன் மேகங்களைக் கிழித்துக்கொண்டு வந்து புன்னகைக்கும்."

அனூப்பின் அப்பாவின் முகத்தில் விரக்தி. ஆனால் குருஜி, "என் மகனை ஏற்கெனவே அகாடமியிலிருந்து அனுப்பி விட்டார்கள். பின் சூரியன் எப்படிப் பிரகாசிக்கும்?"

"கடவுளின் வழிகள் என்னவென்று எனக்குத் தெரியாது. கடவுளின் வழிகள் வித்தியாசமானவை. உங்கள் மகனின் ஜாதகம் என்ன சொல்கிறதோ அதை நான் சொல்கிறேன். இரண்டாண்டுகள் அவர் கஷ்டப்படத்தான் வேண்டும். இரண்டு ஆண்டுகள்."

அனூப் தில்லி உயர் நீதிமன்றத்திற்குப் போனார். அங்கு மனு ஏற்கப்படவே இல்லை. அடுத்து, தில்லி உயர் நீதிமன்றத்தின் தலைமை நீதிபதி அமர்வு. வழக்கு விசாரணைக்கு வந்தபோது அரசு வழக்கறிஞர் எழுந்தார். அவர் சொன்னதைக் கேட்டு நீதிபதி சலித்துப்போனார். "நீதிமன்றத்தின் நேரத்தை வீணடிக்காதீர்கள். இவர் ஒரு ப்ரோபேஷனர் (பயிற்சியாளர்). பொருந்தாதவர் என்று அனுப்பிவிட்டார்கள். இப்படிப்பட்டவர்களைக் களையெடுப்பதே நல்லது. இதில் இந்த நீதிமன்றம் என்ன செய்யமுடியும்? எங்களைப் போன்ற நீதிபதிகளால்தான் போலீஸ் துறையில் இந்த அளவுக்கு ஒழுங்கின்மை இருக்கிறது. தவறு நேர்ந்துள்ளதை இவரால் நிரூபிக்க முடியுமானால் சரி. இவருக்கு ஏதாவது கிடைக்கலாம். ஆனால் நான் இந்த மனுவை ஏற்கவில்லை."

அவர் வழக்குக் கோப்பினைத் தூக்கி எறிந்தார். அனூப்பின் வழக்கறிஞர் நீதிமன்ற அறைக்கு வெளியேயும் அவரைச் சந்திக்க வரவில்லையென்பது அதிர்ச்சியளித்தது. அனூப் மனமுடைந்துபோனார். இந்தியா கேட் அருகிலிருந்த நீதிமன்றத்திலிருந்து நீலத்தின் பெற்றோர் வசித்த பூசா சாலை வரையான நீண்ட தூரத்தை நடந்தே சென்றார். நீலத்தின் பெற்றோர் இரண்டாவது மாடியில் ஒரு சிறிய அபார்ட்மென்டில் வசித்தனர். அனூப்பின் பணிநீக்கம் குறித்து அவர்கள் மிகவும் வருத்தமடைந்தார்கள். மகன் மனு பிறந்தபோது நீலம் தன் வேலையை விட்டுவிட்டார் என்பதிலும் அவர்களுக்கு வருத்தம். வேலையை விட வேண்டாம் என்று பெற்றோர் சொல்லியும் கேட்காமல் நீலம் வேலையை விட்டுவிட்டார். ஒரு வங்கி

அதிகாரியாக இருந்துகொண்டு அவர் தன் கணவரோடு இருக்க முடியவில்லை. கணவர் தமிழ்நாட்டுக்குப் போகவிருந்தார். நீலத்திற்கு வேலை வேறு எங்கோ இருந்தது. அவர்கள் துரதிர்ஷ்டம், நீலத்தின் ராஜினாமா 1981 அக்டோபரில் ஏற்கப்பட்ட அனூப்பின் வேலை நீக்கம் அடுத்த மாதம் நடந்தது. அவர்கள் இப்போது ஒரு மகனையும் பராமரிக்க வேண்டும். அப்போதுதான் நீலத்தின் தந்தை டெல்லிக்கு வந்துவிடுமாறு சொன்னார். அவருடைய எம்.பில்., பி.எட். படிப்பால் அவருக்கு தில்லியில் ஒரு பள்ளி அல்லது கல்லூரியில் எளிதாக வேலை கிடைத்துவிடும். அனூப் மீண்டும் வேலையில் சேரும்வரை, அல்லது வேறு வேலை கிடைக்கும்வரை, அல்லது ஏதேனும் ஒரு வணிகம் துவக்கும்வரை நீலம் தில்லியில் இருக்க வேண்டும் என்பது பெற்றோரின் நடைமுறைக்குப் பொருத்தமான அறிவுரை.

ஆனால் நீலத்தின் கருத்து வேறாக இருந்தது. வேலை யில்லாதிருக்கும் நேரத்தில் கணவரை விட்டுப் பிரிந்திருக்கக் கூடாது என்று நினைத்த அவர் கோரக்பூரில் தங்கினார். வழக்கு விசாரணைக்கு வரும்போது அனூப் பரபரப்பான பூசா பகுதியிலிருந்த நீலத்தின் பெற்றோருடன் தங்கினார்.

அனூப்பின் மாமனார் உலக அனுபவம் மிக்கவர். உலக விஷயங்களில் அவருக்கு உறுதியான கருத்து இருந்தது. ஒரு நிறுவனத்தில் பணி செய்ய வேண்டுமென்றால் கொஞ்சம் விட்டுக்கொடுத்துப் போவது அவசியம். நம்பத்தகாதவர்கள் என்றாலும் உயர் அதிகாரிகளுக்கு உரிய மரியாதை தர வேண்டும் என்பது அவர் பார்வை. அனூப்பின் தரப்பு பலவீனமாக இருப்பதாகவும் வழக்கில் வெற்றி பெறுவது கடினம் என்றும் நீலத்தின் பெற்றோர் கருதினார்கள். அனூப் தத்துவம் பேசுகிறார், அதனை நீதிபதிகள் ஏற்க மாட்டார்கள் என்று அவர்கள் கருதினார்கள். உயர் நீதிமன்றத்தில் வழக்கு தோற்ற பின் எந்த முகத்தோடு அவர்கள் முன் போய் நிற்பது?

அனூப் உயர் நீதிமன்றத்திலிருந்து மாமனார் வீட்டிற்குப் போய் அவர்களிடம் நடந்ததைச் சொன்னார். "அதில் வியப்பேதும் இல்லை" என்றார் மாமியார். "நீதிமன்றங்கள் உங்களுக்கு உதவாது" என்று அழுத்தமாகச் சொன்னார் மாமியார். மூன்று நாட்களுக்குப் பிறகே அனூப் தன் வழக்கறிஞரைப் பார்க்கத் துணிந்தார்.

தில்லி உயர் நீதிமன்றத் தீர்ப்பைத் தொடர்ந்து, நிலைமையை இன்னும் மோசமாக்கும் விதமாக, ராய்க்குப் பின் போலீஸ் அகாடமியின் இயக்குநராக வந்தவர் ஹைதராபாத்தில் ஒரு செய்தியாளர் சந்திப்பில், அனூப் ஒரு கலகக்காரராக இருந்தார் என்றும், அவர் வசதியான குடும்பத்திலிருந்து வந்தவர்

என்பதால் வெறும் பெருமைக்காக ஐ.பி.எஸ். சேர்ந்தார் என்றும் பேட்டியளித்தார். அனூப்புக்கு தீவிரவாதிகள் தொடர்பு இருக்கலாம் என அஞ்சப்படுவதாகவும் புதிய இயக்குநர், கூறியிருந்தார். இது உள்ளூர்ச் செய்தித்தாள்களில் வெளியானது. சிலர் அதனை அனூப்பின் கவனத்திற்குக் கொண்டுவந்தனர். அனூப் அந்தச் செய்திகளைச் சேகரித்துக்கொண்டு ஒரு இளம் வக்கீலின் உதவியோடு உச்சநீதிமன்றத்தில் மேல் முறையீடு செய்தார். கல்கத்தாவிலிருந்து வெளிவரும் *சண்டே* பத்திரிகை அது பற்றி இரண்டு பக்கக் கட்டுரை வெளியிட்டது. அப்போது மாதமிருமுறை பத்திரிகையாக இருந்த *இந்தியா டுடே* வழக்கு பற்றி ஒரு சிறு கட்டுரை வெளியிட்டது. உள்ளூர்ச் செய்தித்தாள்கள் நிறைய எழுதின. 1982 ஆகஸ்ட் 30 அன்று உச்ச நீதிமன்றத்தில் மேல் முறையீடு விசாரணைக்கு ஏற்கப்பட்டது. மிகக் கண்டிப்பானவர்கள் என்று கருதப்பட்ட நீதிபதிகள் அமர்வில் விசாரணைக்கு வந்தது. ஒருவர் தலைமை நீதிபதி சந்திரசூட். மற்றொருவர் விரைவில் தலைமை நீதிபதி ஆகவிருந்த வெங்கடராமையா.

அந்நாட்களில் அனூப், வழக்கு நடத்த தில்லிக்கும் கோரக்பூருக்கும் இடையே அடிக்கடி பயணித்துக்கொண் டிருந்தார். ஒன்று விசாரணை தள்ளி வைக்கப்படும் அல்லது நிச்சயித்த தேதியில் விசாரணைக்கு எடுத்துக்கொள்ளப்படாது. விசாரணைப் பட்டியலில் இடம் பெற்றிருக்கும் ஆனால் அதன் முறை வரும்போது முந்தைய வழக்கு அதிக நேரம் எடுத்துக்கொண்டதால் நீதிமன்ற நேரம் முடிந்துபோய் விசாரணை தள்ளி வைக்கப்பட்டுவிடும்.

ஒருமுறை அவர் டெல்லியிலிருந்து கோரக்பூருக்கு கோமதி எக்ஸ்பிரஸ் ரயிலில் வந்துகொண்டிருந்தார். உட்கார்ந்தபடி எட்டு மணிநேரப் பயணம். நடுவில் பாதை, பக்கத்திற்கு மூன்றாக ஆறு மர இருக்கைகள். அது விரைவு ரயில். டெல்லி – கோரக்பூர் இடையே இரண்டு நிறுத்தங்கள் மட்டுமே. அலிகார், லக்னோ. அந்த வரிசையின் ஆறு இருக்கைகளில் ஐந்தில் ஒரே குழு அமர்ந்திருக்க, ஆறாவது நபராக அனூப் சன்னலோரம் அமர்ந்திருந்தார். ஐவரில் ஒருவர் *சண்டே* பத்திரிகையில் வெளிவந்திருந்த ஹைதராபாத் நிகழ்வுகள் பற்றிய கட்டுரையைப் படித்துக்கொண்டிருந்தார். அவர்களில் ஒருவர் சொன்னார், “பாருங்கள், இப்படிப்பட்ட குண்டர்கள், அயோக்கியர்கள்கூட ஐ.பி.எஸ். ஆகிவிடுகிறார்கள். இந்த ஜெய்ஸ்வால் டெல்லி பல்கலைக்கழகத்தில் உருவான குண்டன். அவ்வப்போது இப்படிப்பட்டவர்களை விரட்டத்தான் வேண்டும்.”

சண்டே பத்திரிகை, அனூப் தில்லி பல்கலைக்கழகத்தில் படித்தவர் என்று எழுதியிருந்தது. தன் எதிரிலேயே தன்னைப்

பற்றிப் பேசுவதைக் கேட்க அனூப்பிற்கு வினோதமாக இருந்தது. அவர்கள் யாரையும் அனூப்பிற்குத் தெரியவில்லை. அவர்கள் தன்னைப் பற்றித்தான் பேசுகிறார்கள் என்பதையும் தாங்க முடியவில்லை. அவர்கள் பேச்சில் குறுக்கிடாமல் இருக்கவும் முடியவில்லை.

“சகோதரரே, உங்களுக்கு அனூப் ஜெய்ஸ்வாலைத் தெரியுமா?” அனூப் கேட்டார்.

“ஆமாம். நானும் டெல்லி பல்கலைக்கழகத்தில் படித்தேன்.”

“அவரை எப்போதாவது பார்த்திருக்கிறீர்களா?”

“பலமுறை பார்த்திருக்கிறேன். ரொம்ப மோசமான ஆள். ரொம்பக் கெட்ட பெயர் அவருக்கு. எப்படி ஐபிஎஸ் ஆனார் என்று தெரியவில்லை.”

“இல்லை சார். நீங்கள் அனூப் ஜெய்ஸ்வாலைப் பார்த்திருக்க முடியாது. சும்மா இப்படிச் சொல்லிக்கொண்டிருக்கிறீர்கள்.”

அவரது நண்பர் குறுக்கிட்டார். “நீங்கள் இருவரும் ஏன் இதைப் பற்றி சண்டையிட்டுக்கொண்டிருக்கிறீர்கள்?”

“ஏனென்றால், நான்தான் அனூப் ஜெய்ஸ்வால். நான் குண்டனில்லை.”

பின்னர் அவர்களில் ஒருவர் சொன்னார்: “இல்லை, இல்லை. அது வேறு யாரோ ஒருவராக இருக்க வேண்டும். நீங்கள் பெயரை வைத்துக் குழப்பிக்கொள்கிறீர்கள்.”

அதன் பிறகு அனூப் அந்தப் பயணம் முழுவதும் பேசவில்லை.

உச்ச நீதிமன்றத்தில் வழக்கு விசாரணைக்கு வந்தபோது அரசு வழக்கறிஞரைப் பார்த்து நீதிபதிகள் கேட்டனர்: “யோகா வகுப்பில் கலந்துகொள்ளவில்லை என்பதற்காக டிஸ்மிஸ் செய்யப்பட்ட ஒருவரின் வழக்குதானே இது?” அரசு வழக்கறிஞர், “யுவர் ஆனர், பத்திரிகைகளில் வந்தவை எதுவும் உண்மையல்ல. அவையெல்லாம் அபத்தம் என்று அனூப் தன் மனுவில் குறிப்பிட்டிருக்கிறார். பத்திரிகைகளுக்கு அந்தச் செய்திகளைத் தந்த இயக்குநரின் உருவாக்கம் அவை” என்று உடனே சொன்னார்.

நீதிபதிகள் அனூப்பைப் பார்த்து, “இப்போது என்ன செய்துகொண்டிருக்கிறீர்கள்?” என்று கேட்டார்கள்.

“யுவர் ஆனர், என் மீது இவ்வளவு தீவிரக் குற்றச்சாட்டுக்கள் இருக்கும்போது யார் எனக்கு வேலை தருவார்கள்? பொய்களால் என் பெயர் கெட்டிருக்கும்போது யார் எனக்கு வேலை தருவார்கள் யுவர் ஆனர்?”

அரசு வழக்கறிஞரைப் பார்த்து நீதிபதி கேட்டார்: "நீங்களே சொல்கிறீர்கள் அந்த அறிக்கைகள் பொய்யென்று. அப்படியானால் மறுப்பு வெளியிட்டீர்களா?"

அரசு வழக்கறிஞர் பதிலேதும் பேசவில்லை.

"மறுப்பு வெளியிட்டீர்களா? இல்லையா?"

"அது பற்றிப் பின்னர் தெரிவிக்கிறோம், யுவர் ஆனர்."

இந்த வழக்கில் அரசு தாக்கல் செய்த பதில் மனுவில் ஒரு பெரிய தவறு இருந்தது. அனூப் ஜெய்ஸ்வால் இந்திய விமானப் படையிலிருந்து டிஸ்மிஸ் செய்யப்பட்டார் என்றும், இந்தத் தகவல் இந்திய அரசுக்கோ, மத்திய அரசுப் பணியாளர் தேர்வாணையத்திற்கோ தெரிவிக்கப்படவில்லை என்றும் குறிப்பிடப்பட்டிருந்தது. அனூப் தனது பதிலில் இது பச்சையான முழுப் பொய். நான் டிஸ்மிஸ் செய்யப்படவில்லை. பயிற்சியில் சேர்ந்த 20 நாட்களுக்குள் ராஜினாமா செய்தேன். இதனை விமானப் படைத் தலைமையகம் மற்றும் தேசிய பாதுகாப்பு அகாடமியின் ஆவணங்களில் காணலாம் என்று சொன்னார்.

நீதிமன்றம் இதை அரசு வழக்கறிஞருக்குச் சுட்டிக்காட்டியது. "நீங்கள் எப்படி டிஸ்மிஸ் என்று சொல்கிறீர்கள்? அவர் ராஜினாமா என்று சொல்கிறார். இரண்டும் வெவ்வேறானவை. இது பற்றிய ஆவணங்களை நாங்கள் பார்க்க வேண்டும். நீங்கள் நீதிமன்றத்தைக் குழப்பப் பார்க்கிறீர்கள்."

அரசு வழக்கறிஞர், "நாங்கள் இது குறித்தும் மீண்டும் தெரிவிக்கிறோம்" என்றார்.

அப்போதிருந்த சட்டங்களின்படி நியமன அதிகாரி ஒரு புரொபேஷனரைப் பணி நீக்கம் செய்யும் அதிகாரம் படைத்தவர். இது எல்லாப் பணிகளுக்கும் பொருந்தும். புரொபேஷனருக்கு ஏன் தகுதியில்லை என்பதற்கான காரணங்களைத் தெரிவிக்க வேண்டிய அவசியமில்லை. நீ பணியை ஏற்றுக்கொண்டாய். பயிற்சி பெறுகிறாய், மதிப்பிடப்படுகிறாய். அவ்வளவுதான். காரணங்கள் தெரிவிக்க வேண்டியதில்லை என்பது ஒன்று, காரணமே இல்லாமல் ஒருவரை வீட்டுக்கு அனுப்புவது என்பது வேறு என்பது அனூப்பின் வாதம். காரணங்கள் தெரிவிக்க வேண்டியதில்லை என்றாலும், ஆவணங்களில் எங்கோ ஓரிடத்தில் உண்மையான, சரியான காரணம் இருந்தாக வேண்டும் என்ற அடிப்படையில் அவருடைய வாதம் அமைந்தது.

"உங்களைக் காரணமில்லாமல் அனுப்பிவிட்டார்கள் என்று நீங்கள் எப்படி நிரூபிப்பீர்கள்?" என்று நீதிபதிகள் கேட்டார்கள்.

"15 நாட்களுக்கொரு முறை எங்கள் வழிகாட்டி அலுவலர் எங்களைச் சந்திப்பார். நாங்கள் ஐவர் அவரது அறையில் சந்தித்து, கடந்த இரு வாரங்களில் எங்கள் முன்னேற்றம் குறித்து ஆய்வு செய்யப்படும். இந்த ஆய்வுகளில் ஒருமுறைகூட நான் போதிய திறமை காட்டவில்லை என்றோ, ஏதேனும் ஒரு அம்சத்தில் குறைவாக இருக்கிறேன் என்றோ ஒரு குறிப்போ, ஆலோசனையோ, எச்சரிக்கையோ தெரிவிக்கப்படவில்லை. எனவே நான் திடீரென்று தகுதியற்றவனாக ஆகிவிடுவது என்பது சாத்தியமில்லை. தகுதியின்மை என்பது ஒரு குறிப்பிட்ட காலக்கிரமத்தில் கண்டறியப்பட்டு, அதைச் சரி செய்துகொள்ளும் முயற்சிக்கு வாய்ப்புத் தரப்பட வேண்டும். சட்டம் எதற்காக உருவாக்கப்பட்டதோ அந்த நோக்கத்தையே சிதைக்கும்வகையில் அமல் செய்யப்படக் கூடாது" என்றார் அனூப்.

மற்றுமொரு குற்றச்சாட்டு, அனூப் பிப்ரவரியில் தன் மனைவியைப் பார்ப்பதற்காக இரண்டு நாட்கள் விடுப்பு எடுத்து, தாமதமாகப் பயிற்சி மையத்திற்குத் திரும்பியது தொடர்பானது. மனைவிக்கு மகப்பேறு அறுவை சிகிச்சை நடந்திருந்தது. விடுப்பு சனி, ஞாயிற்றுக்கிழமைகளில். வெள்ளி மாலை அவர் சென்றார். திங்கள் காலை அவர் திரும்ப வர வேண்டும். அன்று காலை 7.00 மணிக்கு செகந்திராபாத் ரயில் நிலையம் வரத் திட்டமிட்டிருந்தார். அங்கிருந்து டாக்ஸியில் ஒரு மணி நேரப் பயணத்தில் சிவராமபள்ளியில் அகாடமி இருந்தது. ஆனால் வரும் வழியில், செகந்திராபாத் ரயில் நிலையத்திலிருந்து 140 கி.மீ. தொலைவில் காஸியாபாத் என்னுமிடத்தில் ரயில் தடம் புரண்டது. அதனால் அனூப் பிற்பகல்தான் வர முடிந்தது. அவரிடம் விளக்கம் கேட்கப்பட்டது. அவரும் ரயில் தடம் புரண்டதால் தாமதம் என்று தெரிவித்தார். அன்று பிற்பகல் வகுப்புகளில் கலந்துகொண்டார். அவருக்கு அரை நாள் சம்பளமில்லா விடுப்பு தரப்பட்டது. சம்பளமும் பிடித்தம் செய்யப்பட்டது. அத்துடன் அது முடிந்துவிட்டது. அதைக் காரணமாகக் காட்டுவது உள்நோக்கம் கொண்டது என்று அனூப் வாதிட்டார்.

அரசு வழக்கறிஞரைப் பார்த்து நீதிபதி கேட்டார்: "இதிலே என்ன குற்றச்சாட்டு இருக்கிறது. அது முடிந்துவிட்டது. குற்றச்சாட்டு எங்கே இருக்கிறது?"

பின்னர் நீதிபதிகள், "நாங்கள் இதைப் பார்க்கிறோம். இதற்கிடையில் இவர் ஏன் பயிற்சியை முடிக்கக் கூடாது? அகாடமியில் மீண்டும் சேரட்டும். நாங்கள் டிஸ்மிஸலுக்குத் தடை விதிக்கிறோம்" என்று சொன்னார்கள்.

அனூப் தன் வழக்கறிஞரிடம் இந்த நடைமுறை முடிய எவ்வளவு காலம் ஆகும் என்று கேட்டார். அவர் தன் வழக்கறிஞரிடம் பேசுவதைப் பார்த்த நீதிபதிகள், என்ன விஷயம் என்று கேட்டார்கள்.

அனூப் எழுந்து நின்று சொன்னார்: "யுவர் ஆனர், ஒரு டிஸ்மிஸலே போதுமான தீங்கு செய்துவிட்டது. இரண்டு டிஸ்மிஸல் என்றால் அது பேரழிவு யுவர் ஹானர்."

"இரண்டு டிஸ்மிஸலா? நீங்கள் என்ன சொல்கிறீர்கள்?"

"இந்த வழக்கில் நான் தோற்றால், நான் மீண்டும் டிஸ்மிஸ் ஆகிறேன், மிலார்ட்."

நீதிபதி வெங்கடராமையா சிரித்தபடி கேட்டார். "பின் உங்களுக்கு வேறென்ன வேண்டும்?"

"மிலார்ட், நான் இந்த சமூகத்திற்கு ஒரு காவல் துறை அதிகாரியாகச் சேவை செய்ய வேண்டுமென்றால் தீர்ப்புக்காகக் காத்திருந்து என் இளமைக் காலம் வீணாகக் கூடாது. நான் சேவை செய்வதென்றால் அது இப்போதே. யுவர் ஆனர், இப்போதில்லையென்றால், எப்போதுமில்லை."

நீதிபதி வெங்கடராமையா சிரித்தபடியே சொன்னார்: "நியாயமான கோரிக்கை. இடைக்காலத் தடை இல்லை. இன்றிலிருந்து 12 வாரங்களுக்குள் இந்த வழக்கு முடிவு செய்யப்படும். இவர் வேலையில்லாதிருப்பதால் நீதிமன்றக் கட்டணம் போன்ற செலவுகளிலிருந்து இவருக்கு விலக்களிக்கப்படுகிறது."

அரசு வழக்கறிஞர் எழுந்து சொன்னார்: "நோட்டீஸ் தர வேண்டும்"

"நோட்டீஸ் தேவையில்லை. நீங்கள் ஃபைலைக் கொண்டு வாருங்கள். இதில் விவாதத்திற்கு இடமில்லை. அவர் பொருத்த மில்லாதவரென்றால் ஏன் பொருத்தமில்லாதவரென்று ஃபைலில் இருக்க வேண்டும். நீங்கள் ஃபைலைக் கொண்டுவாருங்கள். அத்துடன் முடிந்தது."

அரசு வழக்கறிஞர் மன்மோகன் சிங் குஜ்ரால் ஒரு சர்தார்ஜி. சமீபத்தில் ஓய்வு பெற்ற, சிக்கிம் உயர் நீதிமன்றத்தின் முன்னாள் தலைமை நீதிபதி. 12 வாரங்களுக்குப் பிறகு ஆவணங்கள் தரப்பட வேண்டிய நேரத்தில், இந்த வழக்கு வேறொரு வழக்கை விசாரித்துக்கொண்டிருந்த நீதிபதிகள் இ.எஸ். வெங்கடராமையா, ஆர்.பி. மிஸ்ரா ஆகியோரைக் கொண்ட அமர்வின் முன் கொண்டுவரப்பட்டது. அரசு வழக்கறிஞர், ஃபைல்

குற்றமும் கருணையும் ➤ 199 ◆

கிடைக்கவில்லை என்றும் அதனைத் தர மேலும் 15 நாட்கள் அவகாசம் வேண்டுமென்றும் கேட்டார்.

நீதிபதி வெங்கடராமையா அரசு வழக்கறிஞரைப் பார்த்துச் சொன்னார்: "இந்த அமர்வு ஒரு வாரத்திற்கு மேல் இருக்கப்போவதில்லை என்று உங்களுக்குத் தெரியும். இந்த அமர்வு உங்களுக்குப் பிடிக்கவில்லை. இன்று பிற்பகல் 2 மணிக்கு இந்த நீதிமன்றம் மீண்டும் கூடும். உள்துறை அலுவலகம் இங்கே பக்கத்தில் கல்லெறியும் தூரத்தில்தான் இருக்கிறது. அங்கிருந்து ஒரு உயர் அதிகாரி வந்து கோப்பு கிடைக்கவில்லையென்று வாக்குமூலம் தரட்டும்."

அதற்குள் எப்படியோ ஃபைல் வந்து சேர்ந்துவிட்டது. நீதிபதி வெங்கடராமையா, ஃபைலை இப்படியும் அப்படியும் ஆட்டி, "பைல் ஏன் காணாமல் போனதென்று இப்போது உங்களுக்குத் தெரிகிறதா? அதில் ஒன்றும் இல்லை. காலி" என்று மன்மோகன்சிங் குஜ்ராலிடம் சொன்னார்.

"இல்லை யுவர் ஆனர். அவர் என்ன செய்தார், செய்யவில்லை என்பதல்ல; அவரது நடத்தைதான் பிரச்சினை. அவர் நீதிபதியின் முன்னிலையில் தான் அடிப்படையில் ஒரு மறுப்பாளன் என்று காட்டியிருக்கிறார்" என்றார் குஜ்ரால்.

1893ஆம் ஆண்டில் ஒரு ஐ.சி.எஸ். அதிகாரி பொருந்தாத நடத்தைக்காகப் பணிநீக்கம் செய்யப்பட்டிருப்பதை குஜ்ரால் சுட்டிக்காட்டினார். எங்கோ நிகழ்த்திய ஒரு உரையில் அந்த ஐ.சி.எஸ். அதிகாரி, காலனிகளை வைத்திருக்கும்வரை இங்கிலாந்து ஒரு உண்மையான ஜனநாயக நாடாக இருக்க முடியாது என்று பேசினார். ஏனெனில் ஜனநாயகம் என்பது உணர்வு சம்பந்தப்பட்டது. காலனிகளை வைத்திருப்பதன் மூலம் இங்கிலாந்து தான் ஜனநாயக மனப்பான்மை கொண்ட நாடல்ல என்று காட்டுகிறது. அனைவரும் சமம் என்று இங்கிலாந்து கருதவில்லை. நிலைமை இவ்வாறிருக்கையில், இங்கிலாந்து தன் சொந்த நாட்டிலும் உண்மையான ஜனநாயக நாடாக இருக்க முடியாது என்று அவர் பேசினார். இத்தகைய கருத்துக்களை வெளியிட்டமைக்காக அந்த ஐ.சி.எஸ் அதிகாரி பணிநீக்கம் செய்யப்பட்டதை குஜ்ரால் சுட்டிக்காட்டினார்.

குஜ்ரால் சொல்லி முடித்ததும், நீதிபதி வெங்கடராமையா, "அந்த ஐ.சி.எஸ். அதிகாரியின் துரதிர்ஷ்டம் நாங்கள் அப்போது இல்லை. மிஸ்டர் குஜ்ரால், காலனியாதிக்க இந்திய ஆட்சியாளர்களின் மதிப்பீடுகளை சுதந்திர, ஜனநாயக இந்தியாவிலும் உயர்த்திப் பிடிக்க வேண்டும் என்று நீங்கள் நினைக்கிறீர்களா?" என்று கேட்டார்.

அனூப் தனது வாதத்தில், "ஒழுங்கு, கட்டுப்பாடு என்ற பெயரில் அடிமைத்தனமே எதிர்பார்க்கப்படுகிறது. நான் கட்டுப்படத் தயாராக இருந்தேன். ஆனால் அடிமையாக இருக்கத் தயாராக இல்லை" என்றார்.

பின் நீதிபதி அரசு வழக்கறிஞரிடம் சொன்னார். "நீங்கள் ஒரு சர்தார்ஜி. நீங்கள் செய்யாமலிருக்கலாம். ஆனால், உத்திரப் பிரதேசம், பிகாரில் ஒரு பொதுவான வழக்கம் இருக்கிறது. நீங்கள் ஒரு பெரிய மனிதரிடம் ஒரு உதவிக்காகப் போனால் அவரது காலைத் தொட்டு வணங்க வேண்டும். காலைத் தொட்டு வணங்கினால் உங்கள் வேலை முடிந்துவிடும் என்பது உறுதியல்ல. ஆனால் காலைத் தொட்டு வணங்காவிட்டால் உங்கள் வேலை ஒருபோதும் நடக்காது. இந்த உச்ச நீதிமன்றம் இதையெல்லாம் கருத்தில் கொள்ள வேண்டும் என்று நினைக்கிறீர்களா?"

அவர்கள் தீர்ப்பை ஒத்திவைத்தார்கள். அடுத்த நாள் தீர்ப்பின் சாராம்சத்தை வாசித்தார்கள்.

அனூப் நீதிபதிகளின் முன் நின்றிருந்தார். நீதிபதிகள் அவரைப் பார்த்து, "இதோ பாருங்கள், அரசு உங்கள் வேலையைப் பறித்துக்கொண்டது. இந்திய அரசியலமைப்புச் சட்டமும் இந்த நாட்டின் சட்டமும் உங்களுக்கு அதைத் திருப்பித் தருகின்றன. அது சட்டம் உங்களுக்குத் தரும் உரிமை. உங்கள் விசுவாசம் எப்போதும் இந்திய அரசியலமைப்புச் சட்டத்தின் மீதும் இந்த நாட்டின் சட்டத்தின் மீதும் இருக்க வேண்டும். தனி நபருக்கோ, கட்சிக்கோ, அரசாங்கத்திற்கோ அல்ல" என்று சொன்னார்கள்.

"இவர் உண்மையான அர்த்தத்தில் பொது ஊழியனாகத் தேவையான எல்லா ஊக்கத்தையும் இவருக்கு அளிப்பது அரசின் கடமை. இந்தத் தீர்ப்பை 12 வாரங்களுக்குள் நடைமுறைப்படுத்த வேண்டும்" என்றும் நீதிபதிகள் வாய்மொழி உத்தரவு வழங்கினார்கள். இவர் பணியிலில்லாக் காலம் முழுவதும் பணிக்காலமாகக் கருதப்பட்ட வேண்டும் என்றும் அரசுக்கு உத்தரவு வழங்கப்பட்டது. அதற்கான பணிப் பயன்கள் மட்டுமல்ல மறுக்கப்பட்ட சம்பளமும் வழங்க வேண்டும்.

அன்று 1984 ஜனவரி 24. குடியரசு நாளுக்கு இன்னும் இரு தினங்களே இருந்தன. சமஸ்கிருத பண்டிட் ஜி, மீண்டும் சூரியன் ஒளிரும் என்று குறித்துத் தந்த காலமும் ஏறக்குறைய அதுவே. அனூப்பிற்கு அளவில்லாத மகிழ்ச்சி.

ஆனால் கதை அத்துடன் முடியவில்லை. 12 வாரங்கள் கடந்து போயின. நீதிமன்ற ஆணை நிறைவேற்றப்படவில்லை. மேலும் சில வாரங்கள் கடந்தன. அரசிடமிருந்து எந்தத் தகவலும் இல்லை. அனூப் உள்துறை அமைச்சகத்திற்குப் போனார்.

இணைச் செயலாளரைப் பார்க்குமாறு சொன்னார்கள். அவர் மொட்டையாகச் சொன்னார். "ஆமாம், தெரியும், பார்த்துக்கொண்டிருக்கிறோம்."

"ஆனால் சார். உச்ச நீதிமன்றம் 12 வாரங்களுக்குள் ஆணை வழங்க உத்தரவிட்டிருந்தது. 14 வாரங்கள் ஆகிவிட்டன" என்றார் அனூப்.

"உச்ச நீதிமன்றத்திற்கு எங்கள் சிரமங்கள் பற்றித் தெரியாது. நாங்கள் ஆய்வு செய்துகொண்டுதான் இருக்கிறோம். பொறுமையாக இருங்கள்."

"அதில்லை சார். இது உச்ச நீதிமன்றத்திற்கும் உள்துறை அமைச்சகத்திற்கும் இடையிலானது. ஏன் 12 வாரங்களுக்குள் ஆணையை நடைமுறைப்படுத்தவில்லை என்று நாளை உச்ச நீதிமன்றத்தில் மனுத் தொடுக்க இருக்கிறேன்."

"நீங்கள் ஏன் எப்போதும் உச்ச நீதிமன்றத்தின் பெயரைச் சொல்லி மிரட்டுகிறீர்கள்?"

"நான் மிரட்டவில்லை சார். நான் விரட்டப்பட்டேன். நான் போராடி, வெற்றி பெற்றுத் திரும்ப வந்திருக்கிறேன். என்னை நம்பி மனைவியும் இரண்டு குழந்தைகளும் இருக்கிறார்கள். வழக்கில் நான் ஜெயித்த பிறகும் அதை நடைமுறைப்படுத்துவது சிரமமாக இருக்கிறது. அரசு எனக்கு நியாயம் வழங்கவில்லை என்றால் நீதிமன்றம் போவதைத் தவிர வேறு வழி இல்லை. உங்களைத் தொந்தரவு செய்ததற்கும் உங்கள் நேரத்தை வீணாக்கியதற்கும் மன்னியுங்கள்."

அனூப் மன்னிப்புக் கேட்டுக்கொண்டு வெளியேறினார். படியிறங்கிக்கொண்டிருக்கும்போதே இணைச் செயலாளரின் உதவியாளர் கத்திக்கொண்டே பின்னால் ஓடிவந்தார். "மிஸ்டர் ஜெய்ஸ்வால், மிஸ்டர் ஜெய்ஸ்வால்..."

அனூப் நின்று திரும்பிப் பார்த்தார்.

"நீங்கள் டெல்லியில் வசிக்கிறீர்களா?"

"ஆம்."

"உங்கள் போன் நம்பர் தருகிறீர்களா?"

அனூப் தன் மாமனாரின் போன் நம்பரைத் தந்தார்.

மறுநாள் காலை 10 மணிக்கு அனூப் உடனே உள்துறை அமைச்சகத்திற்கு வர வேண்டும் என்று போன் மூலம் செய்தி வந்தது. இன்னும் சதுர்வேதிதான் உள்துறைச் செயலாளராக

இருந்தார். ஆனால் விரைவில் ஓய்வு பெறவிருந்தார். எம்.கே. வாலி என்பவர் அவரிடத்திற்கு வர இருந்தார். உச்ச நீதிமன்ற ஆணை வந்தபோது சதுர்வேதிக்கு மறு நியமன ஆணையில் கையொப்பமிட விருப்பமில்லை. ஆனால் அது உச்ச நீதிமன்ற ஆணை என்று சுட்டிக்காட்டியபோது அவர் கோபத்தால் வெடித்தார். வாலி வந்து அதைச் செய்யட்டும், நான் செய்யப்போவதில்லை என்றார். ஆனால் அவர்கள் அவருக்கு விளக்கிச் சொல்லி, இறுதியாக அவரைச் சம்மதிக்க வைத்தனர். இன்று காலைதான் அவர் கையொப்பமிட்டார். அந்த உத்தரவில் அனூப் மூன்று நாட்களுக்குள் பணியில் சேர வேண்டும் என்றிருந்தது. அனூப் திகைத்து நின்றார்.

கோரக்பூர் போய், துணிமணிகளை எடுத்துக்கொண்டு, மூன்று நாட்களுக்குள் தமிழ்நாடு போவது எப்படி? டெல்லியிலிருந்து கோரக்பூர் 800 கி.மீ. அங்கிருந்து மதுரை களப் பயிற்சிக்குப்போக 1800 கி.மீ. நேரடி ரயில்கள் கிடையாது. என்ன செய்ய?

"அதிலெல்லாம் நாங்கள் உங்களுக்கு உதவ முடியாது. இதோ ஆணை. என்ன செய்கிறீர்கள், எப்படிச் செய்கிறீர்கள் என்பது உங்கள் பொறுப்பு" என்றார்கள்.

19

கற்றுக்குட்டியின் அதிர்ஷ்டம்

பயிற்சியின்போது சிறிது காலம் ஒரு சப்-இன்ஸ்பெக்டரோடு சேர்ந்து பணியாற்ற வேண்டும். சிறிது காலம் ஒரு போக்குவரத்து போலீஸ்காரருடன். நீங்கள் எந்த மாநிலத்திற்கு ஒதுக்கீடு செய்யப்பட்டுள்ளீர்களோ அந்த மாநில மொழியைக் கற்க வேண்டும். அனூப் தமிழ்நாட்டில் பணியமர்த்தப்பட்டிருந்தார். எனவே தமிழ் கற்க வேண்டும். கிராமங்களுக்குச் செல்ல வேண்டும். தமிழ்நாடு காவல் துறையின் ஸ்டாண்டிங் ஆர்டர்களைப் பரிச்சயப்படுத்திக்கொள்ள வேண்டும். அவர்கள் உங்களை ஒரு மாத காலத்திற்கு ஒரு காவல் நிலையப் பொறுப்பில் வைக்கலாம். ஒரு வார காலம் போக்குவரத்துப் போலீஸ்காரரின் வேலைகளைப் பார்க்குமாறு சொல்லலாம். பின்னர் சர்க்கிள் இன்ஸ்பெக்டராக ஆக்கி மூன்று காவல் நிலையங்களை உங்கள் பொறுப்பில் வைக்கலாம். சுற்றுக்காவல் போலீஸாருடன் சேர்ந்து இரவு சுற்றுக்காவல் போவீர்கள். போலீஸ் பணியின் எல்லாத் தன்மைகளையும் உணர்ந்துகொள்ளும் காலம் அது. அனூப் மதுரையில் 9 மாத காலம் இந்தப் பயிற்சியைப் பெற்றார். 1985இல் தனிப் பொறுப்பு ஏற்கத் தயாராக இருந்தார்.

மதுரையில் அவருக்கு ஒரு கான்ஸ்டபிள் குடியிருப்புத்தான் தரப்பட்டது. மிகச் சிறியது. அதை மாதிரி 4 குடியிருப்பு என்று அழைத்தார்கள். அரசு அவருக்கு ஒரு ராயல் என்பீல்ட் புல்லட் மோட்டார் சைக்கிள் தந்தது. ஆனால் அதை அவர் ஓட்டக் கூடாது என்று உத்தரவு. அதற்கென்று ஓட்டுனர்

தருவார்கள். அனூப் பின்னால் அமர்ந்துதான் செல்ல வேண்டும். ஏனென்றால் ஏதேனும் விபத்து நேர்ந்துவிட்டால் அதற்கு உதவிக் காவல் கண்காணிப்பாளர் பொறுப்பாகிவிடக் கூடாது. அனூப் எங்கு போக வேண்டுமானாலும் ஓட்டுனர் அழைத்துப்போவார். அது கொஞ்சம் வினோதமாகத்தான் இருந்தது. ஏதேனும் சிறிய வேலை என்றாலும் அனூப் டிரைவரைத்தான் பயன்படுத்த வேண்டும்.

உச்ச நீதிமன்ற உத்தரவுப்படி பணிக்கு வந்தவர் என்பதால் உயர் அதிகாரிகள் அனூப்பைச் சந்திப்பதை இயன்றவரை தவிர்த்தனர். அவரது கண்காணிப்பாளர், ஆர்.என். சவானி, மதுரை மாவட்டக் கண்காணிப்பாளர். அனூப்பைவிட மூன்று வருடம் பணியில் மூத்தவர். புதிய உதவிக் காவல் கண்காணிப்பாளர் அனூப் ஜெய்ஸ்வாலைப் பெயர் சொல்லி அழைக்கத் தயங்கினார். "பயிற்சி ஏ.எஸ்.பி., என்னைப் பின்தொடர்ந்து வாருங்கள்", "பயிற்சி ஏ.எஸ்.பி., நாளைக் காலை 9 மணிக்கு என்னை அலுவலகத்தில் சந்தியுங்கள்" என்றுதான் சொல்வார். ஒவ்வொரு வாரமும் இறுதியில் அந்த வாரத்தில் செய்த பணிகள் குறித்து வாராந்தர அறிக்கை தயாரிக்க வேண்டும். அது அச்சடித்த படிவம். ஒரே ஒரு படிவம் மட்டுமே தரப்படும். அது போதாவிட்டால் கூடுதலாக வெள்ளைத்தாள் பயன்படுத்தி அறிக்கையை முடிக்க வேண்டும். அனூப்பிற்கு எழுத்துப் பணி உதவியாளரோ, தட்டச்சு எந்திரமோ இல்லை. இந்த அறிக்கைகளைக் கையால் எழுதி, எஸ்.பி.யிடம் ஒப்படைப்பார்.

அனூப் தனது முதல் வார அறிக்கையை எடுத்துக்கொண்டு எஸ்.பி. சவானியிடம் போனார். சல்யூட் செய்தார். அறிக்கையைக் கொடுத்தார். அவர் அதை வாங்கிப்பார்த்தார், புரட்டினார், ஓரமாக வைத்துவிட்டு, அனூப்பை "நீங்கள் போகலாம்" என்றார். அனூப்பும் தன் அறைக்கு வந்துவிட்டார். அரை மணிநேரத்திற்குள் அவருக்கு செய்தியாளர் மூலம் ஒரு கடிதம் வந்தது. அது எஸ்.பி. அனுப்பியிருந்த மெமோ. அதில், "பயிற்சி ஏ.எஸ்.பி., தன் வாராந்தர அறிக்கையின் தாள்களை 'ஸ்டேப்ளர் பின்'னால் இணைக்கக் கூடாது. துளையிட்டு, நூலால் கட்ட வேண்டும் என்று அறிவுறுத்தப்படுகிறார்" என்றிருந்தது.

கொஞ்சம் வினோதமாகத்தான் இருந்தது. அறிக்கையைப் பெற்றுக்கொண்டபோதே இந்த அறிவுரையை சவானி சொல்லியிருக்கலாம் என்று அனூப் நினைத்துக்கொண்டார். அடுத்த வார அறிக்கையை அனூப் மறக்காமல் துளையிட்டு, தாள்களை நூலால் கட்டி, எஸ்.பி. அலுவலகத்திற்குச் சென்று, அவருக்கு சல்யூட் செய்து ஒப்படைத்தார். எஸ்.பி. அதைப்

பெற்றுக்கொண்டார். அவர் ஏதேனும் சொல்வாரா என்று அனூப் காத்திருந்தார். ஆனால் எஸ்.பி. அவரைப் போகச்சொல்லிவிட்டார்.

ஒரு மணிநேரத்திற்குப் பின் செய்தியாளர் மற்றொரு மெமோவைக் கொண்டுவந்து தந்தார். அதில், "பயிற்சி ஏ.எஸ்.பி. தன் வாராந்தர அறிக்கையின் தாள்கள் ஒரே அளவில் இருப்பதை உறுதி செய்ய வேண்டும்" என்றிருந்தது.

அனூப்பின் அறிக்கையின் தாள்கள் ஒன்றுக்கொன்று வித்தியாசமான அளவில்தான் இருந்தன. அனூப் அதைப் பெரிதாக நினைக்கவில்லை. அறிக்கையை எழுதும்போது கிடைத்த தாள்களைப் பயன்படுத்தினார். ஒருவேளை இது போலீஸ் பண்பாடாக இருக்கலாம். நாம் அதை பின்பற்றத்தான் வேண்டும் என்று அனூப் நினைத்தார்.

பயிற்சி முடிந்த பின் அனூப், திருநெல்வேலி மாவட்டத்தில் அம்பாசமுத்திரம் சப்–டிவிஷனில் உதவிக் காவல் கண்காணிப்பாளராகப் பணியமர்த்தப்பட்டார். தமிழ்நாடு பற்றி அனூப்பிற்கு அதிகம் தெரியாது. திருநெல்வேலி வரைபடத்தைப் பார்த்தார். சப்–டிவிஷனில் உதவிக் காவல் கண்காணிப்பாளர் பணியமர்த்தப்பட்டால் அங்கு ஒரு உதவி கலெக்டரும் இருப்பார் என்று நினைத்தார். ஆனால், உதவி கலெக்டர் சேரன்மாதேவி என்னும் நகரில் இருந்தார். அம்பாசமுத்திரம் வரைபடத்தில் குறிப்பிடப்படவில்லை. விசாரித்ததில், உதவி கலெக்டர் அலுவலகம் சேரன்மாதேவியில் இருந்தது தெரிந்தது. ஏ.எஸ்.பி. அலுவலகம் அம்பாசமுத்திரத்தில் இருந்தது. இரண்டு இடங்களுக்கும் இடையே 15 கி.மீ. அனூப்பிடம் ஒரு மோட்டார் சைக்கிள் ஓட்டுனர் இருந்தார். பெயர் பஜேந்திரன். சுருக்கமாக பஜன் என்று அழைக்கப்பட்டார். அனூப் பஜனிடம் அம்பாசமுத்திரத்திற்கு எந்த பஸ் போகிறது என்று கேட்டார். அனூப்பின் மனைவியும் குழந்தைகளும் பெற்றோரும் அவருடன் வந்து மதுரையில் மாதிரி 4 கான்ஸ்டபிள் குடியிருப்பில் இருந்தனர். அனூப் தான் அம்பாசமுத்திரம் போய் ஒரு வீடு பார்த்த பின் அவர்களைக் கூட்டிச் செல்லலாம் என்று நினைத்தார். அதற்கு ஒரு வார காலம் ஆகலாம்.

மதுரையிலிருந்து அம்பாசமுத்திரத்திற்கு நேரடி பஸ் இருப்பதாகவும், திருநெல்வேலியில் மாற வேண்டியதில்லை என்றும் பஜேந்திரன் விசாரித்துச் சொன்னார். திருநெல்வேலி எஸ்.பி.க்கும் அம்பாசமுத்திரம் டி.எஸ்.பி.க்கும் ஏ.எஸ்.பி. பொறுப்பேற்க வருகிறார் என்று செய்தி அனுப்புவதாகவும் பஜேந்திரன் சொன்னார். ஆனால் அனூப் வேண்டாம் என்று மறுத்துவிட்டார். "நான் அங்கு போய் உத்தரவைக் காட்டிச்

சேர்ந்துகொள்கிறேன். பரபரப்பு ஏதும் வேண்டாம். சாதாரண மாகவே உத்தரவின் நகல் அங்கு போய்ச் சேர்ந்திருக்கும். வேறு எந்த வகையிலும் என் வருகையைத் தெரிவிக்க வேண்டிய தேவை இல்லை” என்றார்.

அனூப் தங்கியிருந்த குடியிருப்பு வழியாகவே பஸ் சென்றது. அனூப் ஏறிக்கொள்ள வசதியாக பஜேந்திரன் பஸ்ஸை அங்கு நிறுத்தச் செய்தார். ஒரு ஹோல்டால், ஒரு சிறிய சூட்கேஸ் ஆகிய தன் உடைமைகளுடன் அனூப் பஸ் ஏறினார். ஹோல்டாலும் சூட்கேஸும் பஸ்ஸின் கூரைமீது ஏற்றப்பட்டன. அனூப் சன்னலோர இருக்கையில் வசதியாக உட்கார்ந்தார். மதுரையிலிருந்து திருநெல்வேலி மூன்றரை மணிநேரப் பயணம். காலை 8.30 மணிக்குப் புறப்பட்டு பஸ் 11.15க்கு பஸ் திருநெல்வேலியை அடைந்தது. பஸ் நிலையத்தில் ஒரு போலீஸ் ஜீப் டிரைவருடன் நின்றுகொண்டிருந்தது. சீருடை அணிந்த ஒரு போலீஸ்காரர் பஸ்ஸில் ஏறிச் சுற்றிப் பார்த்துவிட்டு இறங்கிப்போனார். பஸ் தன் பயணத்தைத் தொடர்ந்தது.

திருநெல்வேலியிலிருந்து ஒரு மணிநேரப் பயணம். பஸ் அம்பாசமுத்திரத்தை நெருங்கியபோது அனூப் கண்டக்டரை அழைத்து, பஸ் நிலையத்திலிருந்து டி.எஸ்.பி. அலுவலகம் எவ்வளவு தூரம் என்று கேட்டார். கண்டக்டர், “நீங்கள் அம்பாசமுத்திரம் பஸ் நிலையத்தில் இறங்க வேண்டாம். இந்த பஸ் விக்கிரமசிங்கபுரம் போகிறது. அதுதான் கடைசி நிறுத்தம். போகிற வழியில் இரண்டு கிலோ மீட்டர் தூரத்தில் டி.எஸ்.பி. அலுவலகம் இருக்கிறது. நான் அங்கு பஸ்ஸை நிறுத்துகிறேன். நீங்கள் இறங்கிக்கொள்ளலாம்” என்றார்.

பஸ் அம்பாசமுத்திரத்தை அடைந்தது. பஸ் நிலையத்தில் போலீஸ்காரர்கள் பலர் இருந்தனர். சிலர் கிராஸ் பெல்ட்டுடன் கூடிய சிறப்புச் சீருடை அணிந்திருந்தனர். அங்கு குறைந்தது 20 அல்லது 25 பேர் இருந்திருப்பார்கள். ஓரிரு போலீஸ்காரர்கள் பஸ்ஸில் ஏறி சுற்றிப் பார்த்துவிட்டு இறங்கிப் போனார்கள். பஸ் தன் பயணத்தைத் தொடர்ந்தது. இவ்வாறு முக்கிய பஸ் நிலையங்களில் போலீஸார் பஸ்ஸில் ஏறுவது வழக்கத்திற்கு மாறானது என்று அனூப் நினைத்தார். பயிற்சித் திட்டங்களில் இவ்வாறு ஏதும் இல்லை. தமிழ்நாடு காவல் துறையின் ஸ்டாண்டிங் ஆர்டர்களில் இப்படி எதையும் பார்த்ததாகவும் நினைவில்லை.

இரண்டு கிலோ மீட்டர் போனதும் கண்டக்டர் பஸ்ஸை நிறுத்தினார். அனூப்பை இறங்குமாறு சொன்னார். அனூப்பின் ஹோல்டாலும் சூட்கேஸும் இறக்கப்பட்டன. அவற்றை இரு கைகளிலும் பிடித்தபடி அனூப் சாலையின் மறுபுறம் இருந்த டி.எஸ்.பி. அலுவலகத்திற்குள் நடந்தார்.

அங்கு யாரும் இல்லை. அலுவலகத்திலிருந்து ஒருவர் வெளியே வந்தார். அனூப் அவரிடம் கேட்டார் – "டி.எஸ்.பி. சார் ஆபீஸில் இருக்காங்களா?"

"டி.எஸ்.பி. சார் திருநெல்வேலி போயிட்டாங்க. எஸ்.பி சாரைப் பாக்க."

ஹோல்டாலையும் சூட்கேஸையும் கைகளில் சுமந்தபடி அனூப் நின்றுகொண்டே இருந்தார். "ஏன் ஆபீஸில் யாரும் இல்லை?" அனூப் அந்த நபரைக் கேட்டார்.

"இன்னக்கி புது ஏ.எஸ்.பி. வாராரு."

"நான்தான் அந்த புது ஏ.எஸ்.பி."

அந்த நபர், அவர் முகாம் எழுத்தராக இருக்க வேண்டும். உடனே அனூப்பிடமிருந்து ஹோல்டாலையும் சூட்கேஸையும் வாங்கிக்கொண்டு உள்ளே அழைத்துப்போனார். நாற்காலியைக் காட்டினார். "சார், சார், சார், எல்லோரும் உங்களை வரவேற்க பஸ் ஸ்டாண்ட் போயிருக்காங்க. அவங்க உங்களப் பாக்கலயா?"

முகாம் எழுத்தர் தொலைபேசியிலும் வயர்லெஸ்ஸிலும் ஏ.எஸ்.பி. வந்துவிட்டார் என்று அறிவித்தார். பஜேந்திரன், அனூப் வரும் பஸ்ஸின் விவரங்களை திருநெல்வேலி எஸ்.பி.க்கும் அம்பாசமுத்திரம் டி.எஸ்.பி.க்கும் அனுப்பியிருந்தார். திருநெல்வேலி எஸ்.பி., பஸ் நிலையத்திற்கு ஒரு ஜீப்பை அனுப்பியிருந்தார். அனூப் பஸ்ஸிலிருந்து இறங்கியவுடன், அவர் பணியில் சேருமுன் தான் அவரைச் சந்திக்க வேண்டும் என்று. அதற்கிடையில், டி.எஸ்.பி. அக்கம்பக்கத்து காவல் நிலையங்களிலிருந்து ஒரு சிறு படையைத் திரட்டி அனூப்பின் பஸ் அம்பாசமுத்திரம் வந்தவுடன் அவரை முறைப்படி வரவேற்க ஏற்பாடுகள் செய்திருந்தார்.

எழுத்தர் வயர்லெஸ்ஸில் பேசிக்கொண்டிருந்தபோதே திடீரென ஒரு செய்தி வந்தது. "நான் பாப்பாக்குடி பாரா பேசறேன். பாப்பாக்குடி பாரா பேசறேன். இங்கே நான் மட்டுமே இருக்கிறேன். இங்கு ஒரு ஆள் தன் மனைவியைக் கொன்றுவிட்டு உடலை எரிக்கப் பார்க்கிறான். அவன் எரிப்பதைத் தடுக்க வேண்டும் என்று கிராமத்தினர் சொல்கிறார்கள்."

முகாம் எழுத்தர் புது ஏ.எஸ்.பி.யிடம் சொன்னார். "சார், பாப்பாக்குடி காவல் நிலைய எல்லையில் ஒரு கொலை நடந்திருக்கிறது."

புது ஏ.எஸ்.பி. குழம்பிப்போய் உட்கார்ந்திருந்தார். என்ன செய்ய வேண்டுமென்று அவருக்குத் தெரியாது. அவர்தான் இப்போது ஏ.எஸ்.பி. அவருக்குப் பாப்பாக்குடி எங்கிருக்கிறது என்று

தெரியாது. முகாம் எழுத்தரைத் தவிர வேறு போலீஸ்காரர்கள் யாரும் அங்கில்லை. யாருக்கு என்ன உத்தரவு கொடுக்க வேண்டும் என்றும் தெரியவில்லை. ஏதாவது செய்ய வேண்டும் என்ற பரபரப்பில் முகாம் எழுத்தரின் கையிலிருந்து வயர்லெஸ்ஸைப் பிடுங்கினார். அந்த வேகத்தில் அது அணைந்துவிட்டது. பெரும் அமைதி படர்ந்தது. முகாம் எழுத்தர் புது ஏ.எஸ்.பி.யை அமைதியாகப் பார்த்தார். வினோதமாகவும் பார்த்தார்.

அதை நம்ப முடியாத அதிர்ஷ்டம் என்றுதான் சொல்ல வேண்டும். பாப்பாக்குடி பாரா கான்ஸ்டபிள் வயர்லெஸ்ஸில் கத்தித் தீர்த்த பின், காவல் நிலையத்திற்கு வெளியே ஒரு புல்லட் மோட்டார் சைக்கிள் வரும் சத்தம் கேட்டது. அதை நிறுத்த அவர் வெளியே ஓடி வந்தார். தற்செயலாக இன்ஸ்பெக்டர் ஒருவர் அந்த வழியாக வந்துகொண்டிருந்தார். பாப்பாக்குடி காவல் நிலையத்திற்கு வெளியே கூட்டமாக ஆட்கள் நிற்பதைப் பார்த்த அவர் மோட்டார் சைக்கிளை நிறுத்தினார். பாரா கான்ஸ்டபிள் அவருக்கு விஷயத்தை விளக்கினார். கிராமத்து ஆள் ஒருவரைப் பின்னால் ஏற்றிக்கொண்டு இன்ஸ்பெக்டர் கிராமத்திற்கு விரைந்தார். அவர் சென்றடையு முன் அந்த நபர் தன் மனைவியின் உடலுக்குத் தீ மூட்டியிருந்தார். அது எரிந்துகொண்டிருந்தது. இன்ஸ்பெக்டர் கிராமத்தினரைக் கொண்டு எரியும் உடல் மீது அருகிலிருந்த கிணற்றிலிருந்து தண்ணீரை ஊற்றச் செய்தார். அந்த இடம் அவரது எல்லையிலுள்ளதல்ல. எனவே அதற்கு மேல் அவரால் எதுவும் செய்ய இயலாது.

போலீஸ்காரர்கள் பஸ் நிலையத்திலிருந்து திரும்பிவந்த பின் அனூப் சுமார் ஒரு மணிநேரத்தில் அங்கு வந்து சேர்ந்தார். அந்தப் பெண்ணின் தலை முடியும் முகத்தின் ஒரு பகுதியும் கருகியிருந்தன. இடுப்பின் சில பகுதிகளும் கைகளும் எரிந்திருந்தன. அனூப் உடலைப் பிரேதப் பரிசோதனைக்கு அனுப்பினார். குற்றவாளி கைது செய்யப்பட்டார். தற்செயலாக அந்த இன்ஸ்பெக்டர் அந்த வழியாக வரவில்லையென்றால் அனூப்பிற்குச் சிக்கலாகியிருக்கும். இந்தக் கற்றுக்குட்டியின் அதிர்ஷ்டம்தான் என்று அனூப் நினைத்துக்கொண்டார்.

20

தமிழ்நாடு சிறப்புக் காவல் படை 9ஆம் பட்டாலியன்

அம்பாசமுத்திரத்தில் உதவிக் காவல் கண்காணிப்பாளராக ஒன்பது மாதங்கள் பணிபுரிந்த பின் அனூப் பதவி உயர்வு பெறவிருந்தார். அவரது அணியைச் சேர்ந்த ஐவரில் நால்வர் வெவ்வேறு மாவட்டங்களில் காவல் கண்காணிப்பாளர்களாகப் பதவியேற்றுவிட்டனர். ஜெய்ஸ்வாலை அங்கிருந்து 11 கி. மீ தூரத்தில் மணிமுத்தாறில் இருந்த தமிழ்நாடு சிறப்புக் காவல் படை 9ஆம் பட்டாலியனின் கமாண்டன்டாகப் பணியமர்த்தி ஆணை வந்தது. இது அன்றைய காலைச் செய்தித் தாள்களில் வெளியானது. அவர் உடனடியாகப் பொறுப்பேற்க வேண்டும் என்று வயர்லெஸ் செய்தியும் வந்தது.

ஏ.எஸ்.பி. அலுவலகப் பணியாளர்கள் சோகமாயினர். அவர்களில் தலைமைக் காவலர் ஒருவர், "ஐயா, உங்களுக்கு பட்டாலியன் குடுத்துட்டாங்க" என்றார் சோகமே உருவாக. அனூப்பின் அணியினர் மதுரை, ராமநாதபுரம் போன்ற மாவட்டங்களில் கண்காணிப்பாளர்களாக ஆகிவிட்டனர். ஆனால் அனூப் இரண்டாம் நிலைக்குத் தள்ளப்பட்டுவிட்டார் என்ற கருத்தில். அனூப்பும் அப்படியே உணர்ந்தார். ஆனாலும் சீருடை அணிந்துகொண்டு ஜீப்பில் ஏறிப் பொறுப்பேற்கப் புறப்பட்டார்.

மணிமுத்தாறில் கொடுக்கப்பட்டிருந்த முகவரியில் வரிசையாகக் குடியிருப்புக்களும் கட்டிடங்களும்

இருந்தன. எல்லாம் காலியாக, பயன்படுத்தப்படாமல் இருந்தன. இதில் ஏதோ தவறு இருக்க வேண்டும் என்று எண்ணியபடி அந்தப் பகுதியைச் சுற்றிவந்தார். தளவாய் அலுவலகத்தைக் கண்டுபிடித்து, வெளியேறும் தளவாயிடமிருந்து பொறுப்பேற்க வேண்டும். ஆனால் எங்கும் எவரையும் காணவில்லை. வினோதமாக இருந்தது. ஒரு பட்டாலியன் என்பது ஏழு கம்பெனிகள் அடங்கியது. சுமார் 800 பணியாளர்கள் இருப்பார்கள். கூடுதல் பணிகள் இருந்தால் 850 பேர்கூட இருக்கலாம். இங்கே ஒருவரையும் காணவில்லை.

ஒரு திருப்பத்தில், அவர் நான்கைந்து கான்ஸ்டபிள்கள் நடந்துகொண்டிருப்பதைப் பார்த்தார். அனூப் ஜீப்பை நிறுத்தி, "9ஆம் அணி தளவாய் அலுவலகம் எங்கே? என்று கேட்டார். அவர்களில் ஒருவர், தலைமைக் காவலர். "ஐயா, தமிழ்நாட்டில் 8 பட்டாலியன்கள்தான் இருக்கின்றன. நீங்கள் 9ஆம் அணி என்று கேட்கிறீர்களே? நம்பர் சரிதானா என்று பாருங்கள் ஐயா" என்றார் அவர்.

அனூப், பணியமர்வு உத்தரவை எடுத்துப் பார்த்தார். 9ஆம் பட்டாலியன் என்று தெளிவாக இருந்தது. குழப்பம் ஏதும் இல்லை 9ஆம் பட்டாலியன்தான்.

"இந்தக் கட்டிடங்கள் எந்த பட்டாலியனைச் சேர்ந்தவை?" அனூப் கேட்டார்.

"இது 6ஆவது பட்டாலியன். அது திஹார் ஜெயில் பாதுகாப்பு பணிக்கு டெல்லி போய்விட்டது. எனவே காலியாக இருக்கிறது."

"நீங்கள் எந்த பட்டாலியன்? இங்கே என்ன செய்கிறீர்கள்?"

"மணிமுத்தாறில், இங்கிருந்து 2 கிலோ மீட்டர் தொலைவில் 3ஆவது பட்டாலியன் இருக்கிறது. நாங்கள் அங்கிருந்து 6ஆவது பட்டாலியனின் கட்டிடங்கள், சொத்துக்களைப் பாதுகாக்கும் டூட்டியாக வந்திருக்கிறோம்."

மூன்றாவது பட்டாலியனுக்கு எப்படிப் போகவேண்டுமென்று கேட்டுக்கொண்டு அனூப் புறப்பட்டார். அங்கு மாரியப்பன் என்பவர் தளவாயாக இருந்தார். அவரது அலுவலகத்திற்குள் சென்று, வயதில் மூத்தவரான அவருக்கு சல்யூட் செய்தார். "எனக்கு 9ஆம் அணித் தளவாயாக போஸ்டிங் தரப்பட்டுள்ளது. ஆனால் அப்படி ஒரு பட்டாலியன் இருப்பதாகத் தெரியவில்லையே?" என்றார்.

மாரியப்பன், அனூப்பை பார்த்தார். "உங்கள் உத்தரவைக் காட்டுங்கள்" என்றார்.

"இது மூன்றாவது பட்டாலியன். தமிழ்நாட்டில் 8 பட்டாலியன்கள்தான் இருக்கின்றன. ஏதோ தவறு இருக்கிறது."

அனூப் அங்கிருந்த தொலைபேசியை உபயோகித்து டி.ஜி.பி. அலுவலகத்துடன் பேச மாரியப்பனிடம் அனுமதி கேட்டார். அப்போது டி.ஜி.பி.யாக இருந்தவர் ரவீந்திரன். அவர் மத்திய அரசின் இன்டெலிஜன்ஸ் பீரோவில் பல ஆண்டுகள் பணியாற்றியவர். தளர்வான அணுகுமுறை கொண்டவர். டி.ஜி.பி.யின் உதவியாளர் தொலைபேசி இணைப்பைத் தந்தார். டி.ஜி.பி. தமாஷாகச் சொன்னார்: "பாராட்டுக்கள் அனூப், உங்களுக்குப் பதவி உயர்வு கிடைத்திருக்கிறதே?"

"நன்றி சார். எனக்கு 9ஆம் பட்டாலியன் தளவாயாக போஸ்டிங். ஆனால் இங்கே அப்படியொரு பட்டாலியனே இல்லை. குழம்பி நிற்கிறேன்."

"அனூப், எனக்குத் தெரியும் 9ஆவது பட்டாலியன் இல்லையென்று. ஆனாலும் உங்களைப் போட்டிருக்கிறோம். புதிய பட்டாலியன் துவங்கப்படுகிறது. ஆள் தேர்வு முடிந்து விட்டது. நீங்கள் 6ஆவது பட்டாலியன் வளாகத்தை எடுத்துக் கொள்ளுங்கள். நீங்கள் விரைவில் அவர்களின் பயிற்சியை ஆரம்பிக்க வேண்டியிருக்கும். உங்களுக்கு 800 அல்லது 1000 பயிற்சியாளர்கள் தருவார்கள். அதற்கு மேலும் இருக்கலாம். மற்ற பட்டாலியன்களுக்கும் ஆட்கள் எடுத்திருக்கிறோம், ஆனால் 9ஆம் பட்டாலியனில்தான் அவர்களுக்குப் பயிற்சி."

மாரியப்பன் உதவிக்கு வந்தார். "நான் கொஞ்சம் ஆட்களைத் தருகிறேன்" என்றார். 6ஆம் பட்டாலியன் தளவாயின் வீடு மூன்று, நான்கு மாதங்களாகப் பூட்டிக் கிடந்தது. அதைச் சுத்தப்படுத்தி அனூப் குடும்பத்தினர் குடிவந்தனர். அது ஓரடுக்குக் கட்டிடம். மூன்று படுக்கை அறைகள். சுமார் அரை ஏக்கர் அளவுக்குச் சுற்றுச்சுவர். வளாகத்திற்கு வெளியே மாந்தோப்பு. 400 மாமரங்கள், ஒழுங்கான வரிசையில், பச்சைச் சீருடை அணிந்து அணிவகுப்புக்குத் தயாராக இருக்கும் ராணுவ வீரர்களைப் போல நின்றன. பல்வேறு வகையான பறவைகள் வந்திறங்கி, அவற்றின் ஆரவாரம் மிகும்போது அது மாமரங்கள் காய்க்கும் காலமென்று தெரிந்துகொள்ளலாம். பச்சைக் கிளிகள் பழங்களைக் கொத்தித் தின்னும் உற்சாகத்தில் அதிகச் சத்தமிட்டன. குரங்குகளும் அப்படியே. கரடிகளும் வந்தன. ஒரு முறை அவர்கள் ஏழு கரடிகள் கூட்டமாக வந்ததைப் பார்த்தனர். ஒரு முறை ஒரு புலியும் வந்தது. ஆனால் அது மாங்காய்க்காக வரவில்லை.

சுமார் 200 மீட்டர் தூரத்தில் பிரம்மாண்டமான மணிமுத்தாறு அணை துவங்கியது. ஆர்வமூட்டும் ஒரு விஷயம்

மணிமுத்தாறில் தெரு நாய்கள் இல்லை என்பதுதான். ஒன்றுகூட இல்லை. விசாரித்தபோது சிறுத்தைகள் வந்து அவற்றைத் தூக்கிப்போய்விட்டன என்று தெரிந்தது. இரவின் அமைதியில் குரைக்கும் நாய்கள் தங்கள் இருப்பிடத்தைக் காட்டிக்கொடுக்க, சிறுத்தைகள் அவற்றைச் சுலபமாகத் தூக்கிப் போயின.

தளவாயின் வீட்டு காம்பவுண்ட் முன்புறம் வெள்ளைச் சுவரும் மற்ற பக்கங்களில் முள் கம்பி வேலியும் கொண்டிருந்தன. வேலியைத் தாண்டிக் கொஞ்ச தூரத்திற்குப் பாறைகள். அதன் பின் தாமிரபரணி ஆறு. அணை தடுத்துவிடுவதால் ஆறு பெரும்பாலும் வறண்டே இருந்தது. அணை திறக்கும்போது ஆறு நிரம்பி வழிந்து தளவாயின் வீட்டருகே வேகமாக ஓடும். அமைதியான இரவுகளில், காடுகளின் இரவு நேர சத்தங்களையும் தாண்டி, நதியின் சளசளப்பு கேட்கும். தளவாயின் வீட்டைக் களக்காடு–முண்டந்துறை புலிகள் சரணாலயம் சூழ்ந்திருந்தது. தொலை தூர மலைகள் காப்பரணாக நின்றன. மாரியப்பனும் ஒரு காப்புக் குழுவைத் தந்திருந்தார். 9ஆம் அணி உருவாகும்வரை.

ஒருநாள் வேலிக்குப் பின்னால் ஒரு பெரிய மலைப் பாம்பு இருந்ததாகக் காப்புப் பணியாளர் சொன்னார். அவர்கள் அதைப் பார்க்கப்போனார்கள். ஆனால் பார்க்க முடியவில்லை. பயிற்சி பெறுபவர்களில் ஒருவர் இருளர் சமூகத்தைச் சேர்ந்தவர். அவர் சொன்னார், "அந்தப் பாம்பு இங்கு வந்ததென்றால், இந்த இடம் அதற்குப் பரிச்சயமானதாக இருக்கும். வெயிலில் குளிர் காய அது திரும்பவும் இங்கு வரும். மலைப் பாம்புகள் ஒரு இடத்தைச் சார்ந்தே வாழும்."

இரு தினங்களுக்குப்பின் அந்த இருளர் சிறுவன் வந்து அந்த மலைப்பாம்பு திரும்ப வந்திருப்பதாகச் சொன்னான். வேலியருகே ஒரு பாறையின் மீது. நீலம் பயந்தார். "பிள்ளைகள் எப்போதும் வளாகத்திற்குள் விளையாடுகின்றனர்" என்றார். துப்பாக்கி சுடுவதில் திறமைசாலியான உதவித் தளவாய், "அதைச் சுட்டுவிடலாம்" என்றார். இருளர் பையன் குறுக்கிட்டு, "அது ஒன்றும் செய்யாது" என்றான். அவர்கள் பேசிக்கொண்டிருந்தபோதே மலைப்பாம்பு பாறையிலிருந்து இறங்கித் தாமிரபரணி ஆற்றில் இறங்கி மறைந்தது. அடுத்த நாளே இருளர் பையன் திரும்ப வந்து, அந்த மலைப்பாம்பு திரும்ப வந்திருப்பதாகச் சொன்னான். ஆறு ஏழு ஆட்களும் ஒரு கோணிப்பையும் இருந்தால் அதைப் பிடித்துவிடலாம் என்றான்.

இந்த வேலைக்குப் பலரும் முன் வந்தனர். அனூப் வேலியருகே நின்று அவர்கள் அந்தப் பாறையை நோக்கிச் சுற்றி வளைத்துப் போவதைப் பார்த்தார். இத்தனை பேரின் காலடி அதிர்வால்

அந்தப் பாம்பு நகர்ந்து போய்விடக்கூடும் என்றான் இருளர் பையன். ஆனால் அது போகவில்லை. இருளர் பையன் வழிநடத்த, அவர்கள் எல்லோரும் கூச்சலிட்டபடி அதன் மீது பாய்வதை அனூப் பார்த்தார். அந்தப் பெரிய பாம்பின் ஒவ்வொரு பகுதியில் ஒவ்வொருவர் பிடித்தனர். சற்று நேரத்தில் அந்தப் பாம்பை தூக்கிக்கொண்டு அவர்கள் வீட்டின் முன்வாசலுக்கு வந்தனர். இருளர் பையன் அதன் தலையைப் பிடித்திருந்தான். அவன் அதைத் தன் தலைக்கு மேல் உயர்த்திப் பிடித்திருந்த விதம், அவன் ஏதோ ஒரு வெற்றிக் கோப்பையைப் பிடித்து வருவதைப் போலிருந்தது. குறைந்தது 4 மீட்டர் நீளம் இருக்கும். அவர்கள் அதைத் தரையில் கிடத்தி, அதை ஓடாமல் பிடித்துக் கொள்வதைப்போல் அதன் மீது உட்கார்ந்துகொண்டனர். அவர்கள் அதைக் கோணிப்பையில் கொண்டு சென்று காட்டில் விட இருந்தனர். குழந்தைகள் அதைத் தொட்டுப் பார்க்கப் பயந்தனர். அந்த மலைப் பாம்பு, காமிராவுக்கு போஸ் கொடுப்பதைப்போல் இருந்துவிட்டு பின் கோணிப்பைக்குள் சுருண்டுகொண்டது. அத்தனை பெரிய பாம்பு, அந்தக் கோணிப்பைக்குள் அமைதியாக சுருண்டுகொண்டது அதிசயம்தான். அதனை தளவாயின் ஜீப்பில் ஏற்றிக் கொண்டுபோய்க் காட்டில் விட்டனர். அங்கு அதற்கு உகந்த வசிப்பிடம் நிச்சயம் கிடைக்கும்.

மணிமுத்தாறு அணையிலிருந்து வழியும் நீர், ஆற்றில் ஆங்காங்கே ஆழமான குட்டைகளாகத் தேங்கி நின்றது. நூறு மீட்டர் நீளமும் அதே அளவு அகலமும் கொண்ட அணையின் சேமிப்புப் பகுதியில் பச்சை நிறத்தில் தண்ணீர் நிறைந்திருக்க அதில் பலவகையான மீன்கள் ஏராளமாக இருந்தன. நாள்தோறும் அவர்கள் மாலை ஐந்து மணி வாக்கில், அணையருகில் இருந்த ஒரு சிறிய மேடையில் நின்று, தூண்டில்களை வீசினார்கள். உயிருள்ள மண்புழுக்களைச் செருகி ஒன்றன் பின் ஒன்றாக மூன்று தூண்டில்களை வீச, மூன்றாவது தூண்டில் வீசும்போது முதல் தூண்டிலில் சிக்கிய மீன் துள்ளியது.

9ஆம் அணி உருவாக்கத்தில், முதல் 15 நாட்கள் நிர்வாகப் பணிகள் நடந்தன. அங்கு தொலைபேசியோ, வயர்லெஸ்ஸோ இல்லை. யாரோடும் பேச முடியாது. செய்திகள் தந்தி மூலம் வந்தன. 20 நாட்களுக்குப் பிறகு ஆட்கள் வரத் தொடங்கினார்கள். உதவி கமான்டன்ட், துணை கமான்டன்ட், பயிற்சி கான்ஸ்டபிள்கள். பயிற்சியாளர்களுக்குத் தீவிர உடற் பயிற்சி, அணிவகுப்புப் பயிற்சி தர வேண்டும். அணிவகுப்புகள் காலையில் துவங்கின. சட்டம், சமூக அறிவியல், நடத்தை தொடர்பான சிறு பயிற்சித் திட்டங்கள் இருந்தன. அவற்றில், பயிற்சி தருவோர் வரிசையில் கமான்டன்ட் இருந்தார்.

கமான்டன்ட், பயிற்சியாளர்களுடன் சகஜமாகக் கலந்துரையாடினார். ஆனால் மற்ற மூத்த அலுவலர்கள், சங்கடத்தில் நெளிந்தனர். ஒரு உதவி கமான்டன்ட், ஒரு சப்–இன்ஸ்பெக்டர் தன் முன்னிலையில் உட்காருவதை அனுமதிக்க மாட்டார். ஆனால் இங்கே ஒரு கமான்டன்ட் எல்லோரோடும் சமமாகப் பக்கத்தில் அமர்ந்து பேசுகிறார். கமான்டன்ட் ஜீப்பில் போகும்போது, வழியில் நடந்து போவோரைப் பார்த்தால், அவர்களை வண்டியில் ஏற்றிப் போகிறார். கமான்டன்ட் நடந்து போகும்போது உடன் நடப்பவர்களோடு பேசிக்கொண்டே நடக்கிறார். பதவிகளுக்கிடையேயான இடைவெளி அவருக்குப் பிடிக்கவில்லை. அவர் எல்லோரையும் ஐ.பி.எஸ். பயிற்சியாளர்கள் போலவே நடத்துகிறார். கமான்டன்ட், தன் ஜீப்பை நிறுத்தி, காயம்பட்ட ஒரு கான்ஸ்டபிளை ஏற்றி மருத்துவமனையில் கொண்டு சேர்க்கிறார் என்பதை மற்ற அதிகாரிகளால் நினைத்துப் பார்க்கவும் முடியவில்லை. துணை கமான்டன்ட் ஒருவர் சொன்னார்: "சார் அவர்களை அதிகாரிகளைப் போல நடத்தாதீர்கள். அவர்கள் பயனற்றவர்களாக ஆகி விடுவார்கள். பிறகு உங்கள் தலைமேல் ஏறி உட்கார்ந்துவிடுவார்கள்."

முப்பது துப்புரவாளர்களை நியமிக்க வேண்டும் என்று ஒருநாள் செய்தி வந்தது. அடுத்த நாள் தோட்டக்காரர்களை அமர்த்த வேண்டும் என்று செய்தி வந்தது. அதற்கான அளவுகோல்கள் என்ன? அது அரசாங்கப் பணி என்பதால் விளம்பரங்கள் தரப்பட்டன. மந்திரம் என்பவரும் அவரது மனைவியும் துப்புரவாளர் வேலையில் சேர வந்தார்கள். நரம்புத் தளர்ச்சியால் பாதிக்கப்பட்ட ஒரு குழந்தையும் அவர்களுடன் இருந்தது. இரண்டு நாள் அவர்கள் ஒரு மரத்தடியில் தங்கினார்கள். ஏழ்மையானவர்களுக்கு வேலை கொடுக்க வேண்டும் என்பதே கமான்டன்ட்டின் அளவுகோலாக இருந்தது.

யாராவது சில கான்ஸ்டபிள்கள், எப்போதாவது அணியிலிருந்து ஓடிவிடுவதுண்டு. அவர்கள் மூன்று வாரங்களுக்குள் திரும்பி வரவில்லையென்றால் அவர்களை 'விட்டோடி' என அறிவித்து, அவர்களது பெயர்களைப் பணியாளர் பட்டியலிலிருந்து நீக்கிவிடுவார்கள். ஒரு நாள் துணை கமான்டன்ட், அனூப்பிடம் வந்து, 13 பேர் பல நாட்களாக ஆப்சென்ட்டில் இருக்கிறார்கள் என்று தெரிவித்தார். அவர்களது பெயர்களைப் பணியாளர் பட்டியலிலிருந்து நீக்க வேண்டும் என்றார். ஆனால் அனூப் உடன்படவில்லை, "வேண்டாம் அதைச் செய்யாதீர்கள். அரசு வேலை கிடைப்பது சுலபமல்ல. ஓரிரு இன்ஸ்பெக்டர்களை அவர்களது வீடுகளுக்கு அனுப்பி, அவர்களது பெற்றோர், உறவினரிடம் பேசி, அவர்கள் ஏன் வேலைக்கு வரவில்லை என்று பாருங்கள். பிறகு என்னிடம் பேசுங்கள்" என்றார்.

அந்தப் பதின்மூன்று பேரும் அவர்களது பெற்றோர்களுடன் கொண்டுவரப்பட்டு கமான்டன்ட் முன் நிறுத்தப்பட்டனர். அவர்களில் சிலர் பயிற்சி தரும் அவில்தாருக்குப் பயந்து வர வில்லை என்றனர். சிலர் யாரோ மிரட்டியதாகச் சொன்னார்கள். மற்றும் சிலர் மெஸ் சாப்பாடு சரியில்லாததால் உடல் நல மில்லாமல் போய்விட்டது என்றார்கள். அனூப், அதெல்லாம் சரிசெய்யப்படும் என்றார். அவர்கள் அனைவரும் மீண்டும் பயிற்சியில் தொடர்ந்தார்கள்.

இந்தப் பயிற்சிக் கான்ஸ்டபிள்கள் வேலையில் சேரும் முன் அவர்களுக்கு எதிர்காலத்துக்கான உத்தரவாதம் எதுவும் இல்லை. இப்போது அவர்களுக்குக் கௌரவமான சம்பளம் கிடைக்கிறது. பயிற்சி தரும் அதிகாரிகள் சிலர், பயிற்சியாளர்களின் சம்பளத்திலிருந்து ஒரு தொகையைப் பெற்றுக்கொண்டு அவர்களுக்குக் கூடுதல் உடற்பயிற்சி, தண்டனைகள் தராமல் விட்டு விடுகின்றனர். பயிற்சியாளர்கள் இரண்டு விதமான குழுக்களாகப் பிரிக்கப்படுகிறார்கள். ஒன்று, பலவீனமானவர்கள், உடல் ரீதியாக எதிர்பார்க்கப்படும் திறன் காட்ட இயலாதவர்கள். அவர்களுக்குக் கூடுதல் உடற்பயிற்சி தரப்படும். மற்றொரு வகை, ஒழுங்கீனமானவர்கள். வகுப்புக்களுக்குத் தாமதமாக வருவது, சரியான சீருடை அணியாமல் வருவது, அனுமதித்த நேரத்திற்குப் பிறகும் இங்கும் அங்கும் சுற்றித் திரிவது போன்ற தவறுகள் செய்வோர். இந்த இரண்டாவது குழுவிடமிருந்து அதிகம் பணம் கறக்கப்படுகிறது. ஒரு பயிற்சியாளரிடமிருந்து எதிர்பார்க்கப்படும் மது பாட்டில் அவில்தாருக்கு வந்து சேரவில்லையெனில் அவர் மீது ஏதாவது குற்றம் காணப்பட்டு அவர் தண்டனைக்குள்ளாக்கப்படுவார்.

அனூப் எல்லா விஷயங்களிலும் தலையிட விரும்பவில்லை. அவர், பலவீனமான குழு, ஒழுங்கீனமான குழு இரண்டையும் தானே கையாள முடிவு செய்தார். சுமார் 200 நபர்கள் ஒழுங்கீனர் களாகக் கண்டறியப்பட்டால் அனூப் மைதானத்திற்குச் சென்று கூடுதல் பயிற்சிகளையும் தண்டனைகளையும் பிற்பகலிலும் மாலை நேரங்களிலும் தானே அளித்தார். இவை அவர்களை அவமதிப்பதற்காக அல்ல, தவறுகளிலிருந்து பாடம் கற்பதற்காகவும் திரும்பவும் அவற்றைச் செய்யாமலிருப்பதற்காகவுமே தரப் படுகின்றன என்று அவர்களுக்கு விளக்கினார்.

பயிற்சிப் பள்ளி உணவுக்கூடத்தில் நாள்தோறும் 1000 கிலோ அரிசி சமைக்கப்படும். பயிற்சியாளர்கள் அதிகம் உழைக்கிறார்கள். அதிகம் சாப்பிடுகிறார்கள். சாம்பார், ரசம், மோர் என்று மூன்று பகுதிகளாக உணவு தரப்படுகிறது. பொரியல், அப்பளம், ஊறுகாய் மற்றும் அசைவ உணவு. மணிமுத்தாறு அணையால் மீன்கள் வகை

வகையாகவும் நிறையவும் மலிவாகவும் கிடைக்கின்றன. அவர்கள் விலை அதிகமான ஆட்டுக்கறி, கோழிக்கறியைவிட மீன்களையே அதிகம் வாங்கினர். அந்த நாட்களில், ரோகு, கட்லா போன்ற நன்னீர் மீன்கள் கிலோ 25 ரூபாய்க்குக் கிடைத்தன. அவர்கள் கருவாட்டுக் குழம்பையும் விரும்பினர். 100 பேருக்கு 1 கிலோ அல்லது 1½ கிலோ கருவாடு தேவை. கருவாடு வாசனை தருவது. குழம்பில் கருவாடு போட்டால் அது மீன் குழம்பாக மாறிவிடும். மெஸ் நடத்துபவர்களுக்கு அது சம்பாதிப்பதற்கான வழி. பயிற்சியாளர்கள் மெஸ் கட்டணம் செலுத்தினர். அதில் கமிஷன் அடிக்கப்பட்டது. பொருள்கள் கடத்தப்பட்டன. அனூப் தன் ஒரு வேளை சாப்பாட்டை மெஸ்ஸில் சாப்பிடுவதை வழக்கமாக வைத்திருந்தார். பட்டாலியனின் 8 கம்பனிகளுக்கு தலா ஒன்று வீதம் 8 மெஸ்கள் இருந்தன. ஒவ்வொரு கம்பனி மெஸ்ஸுக்கும் தனித் தனி நிர்வாகம் என்றாலும் அவை எல்லாம் அருகருகேயே இருந்தன. இரு சிறிய கட்டிடங்கள், சில கூடாரங்களில் மெஸ்கள் நடந்தன. மழை பெய்தால் சாப்பிடுவதெல்லாம் திறந்த வெளியில்தான். அனூப் தினமும் ஏதோ ஒரு மெஸ்ஸில் சாப்பிடுவார்.

அனூப் மெஸ்ஸில் நுழைந்தவுடன் அவருக்கு ஒரு தட்டில் உணவு பரிமாறப்படும். அனூப் அதை ஏற்க மாட்டார். கான்ஸ்டபிள்கள் கையில் ஆளுக்கொரு தட்டை ஏந்தியபடி வரிசையில் நிற்பார்கள். முதலில் நிற்பவருக்கு கவுண்டரின் பின்னாலிருந்து உணவு பரிமாறப்படும். அவர் அதை எடுத்துப்போய் ஓரிடத்தில் உட்கார்ந்து சாப்பிடுவார். அனூப் வரிசையில் நின்று உணவு வாங்கிய ஒருவரிடமிருந்து தட்டை வாங்கிக்கொள்வார். அவரை வேறொரு தட்டில் வாங்கிக்கொள்ளுமாறு சொல்லிவிட்டு, கான்ஸ்டபிளுக்குப் பரிமாறப்பட்ட உணவை அவர்களுடன் உட்கார்ந்து சாப்பிடுவார். இது உணவின் தரத்தில் பெரிய மாற்றத்தை ஏற்படுத்தியது.

பயிற்சிப் பள்ளியின், அதாவது த.சி.கா. 9ஆம் அணி அலுவலகத்தின் அருகிலேயே மணிமுத்தாறு அணை, அகன்ற தாமிரபரணி ஆறு. எனவே பயிற்சியாளர்களுக்கு நீச்சல் கட்டாயமாக்கப்பட்டது. நீச்சல் தெரியாதவர்கள் அதைக் கற்கும்வரை நீச்சல் பழக வேண்டும். பட்டாலியன், புலிகள் சரணாலயத்திற்கு அருகில் இருந்தது. அனூப் ராணுவப் பள்ளியில் படித்தவர். எட்டாம் வகுப்புவரை விடுதி வாழ்க்கை. தேசியப் பாதுகாப்பு அகாடமியில் சிறிது காலம் பயிற்சி. அங்கெல்லாம் அவர் கற்ற உடற்பயிற்சிகள், தற்காப்புத் திறன்கள் ஆகியவற்றை அவர் இந்தப் பயிற்சியின் அங்கங்களாகச் சேர்த்தார். தமிழ்நாடு காவல் துறையின் முதல் கமாண்டோ படை 9ஆம் பட்டாலியனில் உருவாக்கப்படும் என்று டி.ஜி.பி. ரவீந்திரன் அறிவித்தார்.

பயிற்சியின் இரண்டாவது மாதத்தில் எல்லோரும் மணிமுத்தாறிலிருந்து குற்றாலம் சுற்றுலா போக வேண்டும் என்று அனூப்பிற்குத் தோன்றியது. அம்பாசமுத்திரத்திலிருந்து கடயம், அங்கிருந்து சித்தார் நதியின் மீது குற்றாலம் அருவிக்குப் போகும் பாதை அழகு நிறைந்தது. சாலையின் இடதுபுறம் மேற்குத் தொடர்ச்சி மலை, வலதுபுறம் பச்சைப் பசேலென்று வயல்வெளி. மணிமுத்தாறிலிருந்து குற்றாலத்திற்கு 42 கிலோ மீட்டர் நடைப்பயணம் என்று அறிவிக்க விரும்பினார். காலை உணவு கடயத்தில், குற்றாலத்தில் மதிய உணவு, மாலை தேநீர் மீண்டும் கடயத்தில், இரவு உணவு மணிமுத்தாறில். தோராயமாக 84 கி.மீ. நடக்க 14 அல்லது 15 மணிநேரம் ஆகும் என்று கணக்கிட்டார். 30இலிருந்து 40 கிலோ மீட்டர் நடந்தால் வரும் களைப்பு பற்றி அவர் சிந்திக்கவில்லை. துவக்கத்தில் அவரது அதிகாரிகளே மறுப்புத் தெரிவித்தனர். மிக நீண்ட தூரம், பலரால் முடியாது. பயிற்சி தரும் அலுவலர்களில் மூத்த வயதினரும் இருந்தனர். எனவே பட்டாலியனில் இருக்கும் டிரக்குகள், பஸ்கள் எல்லாவற்றையும் எடுத்துக்கொண்டு, அவற்றில் உணவு முதலியவற்றை ஏற்றுவதோடு, நடக்க முடியாதவர்களையும் ஏற்றிக்கொள்வது என்று முடிவாகியது. யாராயினும் முடிந்தவரை நடக்கலாம்.

மறுநாள் அணிவகுப்பின்போது பிக்னிக் போகிறோம் என்று அறிவித்தார். குற்றாலத்தில் குளியல் போட்டு, மதிய உணவு அருந்திவிட்டுத் திரும்பி வருகிறோம். நடக்க முடிந்தவர்கள் நடக்கலாம். நடக்க முடியாதவர்கள் பஸ்ஸில் வரலாம். "வர விரும்பாதவர்கள் யாரும் இருக்கிறீர்களா? கையை உயர்த்துங்கள்" என்று கேட்டார். ஒரு சில கைகளே உயர்ந்தன. பத்து அல்லது பனிரெண்டு இருக்கலாம். சனிக்கிழமை குற்றாலம் போவது என்று முடிவாகியது. ஞாயிற்றுக் கிழமை கூட்டம் அதிகமிருக்கும். காலை 5 மணிக்குத் தேநீர் அருந்திவிட்டுப் புறப்பட்டால் இரவு 9 மணி வாக்கில் திரும்பிவிடலாம்.

அனூப், எல்லோருடனும் சேர்ந்து நடக்கத் துவங்கினார். கடயம் வரை 25 கி.மீ. தூரம் நடந்தார். கடயத்தில் டிரக்குகள், சுண்டல், அவித்த முட்டை, தேனீருடன் காத்திருந்தன. கடயத்திலிருந்து நடக்கத் தொடங்கியபோது சற்றே தள்ளாடுவதை உணர்ந்தார். அடுத்த பத்து கிலோ மீட்டர் கடப்பதற்குள் அவருக்கு இடுப்பு இரு பக்கமும் வலிக்கத் துவங்கியது. அப்போது அவரைப் பின்தொடர்ந்து வந்துகொண்டிருந்த ஜீப் டிரைவர், அவரது தள்ளாடும் நடையைப் பார்த்துவிட்டு, அவரை ஜீப்பில் ஏறிக்கொள்ளுமாறு கேட்டுக்கொண்டார். நீலமும் இரு குழந்தைகளும் ஏற்கெனவே ஜீப்பில் இருந்தனர். ஜீப்பில் குற்றாலம் சென்றடைந்தனர். பயிற்சியாளர்களும் அங்கு வந்து சேர்ந்தபோது

பிரியாணி மணம் அந்தப் பகுதியெங்கும் போர்வையாய்ப் படர்ந்தது. அருவியில் நீராடினர். அங்கு அதிக நேரம் செலவிட்டால் திரும்பத் தாமதமாகிவிடும் என்பது புரிந்தது. ஆட்டுக்கறி பிரியாணி வயிறு நிறையச் சாப்பிட்டதால் பயிற்சியாளர்கள் தூக்க மயக்கத்தில் இருந்தனர். மீண்டும் நடைப்பயணம் தொடர்ந்தது. அனூப் ஜீப்பில் வந்து மணிமுத்தாறில் காத்திருந்தார்.

மாலை ஆறு மணிக்குக் கடயத்தில் தேநீர் என்பது திட்டம். ஆனால், பெரும்பாலோர் வந்து சேரவில்லை. சிலர் பஸ் ஏறிவிட்டனர், புத்திசாலிகளான பலர், கடந்து செல்லும் வாகனங்களைக் கட்டை விரல் உயர்த்தி நிறுத்தி ஏறிக்கொண்டனர். அவர்கள் எல்லோரும் நேரடியாக அம்பாசமுத்திரம் போய்விட்டனர். இரவு 9.00 மணிக்கு இரவு உணவு நேரத்திற்கு சுமார் 800 பேர்தான் வந்து சேர்ந்திருந்தனர். நூறு பேருக்கு மேல் பின்தங்கி, இன்னும் சாலைகளில் நடந்துகொண்டிருந்தனர். அவர்களைத் தேடி ஒரு ஜீப் போனது. 14 அல்லது 15 நபர்களைத் தவிர மற்ற எல்லோரும் வந்து சேர இரவு 11.30வரை ஆனது. அவர்களுக்காகச் சூடான உணவு காத்திருந்தது. சுமார் 20 மணி நேர நடைபயணம். இன்னும் வந்து சேராதவர்களைத் தேடி ஒரு வாகனம் போனது. பட்டாலியனிலிருந்து 2 கி.மீ. தொலைவில் அவர்கள் சாலையோரம் பாறைகளில் அமர்ந்து இளைப்பாறிக்கொண்டிருந்தனர். வாகனத்தில் ஏற அவர்கள் மறுத்துவிட்டனர். மீதியுள்ள தூரத்தையும் நடந்தே கடப்போம் என்பதில் உறுதியாக இருந்தார்கள். இன்னும் ஓரிரு மணிநேரம் ஆனாலும் பரவாயில்லை என்று சொல்லிவிட்டார்கள்.

அடுத்து வந்த ஜூன் அல்லது ஜூலை மாதத்தில் ஒருநாள் அனூப் குடும்பத்தினர் உறங்கிக்கொண்டிருந்தபோது மின்சாரத் தொடர்பு செயலிழந்தது. வெளியே சுழன்றடிக்கும் காற்றின் பேரோசை. பருவ மழை வந்துகொண்டிருந்தது. அனூப் வீட்டின் பியூஸ் உருகியுள்ளதா என்று பார்க்கப்போனார். அவர் வெளியே வருவதைப் பார்த்த காப்புப் பணியாளர் ஓடி வந்து, காற்றில் மரம் விழுந்து மின்சார வயர் அறுந்துவிட்டது என்று தெரிவித்தார். அப்படியானால் அதைச் சரி செய்ய நேரமாகும். மீதியுள்ள இரவை உறங்கிக் கழிக்க முயல்வோம் என்று வீட்டிற்குள் வந்தார். அதிகாலை 4 அல்லது 4.30 மணி இருக்கலாம். மின்விசிறி சுழலத் துவங்கியது. அனூப் வியப்புடன் வெளியே வந்தார். பயிற்சியாளர்கள் பலர் விழுந்த மரங்களை வெட்டி அகற்றுவதில் ஈடுபட்டிருப்பதைப் பார்த்தார். பயிற்சியாளர்களில் பலர் எலக்ட்ரிஷியன்கள். அவர்கள் மின் கம்பங்களின் மீது ஏறி, அறுந்த வயரை இணைத்துவிட்டனர்.

ஒருநாள் காலை, அனூப்பின் வீட்டிற்கு எதிரிலிருந்த காப்பறையிலிருந்து அழுகுரல் கேட்டது. அனூப் வெளியே வந்தார். அழும் சத்தம் அதிகமானது. காப்பறைக்குப் போய், அங்கிருந்தவர்களிடம் "என்ன ஆச்சி, யார் அழுவது?" என்று கேட்டார். காப்புப் பணியிலிருந்த கான்ஸ்டபிள்தான் அழுது கொண்டிருந்தார். அனூப்பிற்கு ஒன்றும் புரியவில்லை. அப்போது அவரை நோக்கி சப் – இன்ஸ்பெக்டர் கொச்சுகிருஷ்ணன் வந்து கொண்டிருந்தார். அவரும் அழத் துவங்கினார். அழுதுகொண்டே சொன்னார் – "ஐயா உங்கள மாத்திட்டாங்க ஐயா. உங்கள தூத்துக்குடி எஸ்.பி.யா போட்டிருக்காங்க ஐயா."

அனூப் அசந்துபோனார். அவர்கள் காட்டும் உணர்வுப் பூர்வமான ஆதரவை அவரால் நம்ப முடியவில்லை. அவர் ஏதும் அதிகம் செய்துவிடவில்லை. செய்ய வேண்டிய கடமைக்கு மேல் எதுவும் செய்யவில்லை. ஆனால் அவர்களை கௌரவமாக நடத்தியது அவர்கள் எதிர்பாராதது.

அனூப் புறப்படத் தயாரானார். கொச்சுகிருஷ்ணன் வந்து, பயிற்சியாளர்கள் பிரிவுப் பரிசு தர விரும்புவதாகச் சொன்னார். "இல்லை, பரிசை ஏற்க முடியாது" என்றார் அனூப். கூடவந்த இரு கான்ஸ்டபிள்களில் ஒருவர் சொன்னார், "ஐயா, நாங்கள் 50 காசு பெறுமான ஒரு பரிசு தந்தால், ஏற்றுக்கொள்வீர்களா?" 50 காசு பெறுமானமுள்ள பரிசை மறுப்பது பண்பாடாகாது. "சரி. ஏற்றுக்கொள்கிறேன்" என்றார் அனூப்.

அவர்கள் அவருக்கு ஒரு ஆல்வின் கைக்கடிகாரத்தைப் பரிசாகத் தந்தனர். அவர்கள் தலா 50 காசு தந்து அதை வாங்கியுள்ளார்கள். அனூப் அந்தக் கைக்கடிகாரத்தை இன்னும் வைத்திருக்கிறார். அது இன்னும் நன்றாக ஓடிக்கொண்டிருக்கிறது. அதற்குப் பதிலாக அனூப் எச்.எம்.டி. சூரஜ் கைக்கடிகாரத்தைப் பரிசாகத் தந்தார் (அப்போதெல்லாம் எச்.எம்.டி. கைக்கடிகாரம் வைத்திருப்பதே பெருமையாகக் கருதப்பட்டது). இன்னும் மூன்று மாதங்களில் நிறைவுற இருக்கும் பயிற்சியில் சிறந்த பயிற்சியாளராகத் தேர்வு பெறும் ஒருவருக்கு அதைப் பரிசாகத் தர வேண்டும் என்று சொல்லி அதைக் கொடுத்தார். பின்னர் அவர் தூத்துக்குடிக்குப் புறப்பட்டார்.

அனூப் தனது பணியின் துவக்க நாட்களில் செய்த நல்ல செயல்கள் பின்னாளில் அவருக்கு நன்மை செய்யத் தவறவில்லை. 1989இல் அவர் புது தில்லி இன்டெலிஜன்ஸ் பீரோவில் பணியமர்த்தப்பட்டிருந்தார். குடும்பத்தைக் குடியமர்த்த வீடு பார்க்க வேண்டும். தற்காலிகமாக அவர்கள் ஒரு சிறிய விருந்தினர் விடுதியில் தங்கியிருந்தனர். டெல்லியில் பணியமர்த்தப்படும்

ஐ.ஏ.எஸ்., ஐ.பி.எஸ். அதிகாரிகள் குவார்ட்டர்ஸ் கேட்டு நிர்மாண் பவனுக்கு விண்ணப்பிக்க வேண்டும். 15 நாட்களுக்குப் பிறகு பிரகதி மைதான் அருகில் ஒரு மாற்றுக் குடியிருப்பு ஒதுக்கப்படும். அனூப் விண்ணப்பித்து 15 நாட்கள் முடிந்துவிட்டன. அனூப் அது குறித்து விசாரிக்க நிர்மாண் பவனுக்குப் போனார். அவரது மனு கிடைக்கவில்லை என்றார்கள். ஒரு புதிய விண்ணப்பம் தரச் சொன்னார்கள். அதாவது அவர்கள் இன்னும் 15 நாட்களுக்கு விருந்தினர் விடுதியிலேயே இருக்க வேண்டும். அவருக்கு வெறுப்பாக இருந்தது. மற்றொரு படிவத்தை நிரப்பித் தந்துவிட்டு, தனது அலுவலகம் இருந்த அக்பர் ரோடுக்கு நடக்கத் தொடங்கினார்.

போகும் வழியில் துணை ஜனாதிபதி இல்லம் இருந்தது. அதைக் கடந்தபோது அங்கு பாதுகாப்புப் பணியில் இருந்த கான்ஸ்டபிள்கள் உயர் அதிகாரிகள் வரும்போது செய்யப்படும் மரியாதை முறைகளைச் செய்தனர். அடென்ஷனில் நின்று, ரைபிளை உயர்த்திப் பிடித்து, அதில் தட்டி சல்யூட் செய்து, கால்களைத் தரையில் பலமாக உதைக்கும் ஒரு வகை அணிவகுப்பு. துணை ஜனாதிபதி இல்லத்திற்கு யாரோ வருகிறார்கள் போலும் என்று நினைத்து அனூப் தொடர்ந்து நடந்தார். பின்னால் யாரோ ஐயா, ஐயா என்று கத்தியபடி ஓடி வருவது கேட்டது. அனூப் திரும்பிப் பார்த்தார். துணை ஜனாதிபதி இல்லப் பாதுகாப்பு கான்ஸ்டபிள்களில் ஒருவர், “ஐயா, நா 9ஆவது பட்டாலியன் கான்ஸ்டபிள் ஐயா” என்றார்.

“இங்க என்ன பண்றீங்க?” என்று அனூப் கேட்டார். “துணை ஜனாதிபதி இல்லப் பாதுகாப்பு ஐயா” என்றார்கள். 9ஆவது பட்டாலியன், திகார் ஜெயில் காப்புப் பணிக்காக டெல்லி வந்துவிட்டது. துணை ஜனாதிபதி இல்லப் பாதுகாப்பிலும் ஈடுபடுத்தப்பட்டுள்ளனர். “நீங்க எங்க போறீங்க ஐயா?” அவர்கள் கேட்டனர். “அக்பர் ரோடுக்குப் போகிறேன்” என்றார் அனூப். அங்கிருந்து சில நூறு மீட்டர் தொலைவிலிருந்தது அக்பர் ரோடு. “நாங்க கொண்டுபோய் விடறோம்.” என்றார்கள். அங்கு வண்டி எதுவும் இல்லை. ஆனால் சிறிது நேரத்தில் ஒரு 50 இருக்கை பஸ் அங்கு வந்தது. “ஐயா ஏறுங்க” என்றார்கள் அவர்கள்.

இன்டெலிஜன்ஸ் பீரோ அலுவலகப் பாதுகாப்புப் பணியில் இருந்தவர்களுக்கும் அனூப்பைப் பார்த்ததில் வியப்பு கலந்த மகிழ்ச்சி. அனூப்பை வரவேற்ற சப் – இன்ஸ்பெக்டர், அவரை “எங்கே தங்கி இருக்கீங்க சார்” என்று கேட்டார். வீடு கிடைப்பதில் இருந்த சிரமத்தைச் சொன்னார் அனூப். “எங்க அய்யா பிரச்சினை? நிர்மாண் பவன்லயா ஐயா?” “ஆமாம்”. “கவலப்படாதீங்க ஐயா, நான் செஞ்சி குடுத்துடறேன்”. இரண்டாம்

நாளே பிரகதி மைதானில் வீடு ஒதுக்கீடு ஆணை கிடைத்தது, நிர்மாண் பவனில் இருந்த தமிழர் அமைப்பு மூலமாக.

2003 மார்ச்சில் அனூப் சென்னைக்குத் திரும்பி வந்தபோது அவர் மனரீதியாக மிகவும் பாதிக்கப்பட்டிருந்தார். மகள் மினியைப் புற்றுநோய் அரித்துக்கொண்டிருந்தது. வாலாஜா சாலை ஐ.ஜி. குடியிருப்பில் இருந்தார். இன்னும் பணியமர்வு வரவில்லை. போஸ்டிங் இல்லையென்பதால் உதவிக்கு யாரும் இல்லை. வாகனமும் இல்லை. அனூப் காலையில் மளிகைப் பொருட்கள் வாங்கப் போய்க்கொண்டிருந்தார். அவர் சீருடையில் இல்லை. காவல்துறை அதிகாரி என்ற அடையாளம் ஏதும் இல்லை. மவுண்ட் ரோடுக்குப் போய், போக்குவரத்து கொஞ்சம் குறைந்தால் சாலையைக் கடக்கலாம் என்று நின்றிருந்தார். அங்கிருந்த ஒரு போக்குவரத்துத் தலைமைக் காவலர் சாலையின் மத்திக்குச் சென்று, இருபுறமும் செல்லும் போக்குவரத்தை நிறுத்தினார். பின்னர் அனூப்பிடம் வந்து "ஐயா, கிராஸ் பண்ணுங்க" என்றார். அனூப் திடுக்கிட்டார். ஆனாலும் சாலையைக் கடந்தார். அந்த தலைமைக் காவலரும் கூடவே வந்தார். சாலையைக் கடந்த பின் அனூப் கேட்டார். "ஏன் இப்படிச் செய்தீர்கள்?" அவர் சல்யூட் அடித்துச் சொன்னார்: "ஐயா, நான் 9ஆவது பட்டாலியன் கான்ஸ்டபிள் ஐயா."

2007இல் அனூப்பின் மகன் மனுவிற்குத் திருமணம் நடக்க விருந்தது. தியாகராய நகரிலுள்ள ஒரு பிரபல கடைக்குப் போகுமாறு யாரோ சொன்னார்கள். அங்கு அவர்கள் முதல் மாடிக்குச் சென்றார்கள். நீலம் புடவைகள் தேர்ந்தெடுத்துக்கொண்டிருந்தார். அனூப் செய்வதற்கு ஒன்றும் இல்லை. அங்குமிங்கும் நடந்து கொண்டிருந்தார். யாரோ அவரை நெருங்கி வந்தார்கள்.

அவர் தன்னைக் கடையின் மேனேஜர் என்று அறிமுகப் படுத்திக்கொண்டார். கைகளைக் கட்டிக்கொண்டார். "சார் அது என் அதிகாரத்திற்கு அப்பாற்பட்டது. சார் அது என் அதிகாரத்திற்கு அப்பாற்பட்டது. என்னை நம்புங்கள். அது என் அதிகாரத்திற்கு அப்பாற்பட்டது" என்று சொல்லிக்கொண்டே இருந்தார்.

"என்ன அதிகாரம் பற்றிப் பேசுகிறீர்கள்?"

"சார், எனக்கு 25 சதவீத கழிவு தரத்தான் அதிகாரமுள்ளது. 50 சதவீதம் என்னால் தர முடியாது சார்."

அனூப் திடுக்கிட்டார். "நான் உங்களிடம் கழிவு கேட்கவே இல்லையே. என்ன இதெல்லாம்?"

"நீங்கள் அனூப் ஜெய்ஸ்வால்தானே?"

“ஆமாம் நான்தான்.”

“சார் கீழே கவுண்டரில் ஒரு கான்ஸ்டபிள் நின்று கொண்டிருக்கிறார். அவர் உங்களுக்கு 50 பர்செண்ட் கழிவு தர வேண்டும் என்று பயமுறுத்துகிறார். தரவில்லையென்றால், இந்தக் கடையின் முன்னால் எந்த வாகனமும் நிற்க அனுமதிக்கப்பட மாட்டாது என்று சொல்கிறார்.”

“யார் அந்த ஆள்? நான் யாரிடமும் உங்களை பயமுறுத்த சொல்லவில்லை. மன்னியுங்கள். நான் யாரிடமும் இவ்வாறு செய்யச் சொல்லவில்லை. எனக்கு எந்தச் சலுகையோ கழிவோ வேண்டாம்.”

அனூப், கடை மேனேஜருடன் கீழே சென்றார். அங்கு ஒரு தலைமைக் காவலர் நிற்பதைப் பார்த்தார். அனூப் அவரைக் கேட்டார், “ஏன் இப்படி நடந்துகொள்கிறீர்கள்?”

அவர் பட்டென்று ஒரு சல்யூட் அடித்துவிட்டுச் சொன்னார் – “ஐயா, நான் 9ஆவது பட்டாலியன் கான்ஸ்டபிள் ஐயா.”

அனூப் மேனேஜரிடம் சொன்னார்: “எனக்கு எந்தச் சலுகையும் வேண்டாம். முழு தொகைக்கு பில் போடுங்கள். நான் என்னுடைய அதிகாரத்தை தவறாகப் பயன்படுத்திய உணர்வோடு போக விரும்பவில்லை.”

மேனேஜர் சொன்னார், “இல்லை ஐயா, நாங்கள் 25 விழுக்காடு கழிவு தருகிறோம்.”

இறுதியாக 10 விழுக்காடு கழிவுக்கு அனூப் ஒப்புக்கொண்டார்.

மணிமுத்தாறை விட்டு வெளிவந்து நெடுங்காலம் ஆன பின்னும், 9ஆவது பட்டாலியன் விசுவாசமான நிழல் போல அவரைத் தொடர்ந்தது. மணிமுத்தாறு அவரை விட்டு விலக மறுத்தது. அவர் அங்கு மீண்டும் போக விரும்பினார். நெடு நாட்களுக்கு முன் அவர் அங்கே பட்டாலியன் அருகில் மூன்று ஏக்கர் நிலம் வாங்கியிருந்தார். அவருக்கு ஒரு கனவு இருந்தது. தேக்கு மரங்களின் நடுவே, குளிர்ந்த நிழலில், இலைகளினூடே, உயர வளர்ந்த புற்களினிடையே சலசலக்கும் காற்றில் என்றேனும் ஒரு நாள் அங்கு ஒரு ஆசிரமம் அமைக்க வேண்டும்.

கடந்து செல்லும் ஒவ்வொரு நாளும் அந்த நாளை நோக்கி நெருங்கிச் சென்றுகொண்டிருப்பதாக அவர் உணர்கிறார்.

●

காலச்சுவடு பப்ளிகேஷன்ஸ் (பி) லிட்.
Published by Kalachuvadu Publications (Pvt. Ltd.),
669, K.P. Road, Nagercoil 629001, India
Phone: 91-4652-278525
e-mail: publications@kalachuvadu.com

06/2025/S.No.1108, kcp 5845, 18.6 (3) ass